ஜே. ஜே : சில குறிப்புகள்

ஜே. ஜே : சில குறிப்புகள்

சுந்தர ராமசாமி (1931 - 2005)

நவீன தமிழ் இலக்கியத்தின் முக்கியமான எழுத்தாளர்களில் ஒருவரான சுந்தர ராமசாமி 1931ஆம் ஆண்டு நாகர்கோவிலில் பிறந்தார். பள்ளியில் மலையாளமும் ஆங்கிலமும் சமஸ்கிருதமும் கற்றார். மூன்று நாவல்கள், 74 சிறுகதைகள் 110 கவிதைகள் 100க்கு மேற்பட்ட கட்டுரைகள் ஆகியவற்றை எழுதியிருக்கிறார். தகழி சிவசங்கரப் பிள்ளையின் இரண்டு நாவல்களை மலையாளத்திலிருந்து மொழிபெயர்த்திருக்கிறார். 1988இல் காலச்சுவடு இதழை நிறுவினார்.

புனைவு வடிவங்களில் குறிப்பிட்ட எந்த வகைமையிலும் தங்கி விடாமல் தொடர்ந்து புதிய முயற்சிகளில் ஈடுபட்டுவந்தவர் சுந்தர ராமசாமி. இவருடைய இரண்டாவது நாவலான ஜே.ஜே.: சில குறிப்புகள் மாறுபட்ட வடிவத்திற்காகவும் உள்ளடக்கத்திற் காகவும் இன்றளவிலும் பேசப்பட்டுவருகிறது. சு.ரா.வின் இலக்கிய அலசல்கள் இலக்கியத்தில் தர வேற்றுமைகளின் அடிப்படைகளை விரிவாக விவாதிக்கின்றன. இவர் முன்வைத்த இலக்கிய அளவு கோல்கள் தமிழ் விமர்சனப் பரப்பில் ஆழ்ந்த தாக்கத்தைச் செலுத்தியிருக்கின்றன.

சுந்தர ராமசாமிக்கு டொரொன்டோ (கனடா) பல்கலைக் கழகம் வாழ்நாள் இலக்கியச் சாதனைக்கான ‘இயல்’ விருதை (2001) வழங்கியது. வாழ்நாள் இலக்கியப் பணிக்காகக் ‘கதா சூடாமணி’ விருதையும் (2003) பெற்றார்.

சுந்தர ராமசாமி 14.10.2005 அன்று அமெரிக்காவில் காலமானார். மனைவி: கமலா. குழந்தைகள்: தைலா, கண்ணன், தங்கு. (மூத்த மகள் சௌந்தரா 1996இல் காலமானார்.)

சுந்தர ராமசாமியின் பிற நூல்கள்

சிறுகதைகள்

சுந்தர ராமசாமி சிறுகதைகள் (2006) (முழுத் தொகுப்பு)
பள்ளியில் ஒரு நாய்க்குட்டி (2008),
அக்கரைச் சீமையில் (2007) (முதல் சிறுகதை வரிசை),
அழைப்பு (2003), பல்லக்குத்தூக்கிகள் (2010),
வாசனை (2011), பள்ளம் (2012)

நாவல்கள்

ஒரு புளியமரத்தின் கதை (1966)
குழந்தைகள் பெண்கள் ஆண்கள் (1998)

குறுநாவல்கள்

திரைகள் ஆயிரம் (2008)

கவிதை

நடுநிசி நாய்கள் (2008)
சுந்தர ராமசாமி கவிதையை (முழுத்தொகுப்பு) (2005)

விமர்சனம்/கட்டுரைகள்

அந்தரத்தில் பறக்கும் கொடி (2014) (தமிழ் கிளாசிக்)
ந. பிச்சமூர்த்தியின் கலை: மரபும் மனிதநேயமும் (1991)
இவை என் உரைகள் (2003)
வானகமே இளவெயிலே மரச்செறிவே (2004)
மனக்குகை ஓவியங்கள் (2011) (கட்டுரைகள் உரைக விவாதங்கள்)
வாழ்க சந்தேகங்கள் (2004) (கேள்வி – பதில்)
புதுமைப்பித்தன் கதைகள்: சு.ரா குறிப்பேடு (2005)
வாழும் கணங்கள்(2005) (படைப்புகளின் தொகுப்பு)
புதுமைப்பித்தன்: மரபை மீறும் ஆவேசம் (2006)
ஒரு கலை நோக்கு (ஆளுமைகள் தோழமைகள்) (2019)

நேர்காணல்கள்

சுந்தர ராமசாமி நேர்காணல்கள் (2011)

பிற நூல்கள்

மூன்று நாடகங்கள் (2006)
தமிழகத்தில் கல்வி (2000) (வசந்தி தேவியுடன் உரையாடல்)
இதம் தந்த வரிகள் (2002) (கு. அழகிரிசாமி – சுந்தர ராமசாமி கடிதங்கள்)
ஒரு தடா கைதிக்கு எழுதிய கடிதங்கள் (2006)
இந்திய இலக்கியச் சிற்பிகள்: கிருஷ்ணன் நம்பி (சாகித்திய அக்காதெமி, 2006)

நினைவுக் குறிப்புகள்

ஜீவா (2003), கிருஷ்ணன் நம்பி (2003), க.நா.சு. (2003),
சி.சு. செல்லப்பா (2003), பிரமிள் (2005), ஜி. நாகராஜன் (2006),
தி. ஜானகிராமன் (2007), கு. அழகிரிசாமி (2011), தொ.மு.சி. ரகுநாதன் (2014),
ந. பிச்சமூர்த்தி (2016), நா. பார்த்தசாரதி (2016), கவிமணி (2019)
மௌனி வெ. சாமிநா சர்மா என்.எஸ். கிருஷ்ணன் (2019)

மொழிபெயர்ப்புகள்

செம்மீன் (1962) (தகழி சிவசங்கரப்பிள்ளையின் சாகித்திய
அகாதெமி பரிசுபெற்ற மலையாள நாவல்)
தோட்டியின் மகன் (2000) (தகழி சிவசங்கரப்பிள்ளை)
தொலைவிலிருக்கும் கவிதைகள் (2004)

சுந்தர ராமசாமி

ஜே. ஜே : சில குறிப்புகள்

காலச்சுவடு பதிப்பகம்

அன்பார்ந்த வாசகருக்கு,

வணக்கம்.

காலச்சுவடு நூலை வாங்கியமைக்கு நன்றி.

நூலின் உள்ளடக்கம், உருவாக்கம், அட்டைப்படம் இன்ன பிற அம்சங்கள் பற்றிய உங்கள் கருத்துகளையும் ஆலோசனைகளையும் காலச்சுவடு வரவேற்கிறது. தகவல், எழுத்து, வாக்கியப் பிழைகள் தென்பட்டால் கட்டாயம் தெரிவித்து உதவுங்கள். நூல் தயாரிப்பில் கடும் குறைபாடு இருப்பின் மாற்றுப் பிரதி உங்களுக்குக் கிடைக்கக் காலச்சுவடு ஏற்பாடு செய்யும்.

மின்னஞ்சல்: publisher@kalachuvadu. com

காலச்சுவடு நாகர்கோவில் அலுவலகத்திற்குக் கடிதம் அனுப்பலாம்.

தங்கள்
எஸ். ஆர். சுந்தரம் (கண்ணன்)
பதிப்பாளர் – நிர்வாக இயக்குநர்

ஜே. ஜே: சில குறிப்புகள் ❖ நாவல் ❖ ஆசிரியர்: சுந்தர ராமசாமி ❖ © கமலா ராமசாமி ❖ முதல் பதிப்பு: 1981 ❖ காலச்சுவடு முதல் பதிப்பு: டிசம்பர் 1999, இருபத்தொன்பதாம் பதிப்பு: மே 2024 ❖ வெளியீடு: காலச்சுவடு பப்ளிகேஷன்ஸ் (பி) லிட்., 669 கே.பி. சாலை, நாகர்கோவில் 629001 ❖ கோட்டோவியங்கள்: ட்ராட்ஸ்கி மருது

jee.jee: cila kuRippukaL ❖ Novel ❖ Sundara Ramaswamy ❖ © Kamala Ramaswamy ❖ Language: Tamil ❖ First Edition: 1981 ❖ Kalachuvadu First Edition: 1999, 29th Edition: May 2024 ❖ Size: Demy 1 x 8 ❖ Paper: 18.6 kg Maplitho ❖ Pages: 224

Published by Kalachuvadu Publications Pvt. Ltd., 669 K.P. Road, Nagercoil 629001, India ❖ Phone: 91-4652-278525 ❖ e-mail: publications @kalachuvadu.com ❖ Illustrations: Trotsky Maruthu ❖ Cover Design: N. Ramesh Kumar ❖ Printed at Mani Offset, Chennai 600077

ISBN: 978-81-90080-18-7

05/2024/S.No. 10, kcp 5125, 18.6 (29) urss

கிருஷ்ணன் நம்பியின்
நினைவுக்கு

ஓவியர் ட்ராட்ஸ்கி மருது (1953)

பொது மனம் அதுவரை அறிந்திடாத புதிய கோணத்தை நம் ஓவிய மரபுக்குள் கொண்டுவந்து நிறுத்தியவர். அடர்த்தி மிகுந்த சாயங்களின் வழியே அசல் முகங்களின் பிம்பத்தைக் காட்சிப்படுத்தியவர். கருத்த கோட்டோவியங்கள் மூலம் நம் பண்பாட்டுச் செழுமியங்களை உயிர்ப்போடு மீட்டெடுப்பவர். பெரும் பத்திரிகைகளில் கதையின் நகலாக மட்டுமே வெளிப்பட்டுக்கொண்டிருந்த ஓவிய வடிவத்தின் ஒப்பனையைக் கலைத்து, அதற்கு நவீன அந்தஸ்து வழங்கிய முன்னோடி. சென்னை ஓவியக் கல்லூரியில் முறைப்படி ஓவியம் கற்ற இவர், தொழில் சார் ஓவியராகவும் வடிவமைப்பாளராகவும் செயல்பட்டு வருகிறார். தமிழ் சினிமா அனிமேஷன் துறையில் தொடர்ந்து பங்களிப்புச் செய்துவருகிறார். 1970களில் சென்னைக்குக் குடிபெயர்ந்தார்.

பாகம் ஒன்று

1

ஜோசஃப் ஜேம்ஸ் 1960 ஜனவரி 5ஆம் தேதி, தனது 39ஆவது வயதில், ஆல்பெர் காம்யு விபத்தில் மாண்டதற்கு மறுநாள் இறந்தான். இன்று இருந்திருந்தாலுங்கூட அவனுக்கு 57 வயதுதான் ஆகியிருக்கும். மேதாவிலாசத்துக்கும் அற்பாயுளுக்கும் அப்படி என்னதான் நமக்கு எட்டாதபடி ரகசிய உறவோ? அதிலும் இந்த நாற்பதையொட்டிய வயதுகள், விசேஷமாக வறுமை பிடுங்கும் இந்தியாவில், எழுத்தாளர்களுக்குச் சோதனையாகவே இருந்திருக்கின்றன. தமிழிலும் பாரதி, புதுமைப்பித்தன், கு.ப. ராஜகோபாலன், கு. அழகிரிசாமி, மு. தளையசிங்கம் என்று எத்தனை இழப்புகள். இந்த வரிசையில் ஜே. ஜேயை நாம் சேர்த்துக்கொள்ள வேண்டும்.

ஜே. ஜே. தமிழ் எழுத்தாளனா, அவன் மறைவு எப்படி நமக்கு இழப்பாகும் என்று சிலருக்குச் சந்தேகம் ஏற்படக் கூடும். ஜே. ஜேயின் உயிர், திராவிட உயிர் என்றாலுங்கூட, தமிழ் உயிர் அல்ல என்பது உண்மைதான். இருந்தாலும் அவன் எழுத்தாளன். தன் உள்ளொளியைக் காண எழுத்தை ஆண்டவன். மிக முக்கியமான விஷயமல்லவா இது? அபூர்வம் அல்லவா?

இவ்வாறு உலகமெங்கும் எவன் எவன் தன் உள்ளொளியைக் காண எழுத்தையோ, கலைகளையோ அல்லது தத்துவத்தையோ, விஞ்ஞானத்தையோ அல்லது மதத்தையோ (இக்காலத்தில் நான் எப்படி அரசியலைச் சேர்க்க முடியும்?) ஆண்டானோ அவன் எல்லாம்

நம்மைச் சார்ந்தவன். நம் மொழிக்கு உடனடியாக அவன் மாற்றப்பட்டு நம் உடம்பின் உறுப்பாகிவிட வேண்டும். இவ்விணைப்பையும் பரவசத்துடன் உணர்ந்து மேற்கொண்டு நாம் சிந்திக்க வேண்டும். நமக்குச் சிந்திக்கத் தெரியும் என்றால். முடியும் என்றால்.

இதற்கு நேர்மாறாக, மாயக் காம உறுப்புகளை மாட்டிக் கொண்டு அவ்வுறுப்புகளை ஓயாமல் நம்மேல் உரசிக்கொண் டிருக்கும் அற்பங்கள் தமிழில் எழுதுகின்றன என்பதால் நமதாகிவிடுமா? சீதபேதியில் தமிழ்ச் சீதபேதி என்றும், வேசைத் தனத்தில் தமிழ் வேசைத்தனம் என்றும் உண்டா? இப்போது 1978இல் இது பற்றிய நம் சிந்தனைகள் தெளிவாக இல்லை. ஒப்புக்கொள்கிறேன். குழம்பியும் மயக்கங்கள் நிறைந்தனவாக வும் இருக்கின்றன. வாஸ்தவம்தான். ஆனால் இந்த நூற்றாண் டின் இறுதியில் அல்லது அடுத்த நூற்றாண்டின் முதல் பத்துக்குள் நடக்கப் போவது வேறு. அன்று ஒரு தவளைகூடக் கிணற்றுக்குள் இருக்க முடியாது. இது எனக்கு வெகு நிச்சயமாகத் தெரிகிறது. அன்று பிடிவாதமாக வெளியே வராதவை உயிர் மூச்சற்று அழிந்துபோகும். இது இயற்கையின் நிர்த்தாட்சண்யமான விதி. மூப்பு, போதை, மயக்கங்கள், சரித்திரத்தை விருப்பம் போல் கற்பனை செய்து மகிழும் மனப் புணர்ச்சியின்பம் – இவற்றிற்கு நிரந்தரம் இல்லை.

1990க்குப் பின் வரும் வருடங்களில் இந்தியாவில் பெரும் கீழ்மேல் மாற்றம் நிகழும் என ஜே.ஜே. எழுதியுள்ளதை நம்பி நான் இதைக் கூறவில்லை. ‘ஜே.ஜேயின் கொந்தளிப்புத் தத்துவ’த்தை என்னால் சரிவரப் புரிந்துகொள்ள முடிந்ததில்லை. இந்தியத் தத்துவத்தின் உள்ளொளிகளையும் மேற்கத்தியத் தத்துவத்தின் தருக்க நிலைகளையும் தனது அங்கங்களாக மாற்றிக்கொண்டு ஜே.ஜே. நடக்க முயன்றான் என்று கூறப்படு கிறது. ஒருவிதத்தில் அவன் தீர்க்கதரிசி. ஒருவிதத்தில் அவன் தருக்க ஞானி. தீர்க்கதரிசனம் எனக்குப் பரவசமூட்டக்கூடியது. உள்ளொளி தோய்ந்த வாக்குகள் என் நரம்பில் புது ரத்தத்தைப் பாய்ச்சுகின்றன. தருக்க ஞானம், நிரூபணங்கள், வியாக்கியானங் கள், மேற்கத்தியத் தத்துவக் கட்டுமானங்கள் இவற்றின் பெரும் குன்றான சரிவுகள் என் மூளையைச் சோர்வடையச்செய்துவிடு கின்றன. பின்தொடர முடியாது போய்விடுகிறது. ஒரு இடம் வந்ததும் ஜே. ஜேயும் என்னைத் தாண்டிச் சென்றுவிட்டான். நாய் போல் மூச்சிரைக்க, சில எட்டுகள் மேலும் ஓடி நின்று விட்டேன்.

இன்று ஜே.ஜே. அவன் மண்ணிலேயே மறுபரிசீலனைக்கு ஆளாகிக் கொண்டிருக்கிறான். அவனுடைய தருக்க நிலைகள்

பெரும் கேள்விகளுக்கு உள்ளாகிவிட்டன. அவனைக் கடுமை யாக விமர்சித்து, தத்துவப் பீடத்திலிருந்து தீர்க்கதரிசியின் இருட்குகைக்கு ஒதுக்கிவிட்ட எம். கே. அய்யப்பன்*கூட, 'அவனது உள்ளொளி இருளில் மிருகங்களின் கண்கள் போல் பரவசம் ஊட்டக்கூடியது' என்று எழுத நேர்ந்தது.

ஆனால் இருபதாம் நூற்றாண்டில் நம் மண்ணில் நிகழவிருக்கும் மாற்றத்தைப் பற்றி நான் கூறுவது ஜே. ஜேயை அனுசரித்து அல்ல. என் மூளையின் கைவிளக்கில் தெரிவதே. விவரங் களின்றி இப்படிச் சொல்வது சரியல்ல என்பதை உணர்கிறேன். ஆனால் இங்கு என் நோக்கம் ஜே. ஜேயைப் பற்றிச் சில குறிப்புகளை முன்வைப்பதுதான். என் தத்துவக் கீற்றுகளை வெளிப்படுத்துவது அல்ல.

சிந்திக்கும் மனிதனுக்கு ஒரு பாஷைதான் உண்டு. உண்மையின் பாஷை அது. ஜே. ஜே. அதைத் தேடியவன். தேடி அலைந்தவன். மரணப்படுக்கையில் சற்று மனத் தெளிவிழந்த நிலையில், 'என் வீட்டு வாசலை யாரோ வெளியே தாழிட்டுவிட்டுப் போய்விட்டார்கள். யார் அது? யார் அது?' என்று ஜே. ஜே. அரற்றிக்கொண்டிருந்தானாம். அவனது தேடல் எந்த இடத்திற் கும் அவனைக் கொண்டு போய்ச் சேர்க்காததன் குறியீட்டு நிலையாக அவனுடைய 'எதிரிகள்' இதற்கு விளக்கம் தந்தார்கள்.

---

* முளங்காடு கிருஷ்ண வைத்தியர் அய்யப்பன் : இன்றையத் தத்துவவாதிகளில் முதன்மையானவராகக் கருதப்படுகிறவர். தற்கால அரசியல் கட்சிகளின் நிலை களையும் காந்தியச் சிந்தனைகளையும் மிகக் கடுமையாக விமர்சிக்கும் மார்க்சியவாதி. இந்துமதச் சிந்தனையோட்டங்களின் பரம வைரி. பாராளுமன்ற ஜனநாயகத்தில் முற்றாக நம்பிக்கையற்றவர். அஹிம்சைப் புரட்சி என்பது அடக்கும் வர்க்கத்தின் விசித்திரக் கற்பனை என்றும், சாத்வீகப் புரட்சி சரித்திரம் அறியாத ஒன்று எனவும் வாதாடிவருகிறவர். பிரம்மச்சாரி. ஜே. ஜேக்கும் இவருக்கும் நெருங்கிய நட்பும், ஜே. ஜேயின் முதல் கட்டத்தில் இருவருக்கும் கருத்து ஒற்றுமையும் இருந்தன.

தனது வைதீகக் கிருஸ்துவப் பின்னணி இவரால்தான் தகர்க்கப்பட்டது எனவும், உலகச் சிந்தனையாளர்களை இவர்தான் தனக்கு அறிமுகம் செய்துதந்தார் எனவும் ஜே. ஜே. நன்றியுணர்ச்சியுடன் தனது நாட்குறிப்பில் குறித்திருக்கிறான்.

நாட்குறிப்பிலிருந்து, அய்யப்பனிடம் கொண்ட கருத்து வேற்றுமைக்குப் பின் எழுதப்பட்டது என நம்பப்படும் பகுதி: "நேற்றையப் புரட்சிவாதியை இன்றையப் புரட்சிவாதி தாண்டிப்போகிறான். இறுதிப் புரட்சிவாதியாகத் தன்னைக் கற்பனை செய்து கொள்கிறவன் மதவாதி. மனிதன் உயிர் ராசியைச் சார்ந்தவன் மட்டுமல்ல. மனிதன் வித்தியாசமான உயிர் ராசி. அவன் அடங்கமாட்டான். திருப்திப்படமாட்டான். ஓய மாட்டான்." 'வசந்தம் வராத வருடங்கள்' (திருமதி சாராம்மா ஜே. ஜே. அனுமதித்துள்ள சிறிய பகுதி மட்டுமே அச்சேறியுள்ளது. தலைப்பு, பதிப்புக் குழு சூட்டியது.)

அவர்களுக்கு உள்ளூர சந்தோஷம். இதற்குப் பதிலளித்த – சமீப காலங்களில் ஜே.ஜேயின் பார்வையிலிருந்து நகர்ந்து போயிருந்தாலும்கூட அவன்மீது பெரும் மதிப்பு வைத்திருக்கும் – சுபத்திரம்மாத் தங்கச்சி, ‘வெளி வாசலை யாரோ பூட்டிவிட்டார் கள் என்பதை ஜே. ஜே. கண்டுகொண்டான். அது வரையிலும் அவன் பயணம் தொடர்ந்திருந்தது. எருமைகளோ கழுத்துச் சங்கிலியுடன், அவையே கழித்த சாணிமீது சரிந்து, உதிரி வைக்கோலை அரை மயக்கத்தில் அசைபோட்டுக்கொண்டு கிடக்கின்றன’ என்று எழுதி, ‘நான் எருமைகள் என இங்கு குறிப்பிடுவது எருமைகளை அல்ல’ என்றும் சேர்த்திருந்தாள். (முதுபெரும் எழுத்தாளர் என். இக்கண்ட வாரியர், குமிழியிடும் பாராட்டுணர்வுடன், சுபத்திரம்மாத் தங்கச்சியை விமர்சித்து அவளுடைய கல்லூரி நாட்களில் எழுதிய பத்திரிகைக் கடிதத் தில், ‘பார்க்கப் பார்க்கப் பெண் போலவே காட்சியளிக்கக் கூடியவள் அவள்’ என்று எழுதியிருந்தது என் நினைவுக்கு வருகிறது.)

ஜே. ஜே. மறைந்து பதினெட்டு வருடங்களுக்குப்பின், தமிழ் வாசகர்களுக்கு அவனை அறிமுகப்படுத்தி இக்குறிப்புகளை எழுதுகிறேன். இதற்கு அறிவுலக நியாயங்கள், மானசீக உறவுகள் இரண்டுமே உள்ளன. இரண்டையும் என் வாசகர்கள் முன் வைக்க நான் கடமைப்பட்டவன்.

நம் இந்திய அரசியலமைப்பில் பதினைந்து மொழிகள் குறிப் பிடப்பட்டுள்ளன. இம்மொழிகள் எல்லாவற்றின் வரிவடிவத் தையும் ஒருதடவையேனும் பார்த்திருக்கிறீர்களா எனச் சில எழுத்தாளர்களிடம் நான் கேட்டபோது, எல்லாருமே ஆயாசத் துடன் ‘இல்லை’ என்றார்கள். ‘நானும் பார்த்ததில்லை’ என்ற உண்மையைச் சொல்லியும்கூட அவர்களை உற்சாகப்படுத்த முடியவில்லை. உண்மையில் இது மிக வருந்தவேண்டிய நிலை தான். அதே போல் இன்றைய இத்தாலிய எழுத்தாளனைத் தெரிந்தவனுக்கு இன்றையக் கன்னட எழுத்தாளனைத் தெரியவில்லை. ‘அமெரிக்க இலக்கியத்தின் புதிய போக்குகள்’ பற்றி ஆங்கிலத்தில் ஆராய்ச்சிக் கட்டுரை எழுதி டாக்டர் பட்டம் பெற்ற இந்தி எழுத்தாளன் ‘தமிழில் புதுக்கவிதை உண்டா?’ என்று கேட்கிறான். காஃப்கா என்கிறோம். சிமோன் த பூவா என்கிறோம். போர்ஹே என்கிறோம். குட்டிக்கிருஷ்ண மாராரைத் தெரியாது என்கிறோம். கோபாலகிருஷ்ண அடிகாவைத் தெரியாது என்கிறோம். எப்படி இருக்கிறது கதை?

ஒவ்வொரு மொழி இலக்கியத்தையும், அம்மொழி பேசும் மக்களின் கலாச்சாரத்தையும், அடுத்த மொழிகளில் அறிமுகப் படுத்தும் நோக்கத்திற்கு மட்டுமே தன்னை அர்ப்பணித்துக் கொள்ளும் தனித்தனிப் பத்திரிகைகள் இந்திய மொழிகள் அனைத்திலும் துவக்கப்பட வேண்டும் என இரண்டு பத்தாண்டுகளாக நான் நண்பர்களிடம் சொல்லிவருகிறேன். இதற்கு ஆரம்பிக்க வேண்டிய பத்திரிகைகளின் எண்ணிக்கை, மொத்தம் 15 x 15 = 225. எனது இப்பேச்சைத் தீவிரமாக எடுத்துக் கொண்டுவிட்டவர்கள் அதன் பின் என்னைச் சந்திப்பதைக் கூடியமட்டும் குறைத்துக்கொண்டுவிட்டார்கள். 'வெறும் கனவு' என்று எடுத்துக்கொண்டவர்கள் என்னைக் கண்டதும் முகத்தில் சிறிது கவலையைப் படரவிட்டு, 'எத்தனை பத்திரிகைகளுக்கு ஏற்பாடுகள் முடிந்திருக்கின்றன?' என்று கேட்பார்கள். இந்தி யாவை உணர்வு ரீதியாக ஒருங்கிணைக்கும் திட்டத்தை முன் வைத்தமைக்காகச் சிறிது கேலிக்கு ஆளானதை நான் பொருட்

படுத்தவில்லை. இதைவிடவும் சிறிய திட்டங்களைச் சொல்லி, இதைவிடவும் அதிக கேலிக்கு இரையானவர்கள் உண்டு.

இந்தப் பெரிய திட்டத்தின் முதல்படியாக, பிறமொழி இலக்கியம் ஒன்றை அறிமுகப்படுத்தும் ஒரு தமிழ்ப் பத்திரிகையை ஆரம்பிப் போம் என்று சொன்னதற்கு, எனது எழுத்தாள நண்பரே, 'தமிழ் வாசகன் எவனும் பிறமொழி இலக்கியம் படிக்க முடியா விட்டால் உயிரை விட்டுவிடுவேன் என்று சொல்லவில்லையே' என்றார். எனக்கு முகத்தில் அறைந்தாற்போல் ஆயிற்று. 'நீங்கள் எழுதவில்லை என்று உண்ணாவிரதம் இருக்கும் வாசகன் எவன்?' என்று நான் திருப்பிக் கேட்டிருக்கலாம். அந்த நிமிஷத் தில் எங்கள் உறவு முறிந்து போய்விடும். 'எவரும் அவர் விரும்பும் கருத்தை வெளியிடுவதுதான் இலக்கிய உலகின் நிர்த்தாட்சண்யமான நியதி' என்று சொல்லிக் கொண்டே கடைசி வரையிலும் என்னிடம் பேசாமல் இருந்துவிடுவார். இவரும் பேசாதாகிவிட்டால், அப்புறம் நான் தனியே பேசிக் கொள்ள வேண்டிய நிலை இன்று.

இந்நிலையில் நான் செய்யக்கூடியது என்ன என யோசித்ததன் விளைவு, 'ஜே. ஜே : சில குறிப்புகள்.'

மேல்வாரியாகப் பார்க்கும்போது இது சிறிய புத்தகம் போலவும் ஒரு எழுத்தாளனின் அரைகுறையான வரலாறு போலவும் தெரியும். சற்று நுட்பமாகக் கவனித்தால் வேறு பரிமாணங்கள் தென்படும். அவற்றையும் நானே குறிப்புணர்த்திச் செல்கிறேன். ஜே.ஜேயைப் பற்றிய இந்நூலைப் படிக்கிறவனுக்கு அவனுடைய படைப்புகளையும், இலக்கிய, சமூக, விமர்சனக் கட்டுரைகளை யும், தத்துவார்த்தக் கட்டுரைகளையும் படிக்க வேண்டும் என்ற முனைப்பு ஏற்படக்கூடும். அப்போது அவனுடைய எழுத்துகளில் சிலவற்றையேனும் தமிழில் மொழிபெயர்க்க வேண்டிய சூழல் உருவாகும். (இத்தனை படிகளைத் தாண்டி வருகிறவர்களை மேலும் சிரமப்படுத்தலாகாது என, தமிழில் அவசியம் மொழிபெயர்க்க வேண்டிய அவனுடைய புத்தகங்களை அனுபந்தம் 3இல் தந்திருக்கிறேன்.) அவ்வாறு தமிழாக்கம் செய்யப்படும் நூல்கள், தமிழ்ப் புலவர்கள், பெண் எழுத்தாளர்கள் உள்ளிட்ட தமிழ் எழுத்தாளர்கள், கல்வி நிலையங்களைச் சார்ந்த பெரும் புலவர்கள், மொழியியல் ஆராய்ச்சியாளர்கள் (தமிழ் அறிஞர்களில் 99%க்குச் சற்று அதிகமானவர்கள்), தமிழ்ப் பத்திரிகை ஆசிரியர்கள், சிறுபத்தி ரிகை ஆசிரியர்கள், வானொலி நிலையத் தமிழ்த் தொண்டர்கள் அனைவரையும் பாதித்து, தமிழ் இலக்கியத்துக்குப் புத்துணர்ச்சி ஊட்டக்கூடியவையாக அமையுமல்லவா? அப்போது மேலும் பல இந்தியக் கலைஞர்களைத் தெரிந்துகொள்ள வேண்டும்

என்ற எண்ணம் நம் வாசகர்களுக்கு ஏற்படத்தானே செய்யும்? ஆக, எளிய முயற்சி போல் மேலோட்டமான பார்வைக்குத் தெரியும் இந்நூல், இந்திய இலக்கியங்கள் அனைத்தையும் நம் மக்கள் கற்றுத் தேறும் பொற்காலத்திற்கு இட்டுச்செல்லும் நுழைவாயிலாகும். அந்தப் பொற்காலத்தைக் காண நான் இல்லாமல் போய்விடலாம். எனினும் அது உருவாகும் என உறுதியாக நம்புகிறேன்.

மற்றொரு விஷயம். இந்நூலில் வேற்றுமொழி இலக்கிய ஆசிரியர்களைப் பற்றியும், வேற்றுமொழி இலக்கியப் பின்னணி பற்றியுமே நான் கூறுவதாகச் சிலருக்குப் படும். அது சரிதான். ஆனால் முற்றிலும் சரியல்ல. பிறமொழி எழுத்தாளர்கள் மாதிரிதான் நம் மொழி எழுத்தாளர்களும் என்பதை நாம் மறந்துவிடலாமா? தரத்தில் வேண்டும் என்றால் கூடுதல் குறைவு இருக்கலாம். குணத்தில், நடத்தைகளில், பழக்க வழக்கங்களில், போட்டி பொறாமைகளில், குழு மனப்பான்மைகளில், குழிபறிப் பதில், காக்காய் பிடிப்பதில் ஏகதேசமாக ஒன்றுதான். வெவ்வேறு மொழி பேசினாலும் நாம் எல்லோரும் இந்தியர்கள்தானே? நமக்குள் ஒற்றுமை இல்லாமல் இருக்குமா? அதனால், நம் எழுத்தாளர்களைப் பற்றிச் சொல்லும் புத்தகமாகவும் இதை நீங்கள் எடுத்துக்கொள்ளலாம். எழுத்தாளர்களும் மனிதர்கள் தானே? ஆக, இது மனிதர்களைப் பற்றிச் சொல்வதும்தான்.

நான் பள்ளி இறுதியாண்டில் படித்துக்கொண்டிருந்தபோது என் மனத்தில் பெரிய அதிர்ச்சியை ஏற்படுத்தியவன் ஜே. ஜே. தமிழ் நாவல்களில், அதாவது தமிழ்க் காதல் கதைகளில் அல்லது தமிழ்த் தொடர்கதைகளில் என் மனத்தைப் பறிகொடுத்திருந்த காலம். அன்று வானவிற்கள் ஆகாயத்தை மறைத்திருக்க, தடாகங்கள் செந்தாமரைகளால் நிரம்பியிருந்தன. உலகத்துப் புழுதியை மறைத்துக் கொண்டிருந்தார்கள் பெண்கள்.

ஆஹா, தொடர்கதைகள்! ஒரு குட்டியை ஏக காலத்தில் ஒன்றுக்கு மேற்பட்ட குட்டன்கள் காதலிக்கிறார்கள். பரிசுச் சீட்டு யாருக்கு விழும்? கண்டுபிடிக்க முடிந்ததில்லை என்னால். நானும் மாறி மாறி அவனுக்கு இவள், இவளுக்கு அவன் என்றெல்லாம் கணக்குப் போட்டுப் பார்ப்பேன். யூகங்களை நொறுக்கி எறிந்துவிடுவார்கள் மன்னன்கள்.

அந்த நாட்களில் நான் இந்த மண்ணில்தான் இருந்தேனா? அப்படித் தான் இருந்திருக்க வேண்டும். வேறு வழி? ஆனால்

நான் மண்ணில் நடக்கவில்லை. நிச்சயமாகச் சொல்ல முடியும். மிதந்தேன். இலவம் பஞ்சாக மிதந்தேன். என்றாலும் ஒருவிதத்தில் நான் பெரிய துர திருஷ்டசாலி. வாழ்வின் இளமை தோய்ந்த பொற்காலத்தில் நான் நோயாளியாகிவிட்டேன். மிக மோசமான நோயாளி. உடலின் ஒவ்வொரு இணைப்பிலும் வலி. வீக்கம். டாக்டர்கள் என்னைக் குணப்படுத்த முடியாததை இயற்கையாகவும், நான் உயிரோடிருப்பதைச் செயற்கையாகவும் பார்த்துக்கொண்டிருந்தார்கள்.

நோய் உடலுக்கு. மனம்? அந்த நாட்களில் நான் என் தனி அறையில் படுத்துக்கொண்டிருக்கும்போது, அந்தி மயங்கும் நேரத்தில் வீணையின் சோக மீட்டல்கள் கேட்க ஆரம்பிக்கும். என் வீட்டிலிருந்து தெரியும் மலையின் பின்னிருந்து எழுவது போல் மிக மெல்லியதாய் மீட்டல்கள் எழுந்து என் அறையின் ஜன்னல் ஓரம் வரையிலும் வரும். ‘லம்போதர’ என்ற கீதம். நீங்கள் அதைக் கேட்டிருக்கிறீர்களா? ஒரு தடவையாவது? என்ன அற்புதமான கீதம்! அது என் மனசைப் பிழியும். இருள் சூழ்ந்த அறையில், குத்துவிளக்கின் ஒற்றைத் திரி நிமிர்ந் தெரிய, சுவர்களில் மாய நிழல்கள் அசைய, அந்தப் பெண், வீணையில் விரல்களை அசைக்கிறாள். வீணை ஒலியோடு ஒரு சூட்சுமமான கணத்தில் அவள் குரல் இணைவதும் மற்றொரு சூட்சுமமான கணத்தில் அவள் குரல் நழுவ, வீணை தனித்து ஒலிப்பதும் என்னை வாரிச் சுருட்டும். அவள் எனக்காக அங்கிருக்கிறாள். என் வருகையை எதிர்பார்த்து. என்னைப் பார்க்க வேண்டும் என்பதைத் தவிர அவளுக்கு வேறு துக்கம் இல்லை. நானோ துடித்துக் கொண்டிருக்கிறேன். என்னால் ஓடிப்போக முடியாமல் இருக்கலாம். ஆனால் நிச்சயம் நடந்து போய்விட முடியும். அவள் இருப்பிடம் எனக்குத் தெரிய வேண்டும். அந்த வீணை ஒலி மீதேறி நான் போக முடியுமா? தூரங்களை ஒலி மூலம் கடக்க முடியுமா?

இந்நாட்களில்தான் ஜே.ஜேயின் எழுத்தை முதன்முதலாக நான் படிக்க நேர்ந்தது. அது ஒரு கட்டுரை. நீண்ட கட்டுரையிலிருந்து மறுபிரசுரம் செய்யப்பட்டிருந்த பகுதி. ஆண் – பெண் உறவைப் பற்றி ஜே.ஜே. அதில் ஆராய்ந்திருந்தான். திருமணமே போலியான ஏற்பாடு என்ற முடிவை நோக்கி அவன் நகர்ந்துகொண்டிருக்கிறானோ? புறங்கழுத்தில் ஒன்றன் மேல் ஒன்றாக அடிகள் விழுவது போல உணர்ந்தேன். என்ன இது? இப்படியும் சிந்தனைகள் உண்டா? சிந்தித்தாலும் அச்சில் இப்படியா பட்டவர்த்தனமாகச் சொல்வார்கள்? கூச்சம் சிறிதும் இருக்காதா? எண்ணங்களுக்கும் அச்சுருவ எழுத்துக்குமுள்ள இடைவெளி முற்றாக அழிந்துபோய்விட

வேண்டும் என்றும், இன்றைய எழுத்து, ஒழுக்கவியல் காரணங்களால் தன்மீது அதிருப்தியுற்ற மனிதன் தன்னை வேறு விதமாகக் காட்ட விரும்பிப் பரப்பும் பொய்முகம் என்றும், இந்தப் பொய்முகம் அவனை மேலும் அதிருப்தியுறச் செய்கிறது என்றும் ஜே.ஜே. கருதுகிறான் என்பதெல்லாம் அப்போது எனக்குத் தெரியாது. ஆனால் ஆண் – பெண் உறவைப் பற்றிய அவன் கருத்துகளைத் தொடர்ந்து ஓடியபோது ஏற்பட்ட அனுபவங்களை வார்த்தை உருவத்தில் குறுக்கினால், ஒன்று : பயம். உள்ளிருந்து எழும் பீதி. பெருங்குடலில் குத்திவைத்த துருப்பிடித்த ஆணியின் விஷம் ரத்த நாளங்களில் பரவுவது மாதிரி. இரண்டு : லகரி. சிறிதும் எதிர்பாராத இடத்தில் பள்ளத் தாக்கின் விளிம்பை வந்தடைந்தது போன்ற ஆச்சரியம் கலந்த லகரி. சொல் முறையும் பாஷையும்தான் இந்த லகரியின் சட்டென உணரக்கூடிய வெளிமுகங்கள். அவன் பாஷை சவரக் கத்தி. சொல்முறை, நீண்ட படிக்கட்டில் ஒரு படி விட்டு ஒரு படி தாண்டிச் செல்வது. முதல் வாக்கியம் சொல்லி, இரண்டாவது வாக்கியம் தவிர்த்து, மூன்றாவது வாக்கியம் சொல்லிச் செல்கிறான். பாலமற்ற ஒரு கால்வாயைத் தாண்டல் வீரன் சாடிக் கடப்பதைப் போல், முதல் வாக்கியத்தின் கருத்து இரண்டாவது வாக்கியத்தைத் தேடிக் கிடைக்காமல் பரிதவித்து, குதித்து மூன்றாவது வாக்கியத்தைப் பற்றிக்கொண்டு விடுகிறது. இந்தத் தாண்டலைத்தான் மூளையின் ஏதோ ஒரு நரம்பில் லகரியாக உணர்கிறோம்.

தாண்டல் என்றும், சவரக்கத்தி என்றும், மூளை நரம்பின் பேரின்ப உணர்வு என்றும் ஏதேதோ சொல்கிறேன். இதெல்லாம் சொல்லத் தெரியாமல் சொல்வது. தத்தளிப்பு. அனுபவத்திற்கும் பாஷைக்கும் இருக்கும், எப்போதும் இருக்கப்போகும், இடை வெளி. பாஷை என்பது வேட்டை நாயின் கால்தடம். கால் தடத்தை நாம் உற்றுப் பார்க்கும்போது வேட்டை நாய் வெகு தூரம் போயிருக்கும். வேட்டை நாய் என்று மிகப் பொருத்தமாக வந்துவிட்டது. ஜே.ஜேயின் மூளையை வேட்டை நாயுடன்தான் ஒப்பிட முடியும். என்ன பாய்ச்சல் பாய்கிறது அது! எதற்கு? கடைசியில் கிடைக்கும் சதைக்கா? கறிக்கா? அல்ல. அல்லவே அல்ல. கொஞ்சம் சதை அதற்குக் கிடைக்கும். கிடைக்கும் என்பது அதற்கும் தெரியும். ஆனால் அந்தப் பாய்ச்சல் அதற்காக அல்ல. லாபத்திற்கும் அப்பால் ஏதோ ஒன்று அதைத் தூண்டு கிறது. இன உணர்வுகள்? காட்டு வாழ்க்கை அதன் உடம்பில் சுரக்க வைத்திருக்கும் ஹிம்சை ரத்தம்? ஏதோ ஒன்று. அதே மாதிரி ஒரு சக்திதான் ஜே.ஜேயைத் துரத்திக்கொண்டிருக்கிறது.

இதைத்தான் ஜே.ஜே. 'எனக்குப் புறப்படும் இடம் தெரியும். போகுமிடம் தெரியாது' என்று சொன்னான். சேருமிடம்

தெரிகிறவர்களை நாய்வாய்க்கழியைப் பற்றிப் பின்தொடரும் குருடர்கள் என்று பரிகசித்தான். அவன் சொன்னது சரிதான். குருடனின் வளர்ப்பு நாய்க்கும் வேட்டை நாய்க்கும் வித்தியாசம் கொஞ்சநஞ்சமல்ல. குருடர்களுக்கு இது தெரியாது. அவர்களால் வேட்டை நாய்களைப் புரிந்துகொள்ள முடியாது. வளர்ப்பு நாய் அவர்களுக்கு உபயோகமானது.

ஜே.ஜேயைப் படித்தபோது பயம் ஏற்பட்டது என்றேன். என்ன பயம்? பயம் ஏற்பட என்ன இருக்கிறது? ஆனால் பயம்தான். நான் நம்பும் உலகத்தை இல்லாமல் ஆக்கிவிடுவானோ என்ற பயம். நான் நம்பும் உலகத்தை இல்லாமலாக்கி, அதன் மூலம் என்னை இல்லாமல் ஆக்கிவிடுவானோ என்ற பயம். கனவு களுக்கு அவன் எதிரி. எனக்கோ அவை தின்பண்டம்.

மேகங்களைக் கலைப்பவன் அவன். சல்லாத் துணிகள் அவன் கைகளில் கிழிபடும். என் காதலியின் புன்முறுவலில் நான் மதிமயங்கி நிற்கும்போது, 'இது புன்முறுவல் அல்ல; பொய்' என்று அவன் சொல்லக்கூடுமென்றால், அதற்குமேல் சென்று, 'ஆசை, குழந்தை பெற்றுக்கொள்ள; உன் மீதல்ல' என்று தொடரு வான் என்றால், எப்படி என்னால் பொறுத்துக்கொள்ள முடியும்? நம் நம்பிக்கைகளுக்கும் உண்மைக்கும் சம்பந்தமே இல்லை என்று சொல்லி உரித்துக் கொண்டே போனால் எதை நம்பி நான் உயிர் வாழ்வேன்? அவளைப் பற்றிய கனவு ஒன்றுதான் எனக்கு இப்போது மிஞ்சியிருக்கிறது. அதுவும் இல்லை என்றால்?

அவனுடைய ஈவிரக்கமற்ற தன்மையில் மாற்றமே இல்லை. சமரசத்தின் இடைவெளிகள் அற்ற மரணப்பிடி – எதைப் பிடித்துப் பேசும் போதும். இல்லாததை இருப்பதாகக் கற்பனை செய்துகொள்வதில் நாம் பெறும் சிறு ஆசுவாசத்தை அவன் நமக்குத் தரவேமாட்டான். அவன் உண்மையை நிர்த்தாட்சண்ய மாகப் பிடிக்கும்போது எனக்கு பயமாக இருக்கிறது. கொடுமை, கடின சித்தம் என்றெல்லாம் தோன்றிவிடுகிறது. நான் எப்படி இருக்க வேண்டும் என்று ஆசைப்படுகிறேனோ அப்படியே இருக்கிறான் அவன். கனவுகளில் புரண்டு, நான் மயங்கிக் கிடப்பதற்கு மாறான எதிர்த்திசை ஓட்டம் அவனுடையது. இதனால்தான் எனக்கு அவன்மீது மோகம்; அவன்மீது கோபம்.

நான் சிறு வயதில் பத்மநாபஸ்வாமி கோவில் பக்கம் போகும் போது, அங்கு குதிரைகள் வரும். 1939 – 40. அபூர்வமாக அவற்றைப் பார்க்கக் கிடைக்கும். சரித்திர காலத்திலிருந்து இன்றையப் புழுதியில் வந்து விழுந்துவிட்டதால்தான் என்று நினைக்கும்படி மலங்க மலங்க விழிக்கும். அதன் சதை உருளும்

அழகு. என்ன கார்வார்! என்ன அழகான திமிர்! அற்புதமான அதன் கழுத்து வெட்டுகள்! இடக்குப் பண்ணும்போது முன்பின் நகர்ந்து அவை காட்டும் சாகசங்கள்! இப்போதும் காட்சிப் புலன்களாக, இன்று காலையில் கண்டது போல், என் கண்முன் அவை நிற்கின்றன. தவறான காலத்தில் வந்துசேர்ந்துவிட்ட துக்கத்தை அவற்றால் தாங்கிக்கொள்ள முடியவில்லை. நடுரோட்டில் புழுதி பறிக்கும் அவற்றின் பின்னங்கால் வேகத்திலும், சதை சுண்டும் சவுக்கை அவை அலட்சியப்படுத்தும் திமிரிலும் எனக்கு இந்தத் துக்கம்தான் தெரிகிறது. எப்படி அவற்றால் பொறுத்துக்கொள்ள முடியும்? சுற்றிவர சைக்கிள்கள். சர்க்கஸ் கோமாளிகளுக்கே உரித்தான ஒரு வித்தையை, வறுமை, தேசியமயமாக்கி நெடுகிலும் பரப்பி வைத்திருக்கிறது. அழுக்கு வேட்டிகளும் பரட்டைத் தலைகளும். புரவிகள் வீதியோரம் வரும்போது, பயந்து செத்துப் பின்நகர்ந்து சாய்கிறார்கள். ஒருவனுக்காவது ஒரு குதிரையின் அருகே போக வேண்டும் என்றோ, அதன் கடிவாளத்தைப் பற்றிப் பஞ்சென்ற அதன் ரோம மினுமினுப்பைத் தடவித்தர வேண்டுமென்றோ, அதன் மீது துள்ளி ஏறிக் காற்றைக் கிழித்துக்கொண்டு பாய வேண்டு மென்றோ தோன்றாமல் போய்விட்டதே! அவற்றின் தவிட்டு நிறம்; அவற்றின் பிருஷ்ட பாகங்கள்; கால் மடித்து முன்னகருவது போல் முன்னகராத நடனப் பாங்குகள்; லகானின் இழுப்புக்கு ஈடுகொடுக்கும் கழுத்தின் குறுக்கம்; அப்போதைய முகத்தின் கோணல்.

என் மனத்தில் புகை மூட்டம் படர ஆரம்பிக்கும். மிகுந்த சோர்வு ஏற்பட, துக்கம் மனத்தை வியாபிக்கும். காலத்தின் கதியில் மிக மோசமான கட்டத்தில் வந்து சேர்ந்திருக்கிறேன். இயந்திரங்களால் பிழியப்பட்டு, கனவுகள் வெளியே வழிந்து போனதில் இறுகிப்போன சக்கை மனங்கள். என்னால் இவர்களுடன் உறவாட முடியாது. புழுதிப் பாய்ச்சல் மூளைகள். எனக்கு அளக்கத் தெரியவில்லை. பின்தொடரத் தெரியவில்லை. ஒத்துப்போக முடியவில்லை. கொஞ்சம் கனவுகள்; கொஞ்சம் அசட்டுத்தனம்; ஏதோ கொஞ்சம் புத்தி. இப்படி இருந்தால்தான் என்னால் சமாளித்துக்கொண்டு போக முடியும். உணவுதான் உணவு என்றாகிவிட்டது. கனவுகள் உணவல்ல என்று வெகு தீர்மானமாக முடிவு செய்திருக்கிறார்கள். எனக்கு நேர்மாற்றித் தோன்றுகிறது. வயிற்றில் அடித்தால் மனிதன் பொறுத்துக் கொள்வான். ஆனால் அவன் கனவுகளைத் தட்டிப் பறிக்க ஒருநாளும் விடமாட்டான்.

என் சகோதரி ரமணியின் ஞாபகம் வருகிறது. அப்போது எனக்கு வயது ஐந்து அல்லது ஆறு. அவளுக்கு ஏழு அல்லது

எட்டு. எங்களுக்கு ஒரு மரப்பாச்சி இருந்தது. இந்த வாக்கியம் எவ்வளவு பெரிய பொய். நாங்கள் ஒரு மரப்பாச்சியினால் உயிர் வாழ்ந்துகொண்டிருந்தோம் என்று சொல்ல வேண்டும். உலகத்தின் சகல துக்கங்களையும் அந்த மரப்பாச்சியினால் நாங்கள் தாங்கிக்கொண்டிருந்தோம். இதை மறுக்கும் தருக்க சாஸ்திரிமீது எனக்குத் துளிகூட மதிப்புக் கிடையாது. இதோ, இதை அடிக்கும் தட்டெழுத்துப்பொறியின்மீது எனக்குள்ள மதிப்புக்கூடக் கிடையாது. அந்த மரப்பாச்சியின் புறத் தோற்றத்தை நாங்கள் அப்போது பார்த்திருக்கவில்லை. அதன் வெட்டு, சிராய்ப்பு, தடங்கள் எதுவும் எங்களுக்குத் தெரியாது. அதைக் குழந்தையாகக் கண்ட எங்கள் கற்பனையைத்தான் நாங்கள் பார்த்துக் கொண்டிருந்தோம். என்ன காரணம் என்று எனக்குச் சொல்லத் தெரியவில்லை – அந்தக் குழந்தையை நோய் பிடுங்கித் தின்றுகொண்டிருந்தது. (என் தாய் நோயுற்றுப் படுக்கையிலேயே இருந்ததாலோ என்னவோ.) காலை நேரங் களில் பயங்கரமான காய்ச்சலும், பிற்பகல்களில் பயங்கரமான வயிற்றுப்போக்கும். நாசித் துவாரமும் கண்களும் மட்டும் வெளியே தெரியும்படி ரமணி அதைப் போர்த்திவைத்திருப் பாள். அரை மணிக்கு ஒரு தடவை தெர்மாமீட்டர் வைத்துப் பார்க்க வேண்டும். கால் மணிக்கு ஒரு தடவை மருந்து. கசக்கா மல் இருக்கத் துண்டுச் சர்க்கரை. மாத்திரையை அதற்கு முழுங்கத் தெரியாததால் பொடிபண்ணிக் கொடுப்போம். நெற்றியில் ஈரத்துணியை மாற்றி மாற்றிப் போட்டுக்கொண்டி ருப்பாள் ரமணி. பத்தரை மணிக்கு டாக்டர் பிஷாரடி வருவார். 'டாக்டர் வந்தாச்சு' என்று ரமணி சொன்னதும் நாங்கள் இருவரும் கேட் வரையிலும் ஓடிச்சென்று அவரை வரவேற்று, அவருக்கு இருபக்கமுமாக வருவோம். அவர் கேட்டைத் திறந்து முதல் காலடி வைத்ததும், நான் தயார் நிலையில் நின்று, அவருடைய மருந்துப் பெட்டியை வாங்கிக்கொண்டுவிட வேண்டும். இதில் ரமணி கண்டிப்பு. ரொம்பக் கண்டிப்பு. இதைச் செய்யத் தவறியதற்கு அவள் என்னைப் பயங்கரமாகக் கிள்ளியிருக்கிறாள். அந்தக் கிள்ளல்கள் நீலம் பாரித்து, வலியால் துடிக்கும்போது, மரத்தடியில் உட்கார்ந்து துடையைப் பார்த்துக்கொண்டே அழுவேன். ஆனால் அவள் செய்தது தவறு என்று ஒருபோதும் நினைத்த தில்லை. டாக்டர் கையிலிருந்து மருந்துப் பெட்டியை வாங்கத் தவறிப்போனேன் என்றால், என்னைக் கொன்றுவிட வேண்டும். குழந்தையின் உயிரைக் காப்பாற்ற ரமணி தன்னை உருக் குலைத்துக்கொண்டிருக்கும் போது இதுகூட எனக்குச் செய்யத் தெரியவில்லை என்றால், என்னைக் கொன்றுவிடுவதுகூட நியாயம்தானே!

நான் மருந்துப்பெட்டியை வாங்கிக் கொண்டதும் ரமணி பேச ஆரம்பிப்பாள். விடியற்காலை ஐந்து மணிக்கு அவள் அசப்பில் எழுந்து பார்க்கும்போது ஜுகியின் (குழந்தையின் செல்லப் பெயர். பெயர் சுகன்யா) உடம்பு பொரிந்துகொண் டிருந்ததாம். 'நேற்று இரவுகூடக் கொட்டக்கொட்ட முழித்துக் கொண்டு நன்றாக விளையாடிற்றே. என்ன டாக்டர், ஒவ்வொரு தடவை எண்ணெய் தேய்த்துக் குளிப்பாட்டும்போது இந்தக் குழந்தைக்கு மலையாய் வந்துவிடுகிறதே. எப்படி நான் இதை வளர்ப்பேன்? எப்படி நான் இதைக் காப்பாற்றி எடுப்பேன்?' என்று கேட்பாள் ரமணி. அவள் தொண்டை இடறும்.

மத்தியானம் எங்கள் உடல்கள் அடுக்களையில் இருக்கும்போது எங்கள்முன் தட்டுகளில் கைவிரல்கள் அசையும். நிழல்கள். வீடு, அப்பா, அம்மா, மரங்கள், பசு அனைத்தும் நிழல்கள். மரத்தடிக் குழந்தை நிஜம். அதன் நோய் நிஜம். அதற்கு நாங்கள் எங்கள் உயிரைக் கரைத்துச் செய்யும் சிகிச்சை நிஜம். அடுக்களையில், 'எப்போது குழந்தைக்குக் காய்ச்சல் குறையும்?' என்று நான் பாவனையால் கேட்கிறேன். ரமணி சிறிது யோசித்துவிட்டு, எச்சில் விரல்கள் இரண்டை நிமிர்த்தி பாம்பு விரலை ஒரு தடவை மடக்கி மீண்டும் நிமிர்த்துகிறாள். இதற்கு அர்த்தம் இரண்டரை மணி என்பது. நானும் ரமணியும் பாஷையால் பேசிக்கொள்வது கொஞ்சம். பாஷை தாண்டிய பாஷை ஒன்று எங்களுக்குள் உருவாகியிருந்தது. உண்மையில் அதுதான் எங்கள் பாஷை. இந்தச் செத்த பாஷை எங்களுக்கும் மற்றவர்களுக்குமாக.

அதே போல், இரண்டரை மணிக்குக் காய்ச்சல் குறையும். நன்றாகக் குறைந்துவிடும். குழந்தைக்கு வேர்த்துவிடும். போர்வையை அகற்றி விட்டு, பஞ்சு போன்ற துணியால் ரமணி உடலைத் துடைப்பாள். கட்கம், புறங்கழுத்து, துடையிடுக்கு எல்லாம் துடைப்பாள். குழந்தை முகம் பார்த்துச் சிரிக்கும். ரமணி குழந்தையுடன் கொஞ்ச ஆரம்பிப்பாள். இதற்கு ரமணி யிடம் தனியான ஒரு பாஷை உண்டு. எந்தக் கவிஞனும் இதற்கு இணையான பாஷையை உருவாக்கியது கிடையாது. அகராதியில் இல்லாத, அற்புதமான அர்த்தபுஷ்டி நிறைந்த வார்த்தைகள் கொட்டிக்கொண்டிருக்கும். 'கடவுளே, இந்தப் பாஷையை எனக்கும் கற்றுக்கொடும்' என்று அவள் பக்கத்தில் உட்கார்ந்து ஏங்குவேன். இந்தப் பேரானந்த நிலை ஏதோ கொஞ்ச நேரத்துக்குத்தான்.

டீ குடித்துவிட்டு மூன்று மணிக்கு அப்பா வீட்டு வாசல்படி இறங்கி வருவார். வாக்கிங் ஸ்டிக்கோடு வந்து, வலது புட்டியில் அதை அண்டக் கொடுத்துக்கொண்டு நிற்பார். அதுதான்

நாங்கள் மண்ணில் வந்துவிழும் நிமிஷம். ஒன்று அல்லது இரண்டு நிமிஷங்கள்தான். ஆனால் தாங்க முடியாது. உடற் சதையைப் பிய்ப்பது போல இருக்கும். கால் முட்டுக்குள் முகத்தைப் புதைத்து ஸ்தம்பித்து விடுவாள் ரமணி. அதே மாதிரி நானும். மனசுக்குள் அப்பாவை 'போ, போ' என்று கத்துவோம். 'சனியனே' என்றுகூடத் திட்டியிருக்கிறேன். அவர் சிரித்துக் கொண்டே நிற்பார். சில சமயம் 'காய்ச்சல் எப்படி இருக்கு?' என்று கேட்பார். அநேகமாக, அதிக நேரம் நிற்காமல் போய் விடுவார். பெரிய விச்ராந்தியாக இருக்கும். கற்பனையின் சீதளம் மீண்டும் மூளையில் பரவும்போது ஆசுவாசமாக இருக்கும்.

இதிலிருந்து நான் தெரிந்துகொண்டவை இவைதாம்:

1. மிக மோசமான நெருக்கடியை எதிர்கொள்ளலாம். நெருக்கடியும் பேரின்ப நிலையே. ஆனால் தலைகீழானது. திருப்பிப் போட்டுக் கொள்ளப்பட்ட சட்டை. ஜேபி உள்ளே இருக்கும். (குழந்தை நோயுண்ட போது நாங்கள் எதிர்கொண்ட விதத்தில் உள்ளூர அடையும் பரவசம்.)

2. மிகத் தெளிவான சந்தோஷம். ஓய்வு நிலையில் பெறக்கூடியது. கடல், அருவி, பள்ளத்தாக்கு இவை தரும் சந்தோஷம். நாய்க் குட்டிகள் விளையாடும்போது, குழந்தைகள் அம்மணமாகக் குளிக்கும்போது, உடல் புணர்ச்சி முதலியன. (குழந்தை நோய் நீங்கி விளையாடிக் கொண்டிருந்தபோது நாங்கள் அடைந்த சந்தோஷம் இவ்விதமானதுதான். ஆனால் இதைத் தொடர்ந்து அனுபவித்துக்கொண்டிருக்க முடியாது. மீண்டும் நெருக்கடி வேண்டும். மீண்டும் சவால் வேண்டும். அதனால்தான் குழந்தைக்குப் பிற்பகலில் வயிற்றுப்போக்கு ஆரம்பமாகிவிடுகிறது.)

3. மிக மோசமான அவஸ்தை. கனவுகள் பிடுங்கப்பட்டு மண்ணில் விழுந்துவிடுவது. கனவுகளைப் பகிர்ந்துகொள்ள அறியாதவர்கள், அல்லது முடியாதவர்களின் கண்காணிப்பு. (அப்பா வலது புட்டியில் வாக்கிங் ஸ்டிக்கைக் கொடுத்து நிற்கும் நிமிஷங்கள். அவர் முகத்தில் புன்னகை. அந்தப் புன்னகை நற்செயல் சர்வாதிகாரத்தின் குறியீடு.)

வாழ்வில் கட்டாயம் ஒருநாள் நான் ஜே.ஜேயைச் சந்திப்பேன். சந்தேகமில்லை. அன்று இதையெல்லாம் அவனிடம் சொல்வேன். நான் சொல்வதை எல்லாம் பொறுமையாகக் கேட்டுக்கொண்டிருந்து விட்டு, சுருட்டை இழுத்து, மேகத் துணுக்குகளை முகத்து வாரங்கள் வழியாக வெளியே செலுத்திவிட்டுச் சொல்வான்:

'பாலு, நீ சொல்வது சரி. ஆனால் நீ ஏன் இந்த நூற்றாண்டில் இருக்க வேண்டும்? பன்னிரண்டாம் நூற்றாண்டுக்குப் போ.

தயவு செய்து மேலும் இந்த நூற்றாண்டைக் குழப்பாதே. போ. போய் விடு' என்பான்.

இப்படிச் சொன்னால் நான் என்ன செய்ய முடியும்? காலத்தில் எப்படிப் பின்னகர முடியும்?

'உனக்கு ஆஸ்துமா. கடல் காற்று ஆகாது என்கிறேன். உள் நாட்டுப் பகுதிக்கு ஓடு என்கிறேன். கேட்பாயா?'

'கேட்பேன்.'

'அது மாதிரிதான் இதுவும்.'

தருக்கப்படி சரிதான். நான் என்ன செய்ய? காலத்தில் எப்படிப் பின்னகர? ஆனால் காலத்திற்கு முரண்பட்டு நின்றால், முரண்பட்டு நிற்கும் என்னை நான் அழித்துக்கொண்டுவிட முடியும். பலர் அப்படிச் செய்திருக்கிறார்கள்.

எம்.கே. அய்யப்பனிடம் நான் பேசினால், 'நீ ஒரு மன வைத்தியனைப் பார்ப்பது நல்லது' என்பார். 'உன்னிடம் தத்துவப் பிரச்சினை ஏதும் இல்லை' என்பார்.

என்ன தத்துவமோ? என்ன வியாக்கியானங்களோ? யார் கண்டார்கள்!

ஜே. ஜேயை 1951இல், எனது இருபதாவது வயதில், கோட்டயம் முன்னேற்ற எழுத்தாளர் மாநாட்டில் நான் பார்த்தபோது, நான் யாராக வேண்டும் என்ற என் இடைவிடாத தவிப்புக்கு விடை கிடைத்ததில், பெரும் அதிர்ச்சிக்கு ஆளானேன். அப்போது ஏற்பட்ட மனக் கஷ்டத்தை என்னால் தாங்கிக்கொள்ள முடியவில்லை.

நான் ஆக வேண்டியதை ஜே. ஜே. ஆகி, ரத்தமும் சதையுமாக என் முன் நிற்கிறான். நான் இனி என்ன செய்ய? எப்படி உரு வாக? முயன்று, வேதனைப்பட்டு, வேர்வை சிந்தி, வசைகளும் குத்தல்களும் வாங்கிக் கட்டிக்கொண்டு, மீண்டும், மற்றொரு மொழியில் எழுதும் ஜே. ஜே. ஆவதா? என்ன அசட்டுத்தனம்! மொழிபெயர்ப்பு பூர்த்தி செய்துவிடக்கூடிய காரியத்தையா நான் எழுதி நிரப்ப வேண்டும்?

சரி, இது இப்படி. ஜே. ஜேயுடன் என் முதல் சந்திப்பு இப்படியா திரிந்துபோகும்? எத்தனை வருடங்களாகக் கனவு கண்டு கொண்டிருக்கும் சந்திப்பு!

எழுத்தாளர் மாநாடு முடியும் மூன்றாம் நாளுக்கு முன்தினம் இரவே கோட்டயத்திலிருந்து புறப்பட்டுவிட்டேன். பஸ் நிலையம் சென்று அந்த நேரத்தில் நின்ற பஸ்களின் போர்டைக் கவனித்து, விருப்பம் போல் ஏறி – பல சமயம் ஊரின் பெயரிலுள்ள கவித்துவம் காரணமாக – செல்லும் பழக்கம் அப்போதுதான் ஆரம்பமாயிற்று என்று நினைக்கிறேன். சோட்டானிக்கரா என்ற இடத்திற்குப் போய், அங்கு பகவதி கோவிலின் முகப்பில் ஒருநாள் பூராவும் உட்கார்ந்து கொண்டிருந்தேன். உடல்நிலை மிக மோசமாகிக்கொண்டிருந்தது. இணைப்புகளில் வீக்கம், வலி. காலைத் தொங்கப்போட்டால், உள்ளங்காலில் ஊசிக்குத்தல். கோவில் முகப்பில் வயசுப் பெண்கள்கூடக் கூசாமல் என் உடலில் இடித்துக்கொண்டு உட்கார்ந்துகொண்டது, ஆணாகக் கூட அவர்கள் கண்களுக்குத் தென்படாத என் உடல் சீரழிவை எனக்குக் காட்டிற்று.

அங்கிருந்து கிளம்பி ஆல்வாய் சென்றேன். ஆல்வாயில் நாராயண குருவின் சிஷ்யர் எனத் தன்னைக் குறிப்பிட்டுக்கொண்ட சந்நியாசி, என்னை அவருடைய ஆசிரமத்திற்கு அழைத்துச் சென்றார். ஹரிஜனச் சிறுவர்களுக்குக் கீதையைக் கற்றுக் கொடுப்பது அவருடைய முக்கியமான திட்டம். அச்சிறுவர் களுக்கு பாரதியின் பாடல்களை நான் பாடிக்காட்ட வேண்டும் என்று அவர் கேட்டுக்கொண்டதற்கிணங்க, எனக்கு மனப்பாட மாயிருந்த மூன்று பாடல்களைப் பாடிக்காட்டினேன். இளைய தலைமுறையின் பெரும் பகுதி கீதையின் உட்பொருளை உணர்ந்துகொள்ளும்போது இந்தியாவின் முகம் மாறிவிடும் என்றார் அவர். பயங்கரமான வெறியோடு அவர் இந்தக் காரியத்தில் ஈடுபட்டிருந்ததை என்னால் உணர முடிந்தது. பொருளாதாரப் பிரச்சினைகள் பற்றித் தனித்தனியாகக் கேள்வி எழுப்பும் முனைப்பு என்னிடம் இருப்பதை அவர் உணர்ந்த போது, எல்லாப் பிரச்சினைகளுக்கும் இதில் விடை கிடைக்கும் என்று பொதுவாகப் பேசி முற்றுப்புள்ளி வைத்தார். எனக்கு இது, தெரிந்ததை மீண்டும் பார்த்தது போலவே இருந்தது. கடவுளின் நண்பர்கள் சிக்கலான எண்ணற்ற பிரச்சினை களுக்குச் சுலபமான ஏக விடை வைத்துக் கொள்வதும், விவரங் களில் நாம் நுழையப் புறப்பட்டால் பின்னகர்த்தி விட்டுவிடு வதும் என்னுடைய முதல் அனுபவமாக இருக்கவில்லை. கன்னியாகுமரியில் இதே மனோபாவங்கள் காஷாயங்களி லிருந்து வெளிப்படுவதை நான் ஏற்கெனவே சந்தித்திருக்கிறேன்.

சத்தியானந்தாவின் ஆசிரம உணவுகள் எனக்கு ஒத்துக்கொள்ள வில்லை. கூச்சமில்லாமல் நான் அங்கு தங்க வேண்டுமென்றும், அவசியமென்றால் என் தந்தைக்கு இது பற்றி எழுதுகிறேன்

என்றும் அவர் சொன்னதும், ஒரு உயிர் மற்றொரு உயிர்மீது கவியும் விந்தையைப்பற்றி யோசிக்க ஆரம்பித்தேன். ஆசிரமத்தில் பரவசமாக இருக்க முடியும் என்று தோன்றிற்று. என் நோயைக் குணப்படுத்திவிட முடியும் என்றும் சத்தியானந்தா சொன்னார். அவர் சிகிச்சை எதிலும் அடங்காமல் இருந்தது. அன்றாடம் அதிகாலை அவருடன் எழுந்து சென்று, நீரோடையில் (புழை என்று சொன்னார் அவர்) குளிக்க வேண்டும். அவர்தான் குளிப்பாட்டிவிடுவார். உணவு, கஞ்சியும் பயறும். இரவு மட்டும் வெந்நீரில் க்ஷீரபலா (சகஸ்ராவர்த்தனம்) மூன்று சொட்டுகள் சாப்பிட வேண்டும். இந்த சிகிச்சை, வைத்திய சாஸ்திர முறைப் படி ஒன்றுக்கொன்று முரணாக இருப்பதாக எனக்குப் பட்டது. க்ஷீரபலா தரும் வைத்தியன் குளிர்ந்த நீரில் குளிக்கவிடமாட் டான். குளிர்ந்த நீரில் குளிப்பதும் குளிக்காததும் சிகிச்சை சம்பந்தப்பட்டது அல்ல என்று கருதும் டாக்டர் தரும் மருந்து கள் வேறாக இருக்கும். இரண்டு இடங்களில் நடுவில் ஓய்வெடுத்துக்கொண்டு, ஒரு மைல் மாலை நடை போய்வர வேண்டும் என்று சத்தியானந்தா சொன்னதை, வைத்திய சாஸ்திரத்தின் மற்றைய இரு பிரிவினரும் ஏற்றுக்கொள்ள மாட்டார்கள். ஓய்வு மிக அவசியம் என்றும், மீறினால் இருதயத் தமனிகள் பழுதடையும் என்றும் சொல்வார்கள்.

நான் சத்தியானந்தாவை நம்பி, அவரை ஏற்றுக்கொண்டேன். அவர் என்னைக் குளிப்பாட்டிவிடும்போது என் கண்கள் நிரம்பும். நீரோடையிலிருந்து குளிர்ந்த நீரை இரு கரங்களிலும் ஏந்தி ஏதோ சமஸ்கிருத சுலோகத்தைச் சொல்லிக்கொண்டே வீக்கங்களின்மீது வார்ப்பார். 'தண்ணீர் அல்ல; ஔஷதம்' என்பார். நான் வலியுள்ள பாகங்களை உதயசூரியனின் ரச்மிகள் படும்படி வைத்துக்கொள்ள வேண்டும்.

கை கால் வீக்கங்கள் குறைந்துகொண்டுவந்தன.

உள்ளூர என்னை அரித்துக்கொண்டிருந்த சங்கடத்தை நான் சத்தியானந்தாவிடம் சொல்லவில்லை. கலை உலகம். இலக்கிய உலகம். கருத்துலகங்கள். ஜே.ஜே – நான். நான் ஆக வேண்டி யதை ஜே.ஜே ஆகியிருப்பது. ஜே.ஜேயுடன் என் முதல் சந்திப்பு தோல்வியில் முடிந்துவிட்டது. எப்படி இதையெல்லாம் சொல்லி விளக்க முடியும்? அப்படியே அவர் புரிந்துகொண்டாலும் அவர் தரக்கூடிய பதில்கள் நாம் முன்கூட்டி அனுமானிக்கக் கூடியவைதானே? ஒரு நாள் இரவில் ஆவேசமாகப் பேசிக் கொண்டிருக்கும் போது, இயற்கை என்னும் மகாசக்தியின் ஆனந்தத் தாண்டவத்தை வர்ணிக்கும், தான் கட்டிய மலை யாளப்பாடல் ஒன்றைச் சொல்லிக்கொண்டுபோனார் சத்தி யானந்தா. கூழாங்கற்களை மலை உச்சியில் சரித்தது போல்

வார்த்தைகளின் பிரவாகம். அவருடைய உணர்ச்சிகளால் பாதிக்கப்பட்டு என் மனம் வேறெங்கோ சஞ்சரித்துக்கொண்டி ருந்தது. அந்த இயற்கை என்னை மறுபதிப்பு ஆக்கும் உத்தேசத் திற்கு எதிரானது என்று நினைக்க ஆரம்பித்தேன். ஜே.ஜே. என்றால் ஜே.ஜே.தான். நான் என்றால் நான்தான். எனக்குப் பதில் அவனோ, அவனுக்குப் பதில் நானோ அல்ல. மற்றொன்றாக இருக்கும் விதை, மணல், துகள், அணு, திசுக்கள் எதுவுமில்லை.

சத்தியானந்தாவின் ஆவேசமும் வெறியும் நான் ஏற்றுக்கொள்ள வேண்டியவை என்று எனக்குத் தோன்றியது. அவருடைய தயார் நிலை, சுறுசுறுப்பு, சுயநினைப்பின் கணங்களைக்கூடச் சந்திக்காமல் காலத்தில் கரைந்து நிற்கும் தன்மை. அவர் உடலிலிருந்து ஒரு நரம்பை அறுத்து எறிந்தாலும் செங்குத்தாக நிற்கும் அது. குருக்ஷேத்திர மகாயுத்தம் வெகு சமீபத்தில் நடந்து கொண்டிருப்பது போலவும், தொடர்ந்து சேனையை அனுப்பும் பொறுப்பு கிருஷ்ணனால் அவரிடம் ஒப்படைக்கப்பட்டிருப்பது போலவும் ஆவேச வெறி.

ஆனால் இந்த உழைப்பு; இந்த உன்னதம்; நெருப்பில் புடம் போட்டுக் கொள்வது போன்ற அர்ப்பணங்கள் இந்த மண்ணில் என்ன மாற்றங்களை விளைவித்துவிட்டன? உண்மையின் நெருப்பில் சரிந்த உயிர்கள் கொஞ்ச நஞ்சமல்ல. அதேமாதிரி தியாகத்தில் வெந்த உயிர்கள். மண் அன்றும் கறுப்பு; இன்றும் கறுப்பு. என்ன வேடிக்கை! ஏதோ ஒரு பெரிய தவறு நடந்து கொண்டிருக்கிறது. காரணங்கள் சரியில்லை. அறிந்துகொள்ளத் தவறிக்கொண்டிருக்கிறோம். உண்மையைப் பற்றும் போதும்கூட அது மூளையில் உட்கார்ந்துகொண்டு பல்லைக் காட்டுகிறது. ரத்தத்தில் கரைய மறுக்கிறது. ஏதேதோ தடுப்புச் சுவர்கள். சுயநலங்கள். அகந்தை. ஏதேதோ.

விடைபெற்றுக் கொள்ளும்போது, சத்தியானந்தா, ‘அங்குமிங்கும் பார்க்காதே’ என்றார் என்னிடம். எவ்வளவு அற்புதமான கண்டு பிடிப்பு! என்னுடைய ஆதார சுருதியின் அபசுரம். இப்போது கிட்டத்தட்ட முப்பது வருடங்களுக்குப்பின் நான் சொல்லிக்கொள்கிறேன்: ‘சத்தியானந்தஜீ, இப்போதும் அங்கு மிங்கும் பார்க்கிறேன், ஒன்றையே மட்டும் பார்க்க முடிய வில்லை. மனத்தின் இந்த அவஸ்தைக்கு நீங்கள் அன்று சொன்ன சமஸ்கிருதப் பெயர் எனக்கு மறந்துவிட்டது. ஆனால் அந்த அவஸ்தையின் நல்ல உதாரணமாக இருந்து கொண்டிருக் கிறேன். எதிலும் கொஞ்சம் நம்பிக்கை. எதிலும் கொஞ்சம் அவநம்பிக்கை. இதுவல்ல அது என்று தேடிப்போவது. பின், அதுவும் அல்ல என்று உட்கார்ந்துவிடுவது. சோர்ந்து படுத்து விடுவது. செய்ய எதுவுமில்லை என்று சும்மா இருப்பது.

மீண்டும் ஏதோ ஒன்று தூண்ட, ஏதோ ஒன்று பிடித்திழுக்க, எழுந்து ஓடுவது. சத்தியானந்தஜீ, உங்கள் வார்த்தை எனக்குப் பயன்படவில்லை. மறுபக்கம் பார்க்காது ஒன்றைப் பார்ப்பதால் கிடைக்கும் தெளிவு எனக்கு வேண்டாம். இரண்டையும், இருபதையும், முடிந்தால் அவற்றுக்கு மேற்பட்ட பக்கங்களையும் பார்த்துக் குழம்பி, அவஸ்தைப்பட்டு, அழிந்துபோகப் பிறந்தவன் நான்.'

ஜே.ஜேயை நான் சந்திக்கும்போது உடல் தாண்டி, மொழி தாண்டி, எங்களுக்குள் ஆத்மீகப் பிணைப்பு ஏற்படும் என்று நம்பினேன். கருத்து உலகங்களிலும் இலக்கிய உலகங்களிலும் சகபயணிகளாக நாங்கள் யாத்திரை செய்வோம். நேர் சந்திப்புகள் அடிக்கடி நிகழும். அவனிடமிருந்து நான் தெரிந்துகொள்ள

வேண்டியவை எவ்வளவோ. சர்ச்சைகள். தெளிவுகள். அறியாத உலகங்கள் பரிமாறிக்கொள்ளப்படுகின்றன. கருத்துகளையும் கனவுகளையும் பகிர்ந்துகொள்ளத்தக்க தோழமை. மனம் எப்படி ஏங்குகிறது இதற்கு!

தமிழ் இலக்கியத்தின் சத்தான பகுதியை ஜே.ஜேயின் மூளைக்குள் தள்ளிவிட வேண்டும். அவன் எழுத்தில் நம்மைப் பற்றி, நம் இலக்கியம் பற்றிக் குறிப்பே இல்லை. ஏன்? எதுவும் அவனிடம் போய்ச்சேரவில்லையா? நடுவில் பாஷையின் சுவர்கள். மனிதனைப் பிளவுபடுத்தும் சுவர்கள். உண்மையைச் சார்ந்து நிற்க வேண்டிய மனிதனை, சத்தத்திற்கு அடிமைப் படுத்திவிட்ட முடக் கருவி. அதை நொறுக்கி விடலாம். அறியவும் அறிவிக்கவும் மனிதன் கொள்ளும் பேராசையின் முன் தூள்தூளாகப் பறந்துபோகும் அது. வள்ளுவனின், இளங்கோவின், கம்பனின், பாரதியின் அவகாசிகளை எப்படிக் கணக்கில் எடுத்துக்கொள்ளாமல் இருக்க முடியும்? உலக அரங்கில் கவிதைச் சொத்தின் பெரும் செல்வந்தர்களை எப்படிப் புறக்கணிக்க முடியும்? எல்லோருக்கும் நம்மீது அலட்சியம் கவிந்துவிட்டதோ என்று சந்தேகப்பட ஆரம்பித்தேன். அவர்களிடம் போய்ச்சேரும் தமிழ்ப் படங்கள். அவர்களுக்குப் பார்க்கக் கிடைக்கும் நாடகங்கள். நம் அரசியல்வாதிகளின் வாள்வாள் கத்தல்கள். என்ன நினைப்பார்கள் நம்மைப் பற்றி?

இதிலிருந்தெல்லாம் ஜே.ஜே. சில முடிவுகளுக்கு வந்திருந்தான் என்றால் அவன் நான் நினைக்கும் ஜே.ஜே. அல்ல. தோற்றம் அல்ல, தோற்றத்திற்கு அப்பால் என்பதுதானே தத்துவத்தின் முதல் பாடம். எப்படி இருந்தாலும் எல்லாக் கோணல்களையும் சரிசெய்துவிட முடியும். அதற்கான வழிகள் எனக்குத் தெரியும். ஜே.ஜேயிடம் பற்றவைத்தால் அந்த நெருப்புப் பரவும். அயல் நாட்டு மூன்றாம் தரங்களைக்கூடக் கவனிப்பவர்களுக்கு பாரதியையும் புதுமைப்பித்தனையும் மதிக்க என்ன தடை? இதற்குப்பின் இன்று வரையிலும் வந்துள்ள எல்லாக் கலைஞர்களையும் இவர்கள் தெரிந்துகொள்ள வேண்டும். மொழியியல் ஆராய்ச்சியாளர்கள் இரு மொழிக்குமான உறவை ஒரு நூற்றாண்டாக ஆராய்ந்து கொண்டிருக்கிறார்கள். தாயும் மகளுமா, அக்காளும் தங்கையுமா, அல்லது மாமியும் மருமகளுமா என்பது இன்னும் தீர்மானமாகாமலே இருக்கிறது. அவர்களுடைய ஆராய்ச்சிகள் தொடரட்டும். என் வாழ்த்துகள். இதோ நான் ஓடிப்போய் ஜே.ஜேயிடம் தமிழ் இலக்கிய நெருப்பைப் பற்றவைக்கப்போகிறேன்.

இப்படியெல்லாம் கனவு கண்டுகொண்டிருந்தேன். இந்த மனநிலையில்தான் மாநாட்டுக்குப் போனேன்.

தமிழ் மண்ணிலிருந்து நோயாளியான ஒரு மாணவன், தனது சரீர நிலையைச் சிறிதும் பொருட்படுத்தாமல் வேற்று மொழி மாநாட்டுக்குப் போகிறான். சம்பிரதாய அழைப்புக்கூட அவனுக்கு இல்லை. நான் உங்களைக் கேட்கிறேன்: மதிக்க, பொருட்படுத்த இதில் ஒன்றுமில்லையா? இதுகூடத் தெரியா விட்டால் என்ன பெரிய ஜே.ஜே? மனித உணர்வுகளுக்கு அப்பால் என்ன தத்துவம்? தலை மயிர் கிழிக்கும் தருக்கங்கள்?

திருச்சூர் கோபாலன் நாயர்* தத்துவ ஆசிரியரல்லர். அறிவாளி என்ற படிமம் அவருக்குக் கிடையாது. பின்தங்கிப்போனவர் என்ற இளப்பம்கூட இருக்கக்கூடும். ஆனால் சரியான மனிதர் அவர். குணங்களுடன். குறைகளுடன். பழமைகளுடன். என்னைப் பார்த்ததும் என்ன உற்சாகம் ஏற்பட்டது அவருக்கு! வயது அறுபது, அறுபத்தைந்திருக்கும். கால் முட்டுகளைத் தொடும் தொளதொள ஜிப்பா. காதோரங்களைத் தொடும் அடர்த்தி மீசை. ராணி மங்கம்மாவிடம் சேனாதிபதியாக வேலை பார்த்தவர், எழுத்தாளர் மாநாட்டுக்கு ஏன் வந்தார் என்று நினைக்கும்படி உடம்பு.

திருச்சூர் கோபாலன் நாயர் வரவேற்பு அலுவலகத்துக்கு என்னை அழைத்துச் சென்று, 'ஒரு தமிழ் எழுத்தாளர் பெயரை யும் ஒரு மலையாள எழுத்தாளர் பெயரையும் பதிவு செய்து கொள்ளுங்கள்' என்று தமிழில் மலையாளக் கொச்சையுடன் சொல்லிவிட்டு என்னைப் பார்த்துக் கண்ணடித்தார். அவர் தமிழ் எழுத்தாளர் போலவும் நான் மலையாள எழுத்தாளர் போலவும் இருக்கிறோமாம்! வரவேற்பறையிலிருந்து வெளியே வரும்போது தன் உடம்போடு என்னை அணைத்துக்கொண்டு

---

* திருச்சூர் கோபாலன் நாயர் : அலெக்சாண்டர் டுமாவின் 'மூன்று போர்வீரர்க'ளை அடியொற்றி எழுதப்பட்ட முதல் சரித்திர நாவலின் ஆசிரியர். குதிரையில் கதாநாயகன் பம்பா நதிக் கரையோரம் மாலை மஞ்சள் வெயிலில் சிட்டாய்ப் பறந்து செல்லும் வர்ணனைக்குப் பெயர் போனது. பம்பா நதியில் முதலைகள் வாய் பிளந்து நிற்க, மேலே பலா மரத்தின் உச்சங்கிளையில் தொங்கிக் கொண்டிருக்கும் இளவரசி உம்மிணிக்குட்டியை – அவளைக் காதலித்துத் துரத்திக்கொண்டு வரும் நூற்றுக் கணக்கான சிற்றரசர்களை, இதில் மூன்று பேர் பாண்டியர்கள், கொன்று குவித்து விட்டு – கதாநாயகன் மரத்தில் தாவியேறி அணைத்துக்கொள்ள, மலை வாயிலில் சூரியனும் விழ, தென்றலும் தவழ, நாவலும் முடிகிறது.

முதல் முற்போக்குச் சரித்திர நாவல் என்று கருதப்படுவது. சரித்திர நாவலில் முற்போக்கு. இது ஏனெனில் கொல்லங்கோடு இளவரசி உம்மிணிக்குட்டி, தன் சேடிகள் பதின்மருக்கு நாஞ்சில் நாட்டில் புஞ்சை நிலங்களும், நாலுகட்டு இல்லங்களும் வழங்குவதால். பரந்துபட்ட பார்வையில் மனிதாபிமானமும் முற் போக்கே. அதிலும் விசேஷமாக நூல் சற்று முந்திய காலத்தில் வெளி வந்திருக்குமென்றால்.

வந்தார். அவருடைய கைகளுக்கும் உடம்புக்கும் பற்றாமல் நான் கொஞ்சமாக இருந்தது கூச்சத்தை ஏற்படுத்தியது. என்னைப் பார்க்க மிகவும் சந்தோஷமாக இருக்கிறது என்றார். 'எவ்வளவு தூரத்திலிருந்து வந்திருக்கிறாய்? தன்னந்தனியாக. ஆச்சரியம்தான். என்னுடைய சின்ன வயதில் குமாரன் ஆசானைப் பார்க்க இருபது மைல் நடந்து போனதுதான் நினைவுக்கு வருகிறது' என்றார்.

கம்பி மைதானத்திலிருந்து வெளியே வந்து, ஹசன் ராவுத்தர் ஆர்ச்சைச் சுற்றிக்கொண்டு, கே. கே. ரோடு வழியாக என்னை அழைத்துக்கொண்டு போனார். 'வா, போய்ச் சாப்பிடுவோம்' என்றார். 'உனக்கு எது பிடிக்கும் என்பது எனக்குத் தெரியும்' என்றார். எனக்குக் கால் வலியெடுக்க ஆரம்பித்துவிட்டது. பக்கத்தில் சிறு பூங்கா தென்பட்டால் பெஞ்சில் படுத்துக்கொள்ள லாம் என்று நினைத்தேன். ஆனால் பூங்கா வரும் இடமல்ல. மீன் சந்தையிலிருந்து கிளை பிரியும் பாதைகள். காலிக் கூடை களுடன் மீன்காரிகள் பிருஷ்ட பாகங்களைக் குலுக்கிக்கொண்டு ஓடுகிறார்கள்.

ஜே. ஜேயைப் பார்க்க வேண்டுமே. அதற்கு என்ன வழி? முன்னேற்ற எழுத்தாளர்களுக்கும் அவனுக்கும் கருத்து வேற்றுமை முற்றிவிட்டது என்றார்கள். சேர்ந்து குடிக்க, பழைய நண்பர் களைத் தேடிக்கொண்டு அவன் வருவான் என்றும் சொன்னார் கள். ஒரு சமயம் அவன் வராமல் இருந்துவிடலாம். வரவில்லை என்றால் இருக்குமிடம் தேடிப்போய்ப் பார்ப்பேன். வேறு முக்கியமான விஷயம் ஒன்றும் அவனிடம் சொல்ல இருக்கிறது. மொழிகளைத் தாண்டி, பார்வைகளில் ஒற்றுமையுணர்வுள்ளவர் களை இணைத்து, அகில இந்திய அமைப்பு ஒன்றை உருவாக்க அவன் முயற்சி எடுத்துக்கொள்ள வேண்டும். ஆதர்சம்: சர்வ தேசத் தளத்திற்கு நிகராக இந்தியச் சிந்தனையை உயர்த்துவது. அக்கறை: பிரபஞ்சத்திற்கு உட்பட்ட அனைத்தும். இது சாத்தியம். எல்லோரும் சேர்ந்துகொண்டு திட்டமிட்டு உழைத் தால் சாத்தியம்தான். இந்த நூற்றாண்டின் இறுதிக்குள் எட்டிப் பிடித்துவிடலாம். இது போல் எவ்வளவோ கனவுகள். பாதி சொத்தை என்றால் பாதி தேறாதா? ஆனால் நான் தனியன். தலைமைக் குணம் அற்ற தனியன். உடல் வலு இல்லை. மன வலு இல்லை. புத்தி மட்டு. அரைகுறை இங்கிலீஷ். யாரும் புறக்கணிக்கும் தோற்றம். ஆனால் ஜே. ஜே நினைத்தால் செய்து விட முடியும். அவன் ஒரு சக்தி; ஒரு படிமம்; ஒரு குறியீடு.

அது ஒரு வீடு. வீட்டுப் பெண்கள் பரிமாறினார்கள். 'நடுவில் குழி செய்துகொள்' என்று சொல்லி, அப்பத்தை அழுத்திக்

காட்டினார் திருச்சூர். குழியில் பால் ஊற்றினார்கள். சர்க்கரை போட்டார்கள். 'அருமையான உணவு. பயப்படாமல் சாப்பிடு' என்றார் அவர்.

ஆனால் உணவின் அருமை உடலின் ஆரோக்கியத்தைச் சார்ந்த தல்லவா? நல்ல உணவையும் ஆகாமல் அடிக்கும் உடலாயிற்றே எனக்கு. எனக்கு இந்த உணவு எப்படியோ அப்படித்தான் என் பாஷை பேசும் ஜனங்களுக்குப் பல உணவுகள். உலக அரங்கு பற்றி பிரக்ஞையே சிறிதும் இல்லை அவர்களிடம். கனவுகளற்றவர்களாகி விட்டார்கள். 'யாதும் ஊரே; யாவரும் கேளிர்' என்ற மந்திரத்தோடு சரி. உலகக் கலைஞன் ஒருவன் தன்னை வருத்திக்கொண்டு, நம் தாய் மொழி வந்து சேர்ந்தாலுங் கூட, அவனைக் கூசாமல் புறக் கணித்து விடுவார்கள். என்ன விருந்தோம்பல் மரபு? சோறும் கறியும் பரிமாறுவதுதானா? சிந்தனை உலகில் விருந்தோம்பல் என்று ஒன்று கிடையாதா?

திருச்சூர் பேசிக்கொண்டிருந்தார். வெகு உற்சாகமாக. அவருடைய இளமைக் கால இலக்கியக் கிறுக்குகள் பற்றியும், அவருடைய பிராபல்யங்கள் பற்றியும். அவருடைய மொழி பேசுபவன் இன்று உலகில் எந்த மூலையில் இருந்தாலும் சரி, அவரை அவனுக்குத் தெரிந்திருக்குமாம். உம்மிணிக் குட்டியை வாழ்வின் ஒரு கட்டத்தில் அவன் நேசித்திருப்பானாம்.

பேச்சின் பிரவாகம் சமதளத்திற்கு வந்தபோது, இடைவெளியில் நான் கேட்டேன்.

'சார், எனக்கு ஜே. ஜேயைப் பார்க்க வேண்டுமே. பார்க்க முடியுமா?'

திருச்சூர் வியப்புடன் என் முகத்தைக் கூர்ந்து கவனித்தார். அந்த வியப்புக்குப் பின்னால் அவருடைய உணர்வுகள் சுருங்குவதை நான் உணர்ந்தேன்.

'பாலு, உனக்கு அவன் எழுத்தில் ஈடுபாடு உண்டா?' என்று கேட்டார்அவர்.

இந்த இடத்தில் நான் சொல்ல வேண்டிய பதில் என்ன? 'மிகுந்த ஈடுபாடு உண்டு' என்றுதானே?

இதுதான் காந்திஜிக்கும் எனக்குமுள்ள வித்தியாசம். சாக்ரடீஸுக்கும் எனக்குமுள்ள வித்தியாசமும் இதுதான். ஏன், அவ்வளவு தூரம் போவானேன்? ஜே. ஜேயை எடுத்துக் கொள்வோம். இது போன்ற சந்தர்ப்பத்தில் உண்மையைச் சொல்வான் என்பது மட்டுமல்ல. உண்மை எதிர்மறையாகக் கருதப்படும் என்றால் அதிக அழுத்தம் கொடுத்தும் சொல்வான்.

காரத்தில் மிளகாய்ப் பொடியைத் தூவினாலும் தூவுவானே தவிர, இனிப்பை ஒருபோதும் கலக்கமாட்டான்.

கோபாலன் நாயர் மௌனமாகிவிட்டார். அவர் மனத்தில் நிழல் படர ஆரம்பித்து விட்டதா என்ன? இத்தனைக்கும் நான் ‘ஜே. ஜேயை அவ்வப்போது படித்துப்பார்ப்பேன்’ என்று மட்டும்தான் சொல்லியிருக்கிறேன். ஒரு குழந்தை தின்பண்டத்தைப் பார்க்கும்போது, வாய்ப் பேச்சா, கண்கள் சொல்வது அல்லவா முக்கியம்? என் ஆசை, என் அவசரம், என் மயக்கங்கள் எல்லாம் வெளியே கசிந்துவிட்டன.

சரி. நான் ஜே. ஜேயைப் பார்க்க விரும்புகிறேன். அதனால் என்ன? ஒரு வாசகன் அவன் விரும்பும் எழுத்தாளனைப் பார்ப்பதில் தவறு என்ன? குமாரன் ஆசானைப் பார்க்க மைல்கள் நடந்து சென்ற கதையைச் சொல்லி எவ்வளவு நேரமாகிவிட்டது?

‘பாலு, மனம் திறந்து சொல்கிறேன். ஜே. ஜே. எழுதுவது எனக்குப் புரிவதில்லை’ என்றார் திருச்சூர்.

ஒரு நிமிட இடைவெளிக்குப் பின் நான் சொன்னேன். ‘சார், புரியாத எழுத்தில் இரண்டு விதம். ஒன்று அசிரத்தை ஏற்படுத்தக் கூடியது. மற்றொன்று ஆர்வம் ஏற்படுத்தக்கூடியது. ஜே.ஜே இரண்டாவது வகையைச் சார்ந்தவன் என்பது என் அபிப்பிராயம்.’

உதட்டோரம் புன்னகை நெளிய, பிரியத்துடன் அவர் என்னைக் கூர்ந்து பார்த்தார். இவனிடம் சரக்கு இருக்கிறது!

‘ஜே. ஜேயின் எழுத்து முதல் வகையைச் சார்ந்தது என்பது என்னுடைய அனுபவம்’ என்றார் அவர்.

திருச்சூரின் குரலில் போலி அழுத்தத்தை நான் உணர்ந்தேன். எடுத்த முடிவை நிலைநிறுத்தவே அவர் விரும்புகிறார். என்னுடைய கருத்தால் அவருடைய முடிவு பாதிக்கப்படவில்லையாம்.

‘என் சரித்திர நாவல்களைப்பற்றி ஜே. ஜே. சொல்லியிருப்பது உனக்குத் தெரியுமா? என்று கேட்டார் அவர்.

எனக்கு மங்கலாக நினைவுக்கு வந்தது. வார்த்தைகள் நினைவில்லை. ஆனால் அந்தக் குறிப்பில், கற்பனைக் காட்டில் வேட்டியைக் கிழித்துக்கொண்டு அங்குமிங்கும் பாயும் பைத்தியங்களின் முதுகில் ஐந்தாறு சாத்து சாத்தியிருந்தான் ஜே. ஜே.

ஜே. ஜேயின் விமர்சனம், குறிப்பாக அதில் ஒரு வாக்கியம், திருச்சூரைப் புண்படுத்தியிருந்தது. எவ்வளவோ நாட்களாகி

விட்டன. புண்வாயில் இன்னும் பொருக்காடவில்லை. நாகரிகம் கருதி, கோபத்தை இழுத்துப் பிடித்துக்கொண்டு, வலது கையை அந்தரத்தில் அசைத்து, மந்திர உச்சாடனம் போல் திருச்சூர் கூறினார். அந்த வாக்கியம் அவருக்கு மனப்பாடம்.

'கொல்லங்கோட்டு இளவரசி உம்மிணிக்குட்டியை அவளைத் துரத்திய அரசர்களிடமிருந்தும், முடிவில் அவளைக் காப்பாற்றிய இளவரசனிடமிருந்தும் விடுவித்து, திருச்சூர் கோபாலன் நாயருக்கே மணம் முடித்து வைக்க என்னால் முடியுமென்றால், சரித்திர நாவல் எழுதும் அவஸ்தையிலிருந்து அவருக்கு நிரந்தர விமோசனம் கிடைக்கும். ஆனால் கடவுளே, எனக்கு அந்த சக்தி இல்லையே.'

ரத்தம் சுண்டும் முகத்துடன் என்னைக் கூர்ந்து பார்த்துக் கொண்டிருந்தார் திருச்சூர். நான் இப்போது என் நிலையைத் தெளிவுபடுத்த வேண்டும். எனக்கு வாயைக் கட்டிவிட்டது. என்னதான் வெண்ணெய் போட்டுச் சொன்னாலும் அந்தரங்கம் வெளிப்பட்டு உறுத்திவிடும். எனக்கு அவர் முகத்தைப் பார்க்கப் பரிதாபமாக இருந்தது. இறுக்கமான நிமிஷங்கள். திருச்சூருக்கே பிடிக்கவில்லை போலும். சூழ்நிலையைத் தளர்த்த, புன்னகை யுடன் ஆரம்பித்தார்.

'இப்படி ஒரு மடையன் என் புத்தகத்தைப் பற்றி எழுதியிருக் கிறான் என்று என் மனைவியிடம் படித்துக்காட்டியபோது, அவளும் ஜே. ஜே யுடன் சேர்ந்துகொண்டு, வயது காலத்தில் உங்களுக்கு என்ன துர்ப்புத்தி என்று சண்டைக்கு வந்துவிட்டாள்.'

திருச்சூர் கடகடவென்று சிரித்தார். அந்தச் சிரிப்பில் பளிச் சென்று எனக்கு ஒரு விஷயம் தெரிந்தது. ஜே. ஜேயிடம் நான் நினைத்தபடி அவருக்குக் கோபம் இல்லை. அவனிடம் அவருக்கு உள்ளூர மதிப்புதான். அவன் சொல்வதுதான் சரியாக இருக் கும் என்ற எண்ணம்தான். வருத்தம், தன் எழுத்து அவன் ஏற்றுக்கொள்ளும்படி இல்லையே என்பதில்தான்.

பாவம் திருச்சூர்! கற்பனைக் குதிரைகள் மண்டிக் கிடக்கும் லாயம் அவருடையது. ஏதோ சிலவற்றை அவிழ்த்துவிடுகிறார். அவை விண்ணென்று மேலே போய், மேகக் கூட்டங்களிடையே புரண்டு உடல் வலியைப் போக்கிக்கொண்டு, சூரியனைப் பின்னங்காலால் உதைத்துத் தள்ளி, கிரகங்களை முட்டிக் குப்புறச் சாய்த்து, சில நட்சத்திரங்களையும் விழுங்கிவிட்டு, சந்திரனின் ஒரு துண்டை வாயில் கவ்விக்கொண்டு திரும்பி வந்துசேருகின்றன.

உடனே சிரிக்க ஆரம்பித்துவிடுகிறான், ஜே. ஜே.

'பாலு, உண்மை உண்மை என்று ஜே.ஜே. கத்துகிறானே, எது உண்மை? இலக்கியமே கற்பனை. அதில் உண்மையைத் தேடினால்? எனக்கு ஒன்றும் புரியவில்லை' என்றார்.

நல்ல கேள்விதான். நண்பர்களும் என்னிடம் கேட்டுவிட்டு முகத்தைப் பெருமையாக வைத்துக்கொள்ளும் கேள்வி. 'ரயில் கால அட்டவணை இலக்கியமா?' என்று கேட்பார்கள். 'இல்லை' என்றால், 'உண்மையின் கொண்டையில் சூட்ட வேண்டிய பூ எது?' என்று கேட்பார்கள்.

திருச்சூர் பேச ஆரம்பித்தார்.

'இலக்கியப் போக்கையே தலைகீழாக மாற்றிவிட்டார்களே இங்கு. மூன்று வேளை சாப்பிடுகிறவனைப் பற்றி இப்போது இலக்கியத்தில் நாம் ஒரு வார்த்தை பேசக்கூடாது. செம்மான், தோட்டி, வெட்டியான், நாவிதன், வேசி, பிச்சைக்காரன், கோடாலிக்காரன், கசாப்புக் கடைக்காரன், மீன்காரி, பூட்ஸ் துடைக்கும் சிறுவர்கள், கூட்டிக் கொடுக்கும் தரகர்கள் யார் வேண்டும் என்றாலும் வரலாம். இலை போட்டுச் சாப்பிடுகிறவன் வரக்கூடாது. என்னுடைய நாவல்களிலோ இடறி விழுந்தால் அரண்மனைகளும், அந்தப்புரங்களும், கோட்டை கொத்தளங் களும்தாம். சப்பரமஞ்சக் கட்டிலில் இளவரசிகள் படுத்துறங்க, சேடிகள் விலாமிச்சை விசிறிகளால் வீசுகிறார்கள். குதிரைகள் பறக்கின்றன. அரசவையில் ராஜரிஷி பேசுகிறார். எப்படிப் பொறுத்துக் கொள்வார்கள்? ஆனால் எனக்கு இவர்களைப் பற்றிக் கவலையில்லை. சமஸ்கிருதக் கல்லூரி முதல்வர் ஈசுவரன் நம்பூதிரியே என்னைப் பாராட்டி எழுதியிருக்கிறார். அவரை விடவும் படித்தவனோ இந்த ஜே.ஜே.? உம்மிணி என்று பெயர் வைப்பதற்காகவே முதல் குழந்தை பெண்ணாய்ப் பிறக்க வேண்டும் என்று பள்ளி ஆசிரியைகள் துடிக்கிறார்கள். எவ்வளவோ எழுதிவிட்டேன். 'புதிதாக இன்னும் ஒன்று எழுதித் தா' என்று அரிக்கிறான் என் வெளியீட்டாளன். பாலு, நான் சரித்திரத்துக்கு எங்கே போவேன்? என் நாவல்களுக்கு நல்ல வரவேற்புக் கிடைத்ததும், 'பட்சி சாஸ்திரம்', 'பெண்களை வசீகரிப்பது எப்படி?', 'படுக்கை அறை ரகசியங்கள்', 'வாகட விளக்கம்', 'எண்பது வயதுக்குப் பின் இளமை' என்று எழுதிக் கொண்டிருந்த பயல்கள் எல்லாம் சரித்திரத்தின் மேல் ஏறி விழுந்து பிச்சுப் பறக்கவிட ஆரம்பித்துவிட்டார்கள். பாலு, உனக்குத் தெரியும். எங்களுக்குக் கொஞ்சம் போல்தான் சரித்திரம் இருக்கிறது. உங்களுக்கு என்றால் முக்குளித்து விளையாடலாம். இடிந்துபோன கோட்டை கொத்தளங்கள், பழுதடைந்த அரண்மனைகள், மண் மூடிவிட்ட சுரங்கப் பாதைகள், சாய்ந்த கோபுரங்கள் எல்லாவற்றையும் பற்றி எழுதி

விட்டோம். பாலு, கோட்டாற்றில் ஒரு சண்டை நடந்ததாமே, உனக்கு அது பற்றி ஏதாவது விவரம் தெரியுமா? ஒரு பழைய பாடல், பழைய பாடலின் வாய்ப்பான ஒரு வரி, கிடைத்தால் போதும். அதை ஒரு பிடி பிடித்தேன் என்றால் தொள்ளாயிரம் பக்கத்துக்கு எழுதிவிடுவேன். ஜே.ஜேயும் அவனுடைய வானர சேனைகளும் புலம்பிக்கொண்டு கிடக்கட்டும். எனக்கு என் வாசகர்கள்தான் முக்கியம். இலக்கிய தர்மத்தை ஒருநாளும் நான் கைவிட மாட்டேன்.'

இந்த வயதிலும் என்ன ஆவேசம் திருச்சூருக்கு!

எந்த வகையில் திருச்சூருக்கு உதவ முடியும் என்று நான் யோசிக்க ஆரம்பித்தேன். கோட்டாறு என் வீட்டுக்கு ஒரு மைல் தூரத்தில்தான் இருக்கிறது. எனக்கு நன்றாகத் தெரிந்த இடம். ஆனால் அங்கு சண்டை நடந்ததாமே! எனக்குத் தெரியாது. சத்தியமாகத் தெரியாது. இப்போது அங்கு கமிஷன் மண்டிகள். மிளகாய் வத்தல் நெடி அடிக்கும். பாதசாரிகளைப் பற்றிச் சிறிதும் கவலைப்படாமல் குறுக்கும் மறுக்கும் லாரிகளும் அவிழ்த்துப்போட்ட வண்டிகளுமாக இருக்கும். மணிகண்டப் பணிக்கர் கடைக்கு அடுத்த சந்துதான் சிறுநீர் கழிக்க வசதி யானது. அது போல் ஏற்ற இடம் அந்தப் பிராந்தியத்தில் கிடையாது. விதவிதமான ஆண்குறிகளைப் பார்த்து அலுத்துப் போன குழந்தைகள் அங்கு ஆனந்தமாக விளையாடிக்கொண் டிருக்கும். வ. பகவதிப்பெருமாள் கடையில் புடைத்த, தூசி தும்பு அகற்றிய மளிகை கிடைக்கும். நிறுவை சரியாக இருக்கும். தொலைபேசி எண் 94. கு. பப்புத் தரகனார் கடையில் சுத்த மான தேங்காய் எண்ணெயும் நல்லெண்ணெயும் கிடைக்கும். தொலைபேசி எண் 113.

சண்டை நடந்ததாமே கோட்டாற்றில். எனக்குத் தெரியாது.

புகழ் பெற்ற தமிழ்ச் சரித்திரத் தொடர்கதை ஆசிரியர் உக்கிரப் பெருவழுதியிடம் கேட்டால், கோட்டாற்றில் என்ன, தமிழ் மண்ணில் நடந்த சண்டைகள் பூராவையும் பிட்டுப்பிட்டு வைப்பார். ஆனால் அவர் திருச்சூரிடம் சொல்வாரா என்ன? தன்னுடைய நாற்றங்கால்களை அடுத்தவனுக்குப் பட்டா செய்து கொடுக்கப் பைத்தியமா பிடித்திருக்கிறது உக்கிரப் பெருவழுதிக்கு? ஆசையைப் பார் திருச்சூருக்கு!

மாநாட்டுப் பந்தலுக்கு வெளியே தற்காலிகமாகப் போட்டிருந்த ஓலைக்கூரையும் பனந்தட்டித் தடுப்புகளும் கொண்ட புத்தகக்

கடைக்குப் போய்ச் சேர்ந்தோம். உள்ளேயும் வெளியேயும் பல எழுத்தாளர்கள். ஒரு இளம் எழுத்தாளனிடம் திருச்சூர் விசாரித்த போது, ஜே.ஜே. உள்ளே இருப்பதாகச் சொன்னான். வாசலைப் பாதி அடைத்துக்கொண்டிருந்த நாற்காலியில், பிறவம் கோவிந்த குறுப் பீடி குடித்துக்கொண்டிருந்தார். ஒரு சிறுவன் மேஜையின்மீது புத்தகங்களைப் பரப்பிக்கொண்டிருந்தான்.

இடது கையில் ஒரு படத்தைத் தூக்கிப் பிடித்தபடி வலது கையை அசைத்து ஜே.ஜே. பேசிக்கொண்டிருந்தான். திடகாத்திரமான சரீரம். ஒரு காலத்தில் அவன் புகழ் பெற்ற கால் பந்தாட்டக்காரன் அல்லவா? போட்டியில் கலந்துகொள்ள இந்தியா முழுவதும் சுற்றியிருக்கிறான். வங்காளத்தை முதல் முதலாகத் திருவிதாங்கூர் தோற்கடித்துச் சரித்திரத்தை உருவாக்கிய போட்டியில், அவன் மத்தியில் முன்னேறுகிறவனாக விளையாடினான். அன்றைய அவனுடைய விளையாட்டை இன்றும் நண்பர்கள் சொல்லிக்கொண்டிருக்கிறார்கள். விளையாட்டு வீரனின் உடல்வாகு தெரிந்தது. உடற்பயிற்சியை அவன் முற்றாக இப்போது விட்டுவிட்டதும் தெரிந்தது. அவனுடைய ஈடுபாடுகளும் பழக்கவழக்கங்களும் எவ்வளவோ மாறிப்போயிருந்தன. உடம்பு ஸ்தூலித்துக்கொண்டிருந்தது. எப்போதும் தூங்கியெழுந்தவன் போல் முகத்தில் உப்பல். வயதுக்கு மீறிய முன்வழுக்கை. மேலும் ஒரு பிடி இருந்தாக வேண்டும் என்ற எண்ணத்தை ஏற்படுத்தும்படி உயரத்தில் ஒரு அமுங்கல்.

இளைஞர்களுடைய கவனம் ஜே.ஜேயின் பேச்சில் கவிந்துகொண்டிருந்தது. மற்றொரு மூலையில் ஏறுக்கு மாறாகக் கிடந்த பெஞ்சில் அமர்ந்து, சேர்த்தலை கிருஷ்ண அய்யரும்*, முன்ஷி

---

* சேர்த்தலை கிருஷ்ண அய்யர்: பாலாம்படம் முக்குக்கு ஜே. ஜே. குடிமாறி வந்தபோது அண்டை வீட்டுக்காரர். சமஸ்கிருதம், மலையாளம், தமிழ் மூன்றிலும் பெரும் புலவர். மகாகவி உள்ளூர் பரமேஸ்வர அய்யரைப் பின்பற்றி, பண்டைக் காலத்தின் செழுமையையும் மலையாள ஸ்திரீகளின் ரூப சௌந்தரியத்தையும், கற்பொழுக்கத்தையும் போற்றிக் குறுங்காவியங்களைப் பாடியவர். ('மலையாளத்தில் சேர்த்தலை பாடியுள்ள குறுங்காவியங்களை, மலையாளம் தெரியாதவன் படிக்கலாம். சமஸ்கிருதம் தெரியாதவன் படிக்க முடியாது' – ஜே. ஜே. கூற்று.) தமிழிலிருந்து 'நெடுநெல்வாடை'யையும், சிலம்பிலிருந்து 'புகார்க் காண்ட'த்தையும் காகளி விருத்தத்தில் மலையாளத்தில் பாடியவர். தாசில் உத்தியோகம் பார்த்தவர். தனிப்பாடல்களில் விக்டோரியா மகாராணி, லின்லித்கோ பிரபு, மகாத்மா காந்தி, மூலம் திருநாள் மகாராஜா, ராஜாஜி, சர். சி. பி. ராமஸ்வாமி அய்யர், தளவாய் கேசவன் தம்பி ஆகியோரைப் போற்றிப் பாடியுள்ளார். முதல் கம்யூனிஸ்ட் அமைச்சரவை பதவியேற்ற மூன்றாம் நாள், விளாடிமர் இலிச் உலியனோவ் லெனினைப் போற்றிப் பாடிவிட்டு, லெனினைப் போற்றிப் பாடிய மூன்றாம் நாள் அமைதியாக உயிர் துறந்தார்.

வேலுப் பிள்ளையும் பேசிக்கொண்டிருந்தார்கள். தங்களுடைய பேச்சில் ஆழ்ந்து உலகத்தையே மறந்துபோயிருந்தார்கள். சேர்த்தலை கிருஷ்ண அய்யரின் குடுமி முடியப்படாமல் காற்றில் பறந்துகொண்டிருந்தது. பேச்சு சுவாரசியத்தில் சுய ஞாபகமற்றுப் போய்விட்டார் என்று நினைத்தேன். பின்னர் தான் தெரிந்தது, குடுமியை எப்போதுமே காற்றின் விளை யாட்டுக்கு விட்டுக்கொடுத்துக்கொண்டிருப்பார் என்பது.

தீவிரமாகப் பேசிக்கொண்டிருந்தார்கள் இருவரும். விஷயம் இதுதான் : முன்ஷி வேலுப் பிள்ளை மூன்று ஆண்டுகளுக்கு முன்னால், பத்மனாபபுரம் அரண்மனையில் ஒரு எண்ணெய்ச் சாய ஓவியத்தைப் பார்த்தார். அதில் ஒரு ஸ்திரீ காதில் பாம்படம் அணிந்துகொண்டிருக்கிறாள். அந்த ஸ்திரீயின் முகத்தை முடிந்த மட்டும் கூர்ந்து கவனித்தார் முன்ஷி. நாயர் ஸ்திரீ போலவே பட்டது. அதோடு மகாராஜாவின் பின்னால், வெகு அருகில் நின்றுகொண்டிருக்கிறாள். அப்படி யானால் நமது பெண்கள் பாம்படம் அணிந்துகொண்டிருந் தார்களா? இந்தக் கேள்வி அவர் மனத்தை அரிக்க ஆரம்பித்தது. இந்த அரிப்பில் மூன்று வருடங்களாக அவர் பட்டிருக்கும் அவஸ்தை கொஞ்ச நஞ்சமல்ல.

மாநாட்டுப் பந்தலில் சேர்த்தலை கிருஷ்ண அய்யரைக் கண்டதும் ‘அத்தி பூத்தது’ என்று கத்திக்கொண்டே முன்ஷி ஓடிவந்து அய்யரை அணைத்துக்கொண்டார். இருவரும் பால்ய கால சிநேகிதர்கள். குசலம் விசாரித்து முடிந்ததும், தனது ஐயத்தை முன்வைத்தார் முன்ஷி. பால்பாயாசம் அல்லவா சேர்த்தலைக்கு? அவர் உடனடியாக கி.மு. மூன்றாம் நூற்றாண்டுக்கு ஒரு தாவு தாவி, அந்தக் காலத்திலிருந்து பெண்களின் காதணிகள் எப்படி உருமாறிவந்திருக்கின்றன என்பதைச் சொல்ல ஆரம்பித்தார்.

படத்தை தூக்கிக் காட்டியபடி ஜே.ஜே. பேசிக்கொண்டிருந்தான்.

‘மலையாள எழுத்துகள் மாதிரி திமிர் பிடித்த எழுத்துகளை எங்கும் பார்க்க முடியாது. இதோ, இந்த ‘ழ’ என்ற எழுத்தைச் சரிக்கட்டுவதற்குள் என் உயிரே போய்விட்டது. முதுகில் மாறி மாறி அடித்த பின்புதான் அதற்குக் கொஞ்சம் பவ்வியம் வந்திருக்கிறது’ என்று ஜே.ஜே. சொல்லவும் இளைஞர்கள் சிரித்தார்கள்.

பள்ளியில் மூன்றாம் வகுப்பு வரையிலும் படித்திருந்த பிறவம் கோவிந்த குறுப்தான் மலையாளத்தில் தலைசிறந்த சிறுகதை ஆசிரியர் என ஜே.ஜே கட்டுரை மூலமும் – அதிகம் நேர்ப்பேச்சு மூலமும் – சொல்லிக்கொண்டுவந்து, அவனுடைய அபிப்பிராயம்

செல்வாக்கும் பெற்றுவந்தது. வெளிவரவிருந்த குறுப்பின் தேர்ந்தெடுக்கப்பட்ட கதைகளின் முகப்பு அட்டை ஜே.ஜே கையில் இருந்தது. ஜே.ஜேயின் வின்னியாசமான பேச்சை, தனது விஷமியான பேரனின் சவடாலை ரசிப்பது போன்ற முகபாவத்துடன், உதட்டோரங்களில் அமுக்கப் பட்ட புன்னகை வழிய, பிறவம் கேட்டுக்கொண்டிருந்தார். இந்தச் சமயத்தில் தான் நான் அறிமுகம் செய்யப்பட்டேன்.

ஜே. ஜே. என்னைப் பார்த்தான். நான் அணிந்துகொண்டிருந்த கறுப்புக் கண்ணாடி வழியாக என் கண்களைப் பார்த்தான். நான் நின்று கொண்டிருந்த நிலையில் உடலில் ஒரு கோணல் இருப்பது மாதிரி பட்டது. அதைச் சரிசெய்ய முயன்றேன். முடியவில்லை. திடீரென்று அவன் சத்தம் போட்டுப் பரிகாச மாகச் சிரித்தபடியே, ‘சிவகாமி அம்மாள் அவளுடைய சபதத்தை நிறைவேற்றிவிட்டாளா?’ என்று கேட்டான். இந்தக் கேள்வியின் உட்பொருள் விளங்க எனக்குச் சற்று நேரம் பிடித்தது. தமிழின் கட்டற்ற கற்பனைப் பண்புகளையும் காதல் கதைகளையும் எண்ணியா சிரிக்கிறான் இப்படி?

நான் ஆண்மையற்ற மெல்லிய குரலில் ஜே.ஜேயைப் பார்த்துப் பேச ஆரம்பித்தேன்.

‘புதுமைப்பித்தன் என்றொருவர் எங்கள் பாஷையில் எழுதி யிருக்கிறார். நீங்கள் அவரைப் பற்றிக் கேள்விப்பட்டிருக் கிறீர்களா?’

ஜே.ஜே. தலையைக் குனித்து கவனிக்க ஆரம்பித்தான். ஆனால் அதற்குள் அவனுடைய ஆராதகர்கள் அவன் கவனத்தை வேறு பக்கம் திருப்பிவிட்டார்கள். மாநாட்டுப் பந்தலின் வாசலில் முல்லைக்கல் மாதவன் நாயர் வந்திருக்கிறானாம்!

‘அந்த ராஸ்கலை இங்கே வரச்சொல்லு’ என்று கத்தினான் ஜே. ஜே.

முல்லைக்கல்லும் ஜே.ஜேயும் உயிர் நண்பர்கள்.

முல்லைக்கல் மாதவன் நாயர், விசிறிகளின் பெரும் பட்டாளம் புடைசூழ உள்ளே வரவும், நாங்கள் சிலபேர் அவசியம் வெளியேற வேண்டும் என்றாகிவிட்டது.

தவறான நிமிஷத்தில் நான் ஜே. ஜேயின் முன் போய்விட்டதாக என்னைத் தேற்றிக்கொண்டேன். ஜே.ஜேக்கும் எனக்கும் நிகழும் முதல் சந்திப்பு இலக்கிய வரலாற்று ஆசிரியர்கள் தவறாமல் குறிப்பிடும் சம்பவமாக இருக்கும் என்று நான் நினைத்திருந்தேன்.

2

1951இல் முன்னேற்ற எழுத்தாளர் மாநாட்டில் நான் ஜே.ஜேயைச் சந்தித்த பின் அவன் ஒன்பது வருடங்கள் உயிரோடிருந்தான். இந்நாட்களை அவனுடைய கிரியா சக்தியின் பொற்காலம் என்று விமர்சகர்கள் சொல்கிறார்கள். முடிவு நெருங்கிக் கொண்டிருக்கிறது என்ற உள்ளுணர்வு அவனுக்கு இருந்ததாகவும் அதிலிருந்து பெரும் ஆவேசமும் அவசரமும் பெற்றான் என்றும் சொல்கிறார்கள். இருக்கலாம். 'மரணத்தின் குகைவாயில் மனக் கண்ணுக்குத் தெரியும்போது, எழுத்தில் ஒளி ஊடுருவுகிறது' என்று ஜே. ஜே. நாட்குறிப்பில் சொல்லியிருப்பது நினைவுக்கு வருகிறது. 'மரணம்தான் சகல உன்னதங்களுக்கும் காரணம்' என்றும், 'சத்தியத்தின் வாளை வீசி மரணத்தைக் கொல்ல முயல்கிறான் கலைஞன்' என்றும் சொல்லியிருக்கிறான் அவன்.

சோதனையான காலங்கள் இவை ஜே. ஜேக்கு. வாழ்வைச் சீர்குலைக்கும் சோதனைகள். இக்காலங்களில் பல நண்பர்களுடைய உறவுகள் அவனுக்கு முறிந்துபோயின. குடும்பத்தில் சிக்கல். குழந்தைகளின் கனவுகளை, எளிய கனவுகளைக்கூட, நிறைவேற்ற முடியாமற்போனபோது, பெரும் வருத்தங்களுக்கு அவன் ஆளானான். ஆரோக்கியமும் பழுதடைந்துகொண்டுவந்தது. தரித்திரம், அதன் கோரப் பல்லைக் காட்டியபடி முன்கட்டிலிருந்து பின் கட்டுக்கு நகர்ந்துகொண்டிருந்தது. யாருடனும் பகிர்ந்து கொள்ள முடியாத சில இன்னல்களையும், வெளியே சொல்ல முடியாத சில அவமானங்களையும் அவன்

இந்தக் காலத்தில் அடைந்தான். வாழ்க்கை மிக பயங்கரமானது என்று நாம் கத்திச் சொல்லும்படி இருக்கின்றன அவனுடைய இக்கால அனுபவங்கள்.

'எந்தத் தளத்தில் நான் இதுகாறும் நகர்ந்து வந்துகொண்டிருந் தேனோ, அங்கிருந்து சரிந்து விழுந்துவிட்டேன்' என்று கங்கா தரனிடம் ஜே.ஜே. சொல்லியிருக்கிறான். "'நேர்மை, ஒழுக்கம், உன்னதம் எல்லாவற்றையும் நான் முற்றாக இழந்துவிட்டேன்' என்று சொல்லி, குடித்த நிலையில் தலையிலடித்துக்கொண்டு அவன் அழுதபோது, நானும் சேர்ந்து அழுதேன்" என்றான் கங்காதரன், என்னிடம். ஜே.ஜேயிடம் சில கீறல்கள் தோன்றி யிருந்தன. சில சறுக்கல்களும் சமரசங்களும் தவிர்க்க முடியாது போயிருந்தன அவனுக்கு. மகாபுருஷர்களைக் கசக்கி அசடு வழியச் செய்த வாழ்க்கை அதன் கைவரிசையை அவனிடத் திலும் காட்டிற்று. அவனோ பெரிய மானி. விரல்கள் அபசுரம் எழுப்பினால் அவற்றை வெட்டிவிட வேண்டும் என்று நினைக்கும் வைணிகனைப் போன்றவன். கீறல்களைப் பெரும் சரிவுகளாக அவன் எடுத்துக் கொண்டதில் ஆச்சரியம் இல்லை.

எங்கும் இந்தக் கதைதான். பாரதி ஜமீனுக்குத் தூக்கு எழுதி னான். புதுமைப்பித்தனும் எம்.கே.டி. பாகவதருக்கு வசனம் எழுதப் போனான். 'பிறந்தபோது உன் குழந்தைக்குத் தொட்டில் இல்லை; இறந்தபோது சவப்பெட்டியும் இல்லை அதற்கு' என்று மார்க்ஸுக்குக் கடிதம் எழுதினாள் அவன் மனைவி. ஜேம்ஸ் ஜாயிஸை வறுமை துரத்திப் பிடித்து விரட்டிற்று. பெயர்களை அடுக்கி என்ன பயன்? சத்தியத்தைத் தேடிக் கொண்டு போகிறவனுக்குத் துக்கத்தின் பரிசுதான் எப்போதும் கிடைத்திருக்கிறது. புறக்கணிப்புகள். மன முறிவுகள். ஓட ஓட விரட்டல். ஒதுக்கி அவமானப்படுத்தும் கேவலங்கள்.

இவை இப்படியிருக்க, என்னதான் வேதனை என்றாலும், என்னதான் துன்பம் என்றாலும் எப்போதும் சில பறவைகள் சூரியனை நோக்கியே பறந்து செல்வதை என்னவென்று சொல்ல. இராப் பகல், ஓய்வு ஒழிவு இல்லாமல் பறக்கின்றன அவை. முன்செல்லும் பறவைகள் கருகி விழுவதைக் கண்ணால் கண்டும், அதிக வேகம் கொண்டு பறக்கின்றன. பறத்தலே கருகலுக்கு இட்டுச் செல்கிறது என்ற பேரானந்தத்தில் சிறகடிக் கின்றன. கருகிய உடல்கள் மண்ணில் வந்து விழும்போது, கூரைக் கோழிகள் சிரிக்கக்கூடும். காகங்கள் சிரிக்கக்கூடும். சற்றுக் குரூரமான, கொடுமையான சிரிப்புத்தான். அப்போதும் சூரியனை நோக்கிப் பறக்கப் புறப்படும் பறவைகளின் சிறகடிப்பே அச்சிரிப்புக்குப் பதில்.

மிகக் கஷ்டமான காலங்களில் ஜே.ஜே. மிக ஊக்கமாகச் செயல் பட்டிருக்கிறான். உலகக் கலைஞர்கள் பலரிடத்திலும் இதையே

பார்க்கிறோம். துன்பம் பிடுங்கும்போது செயல் வேகம் ஓங்குகிறது. ஆகவே, கஷ்டங்களிலிருந்தும் வேதனைகளிலிருந்தும் வறுமை யிலிருந்தும் உன்னதக் கலைகள் தோன்றுகின்றன என்று நான் சொல்ல வருவதாகத் தயவுசெய்து நீங்கள் கற்பனை செய்து கொள்ள வேண்டாம். கஷ்டத்திலிருந்துதான் கலையின் ஊற்றுக் கண் திறக்குமென்றால் கஷ்டமும் வேண்டாம், கலையும் வேண் டாம் என்றுதான் நான் சொல்வேன். அதே சமயம் கலையின் அளவு சிறுகுடலுக்குச் செல்லும் வெண்ணையின் அளவை ஒத்திருக்கும் என்று நான் சொல்லத் தயாராக இல்லை. ஒன்று எனக்குத் தெரிகிறது. கலைக்குப் பின்னால் எப்போதும் இருப்பது மன நெருக்கடி. இருப்புக்கும் எதிர்பார்ப்புக்கும் உள்ள மோதல். அகத்துக்கு எதிராகப் புறம் முதுகு காட்டி நிற்கும்போது, அகம் வடிக்கும் கண்ணீர். நெருக்கடியில் எப்படி எழுதினான் ஜே. ஜே. என்று கேட்டால், நெருக்கடியால் எழுதினான் என்றுதான் பதில் சொல்ல வேண்டியிருக்கும். இக்காலங்களில் படைப்பு என்று அதிகம் இல்லாமல் சமூக விமர்சனங்களையும், அவ்விமர் சனங்கள் சென்றடையும் தத்துவக் கருத்துகளையுமே பின்பற்றிச் சென்றிருக்கிறான். அறியவந்த உருவங்களை நிரப்பிவைத்தால் தான் படைப்பா? உண்மைக்குப் புதிய பரிமாணத்தை ஏற்றும் சிந்தனையின் பீறிடும் தெறிப்புகள் படைப்பின்றி வேறென்ன?

நாட்குறிப்புகள் எழுதுவதில்தான் அவன் எழுத்தே ஆரம்பமாகி யிருக்கிறது. கல்லூரியில் படிக்கும் நாட்களிலேயே. தனித்துவம் அவனுடைய சிறிய வீட்டைத் தாண்டி அன்றே வெளியில் ஒழுகிவந்திருக்கிறது. அவன் நண்பர்கள் அவனை அதிசயமாகப் பார்க்க ஆரம்பித்திருக்கிறார்கள். எப்போதும் அவனைச் சுற்றி ஒன்றிரண்டு நண்பர்கள் இருப்பதென்றும் ஆகியிருந்தது. அவன் பேசிக்கொண்டேயிருந்தான். இரவில் அதிக உற்சாகத் தோடு பேசினான். இந்த இடைவிடாத பேச்சுக்கு என்ன பொருள் என்பதைச் சொல்லத் தெரியாவிட்டாலும் நன்றாக உணர முடிகிறது என்னால். கங்காதரன் காட்டித்தர, அவன் பேசி விடியவைத்த இடங்களையெல்லாம் நான் பார்த்தேன். கடைத் திண்ணைகள். கம்பி மைதானத்திற்குள் புல்தரை. புனித மேரி ஆலயத்தின் முன் மணற்பரப்பு. திருநக்கரைக் கோயில் முன் படிக்கட்டு. அவனுடைய உடல் தெரிந்து இருந்த நான், அவனுடைய கையசைவுகள் முகபாவங்களைக் கற்பனை செய்து, அந்தந்த இடங்களில் அவனை வைத்துப் பார்த்துக்கொண்டேன்.

இக்காலங்களில் மீண்டும் மீண்டும் இரண்டு விஷயங்களுக்குள் தான் அவன் மாறி மாறி விழுந்திருக்கிறான். இதன் பின் அதிக இடைவெளிகளின்றித் தோன்றிய பத்திரிகை எழுத்துகளைப் பார்க்கும்போது, நண்பர்கள் சொன்ன இத்தகவல் ஊர்ஜிதப்படு கிறது. ஒன்று : மதம். மற்றொன்று : கவிதை. இவற்றின் பீஜங்கள்

ஊன்றப்பட்ட மனம்தானே அவனுடையது. இவ்விதைகள் அவனுடைய பின்னணியில் இயற்கையாக முளைவிட்டு, வளர் பருவத்தில் தளிர்த்திருந்தன.

வாழ்வின் மீது இறுக்கமான பிடிப்புக் கொண்டிருந்தவன் அவன். இந்த இறுக்கம் கனவுகளையும் கூடவே இழுத்துக்கொண்டு வரக்கூடியது. பொத்திப் பொத்தித் தன்னைக் காப்பாற்றிக் கொள்ள அல்ல; மாறுபட்ட நிலைகளின்முன் தன்னை அம்பலப்படுத்திக் கொள்ளும் ஆவேசம் கொண்டிருந்தவன் என்பதால், கல்லூரி நாட்களிலேயே ஆங்கிலத் தத்துவவாதி களான எதார்த்தவாதிகள், பகுத்தறிவாளர்கள் மற்றும் விக்கிரக நிர்மூலங்களில் ஈடுபட்டிருந்தோர் ஆகியோரின் சிந்தனைகளால் கணிசமாகப் பாதிக்கப்பட்டான். கனவுகளின் புறங்கழுத்தில் மரண அடிகளை வாங்கிக் கட்டிக்கொண்டான். அவனுடைய எதிர்ப்பு நிலைகள் இதிலிருந்து உருவானவை.

கவிதைமீது அவன் கொண்டிருந்த ஈடுபாட்டை வெகு இயற்கை யானது என்று சொல்ல வேண்டும். ஒவ்வொரு நாளும் அவன் மனம் மறக்காமல் கொஞ்சம் கவிதை கேட்டு வாங்கிக்கொள்ளும். மெய்யான அனுபவம் சார்ந்து மேலெழுந்து விரியும் கவிதை களுக்கும், போலிசெய்து பிடித்துவைத்ததும் மண் குத்திச் சரிகிறவைகளுக்கும் ஆயாசமின்றி வித்தியாசம் பார்க்கத் தெரிந்தவன் அவன். இப்படிப் பார்க்கும்போது, அவனுடைய சிந்தனைகளை வெளிப்படுத்த அக்காலக் கவிதைகளையே அவன் ஊடகமாகக் கொண்டது எவ்வளவு இயற்கையான காரியம் என்பது தெரிகிறது.

மலையாளக் கவிஞர்களை அவன் கடுமையாக விமர்சிக்க ஆரம்பித்தான். சுற்றிக் கோவில் கட்டி எழுப்பப்பட்டு, மூலஸ்தா னங்களில் சந்தனக்காப்பு அலங்காரங்களில் அமர்ந்திருந்த கவிஞர்கள் அவர்கள். இவனுடைய பேச்சில் அவர்கள் வெளிப் பிரகாரங்களில் வந்து விழுந்தபோது, தங்களுடைய வியாபா ரத்துக்குத் தேவையான பரபரப்பு இவனிடம் இருப்பதைக் கண்டு அவனை அணுகியவர்கள் பத்திரிகை ஆசிரியர்கள். பெரிய பத்திரிகைகளில் அவனுக்கு இடம் கிடைத்தது இப்படித் தான். சமஸ்கிருதத்தின் கொடுமையிலிருந்து தங்களை விடுவித்துக் கொண்டு, மக்களுடைய பாஷையில் கவிஞர் எழுத முற்பட்ட போது, சூழலில் ஒரு போலிப் பரவசம் ஏற்பட்டது. பேசும் பாஷையை எழுத்தில் கண்ட பரவசம். ஆனால் ஜே.ஜே. அப்போதும் கவிதை, சமஸ்கிருதக் கவிஞர்களின் பழமையானதும் காலத்திற்கு ஒவ்வாததுமான சிந்தனையையே உள்ளடக்கிக் கொண்டிருப்பதை நிரூபித்தான். புலமையின் வேகாத வெளிப் பாடுகளுக்கும் கவிதைக்கும் வெகுதூரம் என்பதைச் சுட்டிக் காட்டினான்.

மதத்திற்கும் மனிதனின் ஆத்மாவிற்குமான தொடர்புகள் முற்றாக அறுபட்டுபோய்விட்டன என்றும், மதத் தரகர்கள் சடங்குகளை விற்றுத் தங்களைக் கொழுக்கவைத்துக்கொள்ளும் சுரண்டலில் ஈடுபட்டிருக்கிறார்கள் என்றும் சொன்னான். இக்கருத்துகளின் விரிவுரைகள், அன்று, எவ்வளவு பெரிய சர்ச்சைகளையும் சலசலப்பையும் ஏற்படுத்தின! இளைய தலைமுறையினரிடம் இன்று சொன்னால் நம்பமாட்டார்கள். அவ்வளவு பெரிய கொந்தளிப்பு. இப்போது யோசித்துப்பார்க்கும் போது, கவிதை, காலத்திற்கு ஏற்பத் தன் உள்ளடக்கத்தை மாற்றி உயிரைத் தக்கவைத்துக்கொண்டதையும், நோயுற்ற மதம், உயிர் ஊசலாட, கடவுளைக் கண்டுபிடிக்கத் தேடி அலைவதையும் உணர முடிகிறது.

ஜே. ஜே. இக்காலத்தில்தான் எம்.கே. அய்யப்பனைச் சந்தித்தான். ஆசைப்பட்டு, நினைத்து நினைத்து, நாட்கழித்திருந்ததில் பொறுமையிழந்து, திடீர் ஆவேசம் ஒருநாள் ஏற்பட, வாடகை சைக்கிளை எடுத்துக்கொண்டு மீனச்சில் ஆற்றங்கரையை நோக்கி மிதித்தான். முதலில் அவன் போய்ச்சேர வேண்டிய இடம் பக்கரின் தடி டிப்போ. இது அவனுக்குத் தெரியும். நினைத்ததைவிடவும் தள்ளிப்போய்க் கொண்டிருந்தது அது. ஒற்றையடிப் பாதைகளை மேடுபள்ளங்கள் குறுக்கிட்டன. காடு போல் மரக்கூட்டம் செழித்த இடம் வந்து சேர்ந்தபோது, சைக்கிளை ஒரு குடிசையில் வைத்துவிட்டு நடந்தான். தொலை தூரத்தில் கீற்றுக்கொட்டகை இருந்தது. ஒரு பனை உயரம் எழும்பி நின்ற கீற்றுக்கொட்டகை. நடந்தான். நீளமும் விஸ்தாரமும் ராட்சஸத்தனமாகத் தெரிய ஆரம்பித்தன. தடிகளை அறுத்துக்கொண்டிருந்தார்கள். பத்துப் பன்னிரண்டு இடங்களில் ஏக காலத்தில் அறுத்துக்கொண்டிருந்தார்கள். மரப் பலகைகள் அட்டி போட்டு இரண்டாள் உயரத்திற்கு அடுக்கப்பட்டிருந்தன. ஒவ்வொரு அடுக்கின் மீதும் ஒரு பங்களாவைத் தூக்கி வைக்கலாம். அவ்வளவு விஸ்தாரம். ஆற்றங்கரை ஓரத்திலிருந்து தடிகளை இழுத்துக் கொட்டகையை நோக்கி நகர்த்திக்கொண்டிருந்தார்கள். அந்தக் கூலிக்காரர்கள் எழுப்பிய சத்தம் நெஞ்சைத் தொட்டுப் பரவசம் பரப்பிற்று. வியர்வை பெருகும் அவர்கள் முதுகு. அகன்ற முதுகுகளும் ஒடுங்கிய இடுப்புகளும். புஜங்கள். தசையின் திரட்சிகள். அந்தச் சத்தத்திற்கு முழுசாகத் தன்னைக் கொடுத்து நின்றான் ஜே.ஜே. தாளத்தை விம்மி வெளிப்படுத்தும் சத்தங்கள். கவிதையின் தாளம், உடல் உழைப்பு அனுசரணைக்கு எழுப்பிய சத்தத்திலிருந்து தோன்றிற்று என்று படித்தது நினைவுக்கு வந்தது. மரத் தூளை அள்ளிச் சுமந்து கொட்டிக்கொண்டிருந்த பெண்களில் ஒருத்தியிடம், 'அய்யப்பன் வீடு எது?' என்று ஜே.ஜே. கேட்டான். 'கம்யூனிஸ்ட் வைத்தியரின் வீடா?' என்று கேட்டாள் அவள்.

'ஆமாம்' என்றான் ஜே.ஜே. 'அதோ' என்று கையைக் காட்டினாள். மரத்தால் செய்திருந்த வீடு கண்ணுக்குத் தெரிந்தது. பழமையேறிக் கன்னங்கரேலென இருந்தன பலகைகள். மேலே ஓட்டுச் சாய்ப்பு. ஒரு காலத்தில் பக்கர் முதலாளி இதிலிருந்து தான் வேலையைக் கண்காணித்துக்கொண்டிருந்தார்.

அன்று நிகழ்ந்த சந்திப்புதான். ஆழ்ந்த நட்பு உருவாகி ஜே.ஜேயின் தங்கலே எம்.கேயுடன் என்றாகிவிட்டது. இருவரும் சேர்ந்து சமையல் செய்து சாப்பிட்டார்கள். ஜே.ஜேயின் மனத்தில் தென்றல் வீசிக் கொண்டிருந்த காலம் இது என்று நிச்சயமாகச் சொல்லலாம். இந்நாட்களில் அவன் மனம் அலையடித்து சந்தோஷத்தில் திளைத்துக் கொண்டிருந்ததை நாட்குறிப்புகள் கத்திச் சொல்கின்றன. எவ்வளவோ அனுபவங்களை அவன் குறித்திருக்கிறான். ஆற்றங்கரையோரக் காட்சிகள். குளிக்கவரும் குழந்தைகளுடன் அவன் கொண்டிருந்த பிரியங்கள். அவர்களைப் பற்றிய சித்திரங்கள். மர டிப்போவில் நடைபெற்ற சில சம்பவங்கள். அய்யப்பனுக்கும் அவனுக்கும் நடந்த சம்பாஷணைகள் பற்றிய குறிப்புகள். நாட்பட அவர்கள் அறியாமலே அவர்களுக்குள் இடைவெளியும் விரிசலும் ஏற்படக் காரணமாக இருந்த வேற்றுமை உணர்வுகள்; கருத்துகள். இவை பற்றியெல்லாம் விரிவாக எழுதியிருக்கிறான்.

முதல் நாள் சந்திப்பின்போதே, 'நாட்டுவெடிகளை அவ்வப்போது வெடித்து, புகையையும் சத்தத்தையும் கிளப்பி ஒரு சமூக அமைப்பை மாற்ற முடியாது' என்றாராம் அய்யப்பன். 'சமூக அதிர்ச்சிகளை ஏற்படுத்துவதில் நான் அதிக உற்சாகம் கொண்டிருக்கிறேன் என்ற கருத்தில்தான் அய்யப்பன் இவ்வாறு என்னிடம் கூறியிருக்க முடியும்' என்று எழுதுகிறான் ஜே.ஜே. 'திருவிழாக்களில் வாணவேடிக்கைக்காரனைச் சுற்றி எப்போதும் ஒரு கூட்டம் நிற்கும். அது போல் ஒன்றைச் சேர்த்துவைத்துக் கொள்வதில் என்ன லாபம்?' என்று அய்யப்பன் கேட்டாராம். 'சமூக அமைப்பைப் பற்றிய முழு உண்மைகளையும் விஞ்ஞான ரீதியாகத் தெரிந்துகொள்ள வேண்டும். மாற்றங்களை நிகழ்த்தும் நியதிகளையும் தெரிந்துகொள்ள வேண்டும். இந்த விஞ்ஞான அறிவைப் பயன்படுத்தி அமைப்பை நாம் விரும்பும்படி மாற்றி விடலாம்' என்றாராம் எம்.கே.

இக்காலங்களில் ஜே.ஜே. படித்த புத்தகங்கள், தனது சந்தேகங்களுக்கு அவன் விடை கண்ட விதங்கள், அவன் நடவடிக்கைகள் எல்லாவற்றிலுமே அய்யப்பனின் பார்வை அவனைப் பாதித்திருப்பதை உணர முடிகிறது. அச்சகத் தொழிலாளர்களின் சங்கத்தை அமைக்கும் பொருட்டு அவனும் அய்யப்பனுடன் கடுமையாக உழைத்திருக்கிறான். அப்போது ஜே.ஜே. மேற்கொண்ட பயணங்களில் வேலை செய்கிறவர்களுடன் அவன்

கொண்டிருந்த உறவுகள் பற்றியும், அவர்களுக்கிடையில் நடந்த சம்பாஷணைகள் பற்றியும் ஜே. ஜே. குறித்திருக்கிறான். இப்பகுதி களைப் படிக்கும்போது, ஒரு காலத்திய சமூக மனம் இதைவிட வும் மேலாகப் பதிவு செய்யப்படுவது சாத்தியமா என்றுகூடத் தோன்றுகிறது.

ஒரு விதத்தில் ஜே. ஜேயின் எழுத்து முழுவதுமே நாட்குறிப்புகள் என்று சொல்லிவிடலாம். இதனால் சுயத் தெளிவுக்கு எழுத்தை ஆளும்போது, அது கொள்ளும் குணங்களோடு, நடையில் அந்தரங்கக் குரலும் ஏறியிருக்கிறது. சந்தித்த சாதாரண மனிதர்கள் பற்றி, நண்பர்கள் பற்றி, படித்த புத்தகங்கள் பற்றி, விசித்திரமான தெருக்கள், படிக்கட்டுகள், குடியிருப்புப் பகுதிகள் பற்றியெல்லாம் பக்கம் பக்கமாக எழுதுகிறான். காட்சிப் புலன்களை அவன் வர்ணிக்கும் போது, அவனிடம் ஒளிந்துகொண்டிருக்கும் ஓவியன் வெளிப்படுவது தெரியும். வர்ணத்தை வீசிவிட்ட ஓவியன் இங்கு வார்த்தைகளால் வரைகிறான். அதன் பின் அவன் மனத்தில் குமிழியிடும் கேள்விகள். சந்தேகங்கள். விடைகாணும் முகமாய்க் குடையும் குடைச்சல்கள். இதில் சில சமயம் அதிக உற்சாக மடைந்து, கேள்வியை விட்டு வேறெங்கோ போய்விடுகிறான். சில சமயம் அவன் சிந்தனை சண்டிக் குதிரை போல் நடுவழியில் படுத்துக் கொண்டுவிடுகிறது.

அவனுடைய நாட்குறிப்புகளையும் பிரசுரம் பெற்றிருக்கும் எழுத்துகளையும் ஒப்பிட்டுப் பார்க்கும்போது ஒன்று தெரிகிறது. எல்லாவற்றுக்கும் முன்னுருவம் நாட்குறிப்புகள்தாம். பிரசுரத் தேவை ஏற்படும் போது, நாட்குறிப்பிலிருந்து சில பகுதிகளை எடுத்து, விரித்தும் குறைத்தும் பத்திரிகைகளுக்குத் தந்திருக்கிறான். என்னதான் புத்தகங்கள் படித்தாலும், நேர் அனுபவங்கள் அவனிடம் மிகப் பெரிய ஆட்சியைச் செலுத்துகின்றன. பார்ப்பது, கேட்பது, உடல் உறவுகள் இவை தரும் முக்கியத்துவம் அதிக மாகவே இருக்கிறது. சகஜம் ஒரு போதும் அவனுக்கு சகஜமாவ தில்லை. 'இது இப்படித்தான்' என்ற ஆசுவாசம், நிம்மதி அவனிடம் ஒருபோதும் இல்லை. சுய அனுபவத்தின் கீற்றிலிருந்து ஒரு கேள்வி பிறக்கிறது. அந்தக் கேள்வியை மாறி மாறி எழுப்பி அதோடு முட்டி மோதுகிறான். இந்த மோதல்கள், உயரும் முன் மைதானத்தைச் சுற்றும் விமானத்தை நம் நினைவுக்குக் கொண்டுவருகின்றன. இதன் ஈர்ப்பில் கரைந்து, நாம் பின் தொடர்ந்து போகும்போது ஒரு கட்டத்தில் விமானம் மேக மண்டலங்களில் புதையுண்டு, நம் காட்சிப் புலன்களைத் தாண்டிவிடும் ஆயாசம் நம்மைச் சோர்வில் ஆழ்த்தும்.

ஒருநாள் ஜே. ஜே. ஏதோ ஓரிடத்தில் மழைக்கு ஒதுங்கி நிற்கும் போது, அங்கு ஒதுங்கிய ஒரு பசுவின் மேல், ஒதுங்கி நின்ற ஒருவன் மிகுந்த சிரமத்திற்குத் தன்னை ஆட்படுத்திக்கொண்டு,

வெற்றிலைத் தம்பலத்தைக் குறிவைத்துத் துப்புவதைக் கண்டான். செஞ்சாறு கொழகொழவென்று பசுவின் வயிற்றோடு இரு பக்கங்களிலும் வழிந்தது. இக்காட்சியை நாட்குறிப்பில் சிக்கனமான வார்த்தைகளில் விவரித்து விட்டு, அவ்வாறு அவன் செய்யக் காரணம் என்ன என்ற கேள்விக்கு விடை தேடிக்கொண்டுபோகும்போது, மொழி, இனம், தேசத்தின் எல்லைகள், சரித்திரம் இவற்றைத் தாண்டி, மனித மனத்தின் கரும் புள்ளிகளைக் காணத் துடிக்கும் ஆவேசத்தை ஜே.ஜே யிடம் பார்க்க முடிகிறது. மனிதனின் கீழ்மைகள் சுயப்பிரக்ஞை யற்றவை என்றும், தன்னைப் பற்றி அவன் அறிந்து கொள்ள, ஒழுக்கவியல் மரபுகளும், அம்மரபுகளை வற்புறுத்தும் மதச் சிந்தனைகளும் பெரும் தடையாக முளைத்துவிட்டதையும் அவன் காட்டிக்கொண்டுபோகிறான். ‘மனிதன் தன்னை சகஜமாக வெளிப்படுத்திக்கொள்ள முடியாமல் போய்விட்டது. பரிபூரணத்தின் குரூரமான உருண்டைகள் பொறுப்பற்று அவன் முன் உருட்டப்படுகின்றன. தன் முன், தன் கழுத்திலேயே பிணைக்கப்பட்ட கழியின் எதிர் முனையில் தொங்கும் உணவை எட்ட, நிரந்தரம் ஓடிக்கொண்டிருக்கும் குதிரையின் வியர்த்தம் மனிதன்மீது குரூரமாகக் கவிழ்க்கப்பட்டுவிட்டது. கீழ்மைகள் துறந்ததான பாவனையின் போலி மரபுக்கு முன்னால், மனிதன் தன்னை மறுத்துக்கொள்ள வற்புறுத்தப்படுகிறான். இது எவ்வளவு பெரிய துரதிருஷ்ட நிலை. மனிதனாக இருப்பதன் பொருட்டே, தன்னைப் பார்த்து வெட்கப்பட்டுக்கொள்ளும் மனிதனின் விசித்திர நிலை. அவன் பிராணிகளின் இனம். பாலூட்டி. தன்னைச் சிறிது அறிந்துகொள்ளச் சக்தி பெற்றுவிட்ட பிராணி. அனுபவங்களை ஆராயத் தெரிந்த பிராணி. வழி நடக்கவும், திசை திரும்பவும், பின்னகரவும், மீண்டும் முன்னகர்ந்து செல்லவும் தெரிந்த பிராணி. சகஜமாக அவன் தாண்டல்களை நிகழ்த்திக் கொண்டுவந்தான். அவன் ஆத்மாவில் இயற்கையாகக் கனிந்த பழங்களை உண்டு அவன் பயணம் தொடர்ந்தான். நாகரிகத்தை உருவாக்க முயன்ற சட்டாம் பிள்ளை மனிதனின் நெடுந்தூரப் பயணத்திற்குப் பின் வந்துசேர்ந்தவன். பரிபூரணத் திற்கும் மனிதனுக்குமுள்ள இடைவெளியைக் காட்டும் துரோகத்தை நிகழ்த்தியவன் இவன்தான். அடைய வேண்டியதை அடைய முடியவில்லை என்ற ஆயாசத்தையும், தனது எண்ணங் களையும் செயல்களையும் வெறுக்கும் மனநிலைகளையும், குற்ற உணர்ச்சிகளையும் உருவாக்கியவன் இவன்தான். இதனால் இயற்கையின் பேரதிசயமான ஒத்திசைவுகள் குலைக்கப்பட்டு விட்டன. தன்னையே நிந்தித்துக்கொண்டிருப்பவன் எப்படிப் பயணத்தைத் தொடர முடியும்? இப்போது நாம் செய்ய வேண்டி யது இதுதான். மனிதனை உருவாக்க அவன் குரல்வளையைப் பற்றிக்கொண்டிருக்கும் கொடிய கரங்களிலிருந்து அவனுக்கு

விடுதலை தேடித்தர வேண்டும். ஒவ்வொரு மனிதனிடமும் சென்று 'நீ எப்படி இருக்க வேண்டுமென விரும்புகிறாயோ அப்படியே இரு' என்று நாம் கெஞ்சிக் கேட்டுக் கொள்ள வேண்டும். இந்த இரண்டாயிரம் வருடங்களாக மனிதன் அடைந்திருக்கும் சங்கடங்கள், நிம்மதியின்மை, குற்ற உணர்ச்சிகள், பாவ உணர்ச்சிகள், அவமானங்கள், தன் கரங்களால் தன் தலை மீது அவன் போட்டுக்கொண்ட அடிகள் இவற்றிலிருந்து அவனுக்கு முற்றாக விடுதலை கிடைக்க வேண்டும். அவன் இயற்கையாகப் பயணத்தைத் தொடரட்டும். அவன் கால் சுவடுகளில் துளிர்ப்பவை எவையோ அவைதாம் நாகரிகம். அவன் பாய்ந்து பிடிக்க அடி வானத்திற்குப் பின்னால் ஏதோ தொங்கிக் கொண்டு கிடக்கிறது என்ற கற்பனை இனி வேண்டாம்.'

இவ்வாறு எழுதிக்கொண்டுபோகிறான் ஜே. ஜே. வேட்டை நாயை, அது பாய்ந்து கொண்டிருக்கும்போது, கை - காமரா வினால் படம் பிடித்தால் சலனமற்ற ஒரு துண்டுப் படம் கிடைக்கும். கால்கள் அந்தரத்தில். கண்களில் கொடிய குரூரம். பாய்ச்சலை, அதன் வேகத்தை, உயிர்த் துடிப்பை இவற்றிலிருந்து நாம் அனுமானம் செய்துகொள்ள வேண்டும். இங்கும் சரி, இனி வரும் இடங்களிலும் சரி, ஜே.ஜேயை நான் காட்ட முயலும்போது, என்னுடைய பல வீனத்தை வெளிப்படுத்தும் முயற்சியாக அவை சரிந்து போகக்கூடும். இதிலிருந்து நான் தப்பித்துக்கொள்ள முடியாது. ஆனால் எனக்கு ஒரு ஆறுதல் உண்டு. தமிழில், இன்றில்லை என்றால் நாளை, சிந்தனையின் நுட்பம் மிகுந்த ஒருவன், மொழியை வாள் போல் வீசத் தெரிந்த ஒருவன், நுணுக்கமாகவும் கம்பீரத்துடனும் அழகுடனும் ஜே. ஜேயை நமக்குக் கொண்டுவருவான். இது நிச்சயமாக நடந்தே தீரும். நமக்கு அதுவரையிலும் காத்திருக்கத் தெரிய வேண்டும். அதோடு ஜே. ஜே. வரும்போது அவனை வரவேற்க நமக்குத் தெரிந்திருக்கவேண்டும். அவ்வுறவில் திளைத்த பின், அதில் ஆக்கம் இல்லை என்று நாம் கருதுவோம் என்றால், நாம் அவனை உதறிவிடலாம். முற்றாக ஒதுக்கிவிடலாம். தவறு இல்லை. ஆனால் உறவு நிகழ்வதற்கு முன் உறவு வேண்டாம் என்று நாம் சொல்லக்கூடாது. நம் மொழி தேடி வந்தவர்கள் அனைவரையும் நாம் புறக்கணித்திருக்கிறோம் என்பதால்தான் இப்படிச் சொல்கிறேன். தேடிவந்தவர்களையும் புறக்கணிக்கிறோம். அழைத்துக்கொண்டு வருகிறவர்களையும் புறக்கணிக்கிறோம். சட்டைக்கு அளவு எடுக்க, நம் உடலைச் சில கணங்கள் ஸ்பரிசிக்கும் தொழிலாளியிடம், அக்கணங்களில், நாம் உறவு கொள்வதில்லையா? இது இப்படி என்றால் நம் ஆத்மாவைப் பற்றிச் சிந்தித்த ஒரு கலைஞனிடம் நாம் எவ்வளவு கவலை கொள்ள வேண்டும்? இல்லாதவரையிலும் எவ்வளவு பெரிய கொடுமை இது?

இந்தக் கொடுமை நம் ரத்தத்தோடு வந்தது என்று நான் சொல்ல வில்லை. இடைக்காலத்தில் எப்படியோ நம் தலையைச் சுற்றிக் கொண்டுவிட்ட சாபம் இது. மீண்டும் நம்மை விட்டு நீங்கிவிடும். முற்றாக ஒழிந்துவிடும். கிணற்றிலிருந்து நாம் ஒவ்வொருவராக வெளியே வந்துவிடுவோம். வேற்று மொழிச் சத்தங்கள் நம் காதில் விழும். வேற்று மனிதர்களை நம் சகோதரர்களிலும் மேலாக நினைத்து உறவுகொள்வோம். உலக இலக்கியங்கள், தத்துவச் சிந்தனைகள், பிரபஞ்ச ரகசியங்கள் அனைத்தும், நம் மொழியில் வந்து இறங்கும். சூரிய ஒளியை உண்ணும் தாவரங்கள் போல் நாம் இவற்றை உண்போம். அன்று நாம் பின்திரும்பிப் பார்க்கும்போது நமது இன்றையத் தலைவர்களும் பிரபலங்களும் பூச்சிகள் போல், கொசுக்கள் போல், மூட்டைகள் போல் நமக்குத் தெரிவார்கள். அவர்களுக்குரிய நியாயமான உருவத்தை அன்று அவர்கள் அடைவார்கள்.

ஜே. ஜே. எந்த முடிவுக்கு வேண்டுமென்றாலும் வரட்டும். முடிவு கள், அவன் பயணத்தின் விளைவு. ஆனால் அவனுடைய பிரச்சினைகள், நம்மை, மனித ராசியைக் குதறிக்கொண்டிருக்கும் பிரச்சினைகள். மனிதனுக்கும் வாழ்வுக்குமுள்ள உறவு, பழக்கத் தின் தடத்தில் சரிந்துவிட்டது என்றும், அர்த்தத்தின் தளத்திற்கு அதை மாற்ற வேண்டுமென்றும் அவன் சொல்கிறான். ஒரு மனிதன் வாழ்வைப் பற்றி யோசித்து, அதனை வியாக்கியானித்து, குறைகளுக்கான காரணங்களை ஆராய்ந்து, விடைகளைத் தொகுத்து உருவாக்கும் தத்துவங்களை மனித ராசி பின்பற்ற வேண்டும் என்ற எதிர்பார்ப்பு வெற்றி அடையக்கூடியதல்ல என்பது அவன் எண்ணம். பேருண்மை என்று ஒன்றில்லை. மனித ஜாதியை முழுமையாகத் தழுவிக்கொள்ளும் உண்மை என்று ஒன்றில்லை. கிடைப்பவை, தெறிக்கும் உண்மையின் துணுக்குகள். துணுக்குகள், ஊடுருவும் பிரயாசத்தையோ அப்பியா சத்தையோ நம்மிடம் கேட்டு நிற்கவில்லை. எங்கும் சிதறிக் கிடக்கின்றன. ஒவ்வொரு நிமிடமும் வெளிப்படத் துடிக்கின்றன. ஆனால் பழக்கம். பழக்கத்தின் கொடுமையான போர்வை. அர்த்தத்தை மறைத்து, காணவொட்டாமல் அடிக்கும் போர்வை.

ஜே. ஜே. நாட்குறிப்பில் விவரித்துள்ள ஒரு சிறு சம்பவம் அவன் சிந்தனையை மேலும் சற்றுத் தெளிவுபடுத்த உதவக்கூடும்.

> ... அய்யர் வீட்டுக்குப் போனேன். வீடும், அய்யரின் குடும்ப உறுப்பினர்களும் 'பற்றி எரிந்து' கொண்டிருந்தார்கள். பெரும் மனக்கலக்கம். விஷயம் இதுதான். அய்யரின் மகள் வயிற்றுப் பேத்தி, ஒன்பது வயதான ராஜி, வீட்டுக்கு அவ்வப்போது புல்லறுக்க வரும் ஒரு கிருஸ்தவக் கிழவனுடன், அன்று அவன் புல்லறுத்துக்கொண்டு போகும்போது, கூடவே பேசிக் கொண்டு வெளியே போய்விட்டாள். அவளுடைய தங்கை

சாரு பார்த்திருக்கிறாள். நான் போகும்போது 'ராஜியைக் காணவில்லை' என்று வீடு 'பற்றி எரிந்து'கொண்டிருந்தது. சாருவின் வாக்குமூலத்தை யாரும் கணக்கிலெடுத்துக்கொள்ள வில்லை. மனப்பூர்வமாகவே. கணக்கிலெடுத்துக்கொண்டால் விஷயம் இன்னும் மோசம், அவர்களுடைய பார்வையில். 'பிரச்சினையே இல்லையே' என்று நான் சொன்னதற்கு, 'நீங்கள் எப்போதும் என்னிடம் ஈவிரக்கமின்றி நடந்துகொள் கிறீர்கள்' என்றார் அய்யர். சுமார் ஒரு மணி நேரத்திற்குப் பிறகு ராஜி வந்தாள். எல்லோரும் அவள் முன் சாடி விழுந்தனர். கிழவன் அவனுடைய குடும்பத்தின் கதையைச் சொல்லிக் கொண்டிருந்தானாம். 'அவனுக்குப் போக நேரமாகி விட்ட தால், அவனுடன் போய் மறு பாதியையும் தெரிந்துகொண்டு வந்தேன்' என்றாள் ராஜி. ராஜிக்கு அடி கிடைத்தது. அடிகள் கொடுப்பதில் போட்டா போட்டி. அவள் அழவில்லை. ஒரு தினுசாக அவர்களைப் பார்த்துக்கொண்டிருந்தாள். அந்தப் பார்வைக்கு என்ன அர்த்தம் என்பது அய்யருக்கோ அவர்களுடைய குடும்பத்தினருக்கோ தெரியாது. எனக்குத் தெரியும். மிக மோசமான திமிர் என்பதிலிருந்து, பைத்தியத் தின் ஆரம்பம் என்பது வரையிலும் நோய்க்கூறு விவரங்கள் வசைகளில் வெளிப்பட்டன. சாராம்மாவிடம் விஷயத்தைச் சொன்னேன். 'ராஜி ரொம்ப நல்ல பெண். மகா புத்திசாலி' என்று அவள் சொன்னாள். 'அவள் இன்னும் சற்றுப் பிந்தி வந்திருக்கலாம்' என்றாள்.

ஜே.ஜேயை அதற்குப் பின்னால் நான் நேரில் சந்திக்கவே இல்லை. எங்களுக்குள் கடிதத் தொடர்பும் ஏற்படவில்லை. நான் செய்த ஒரு நல்ல காரியம் அவன் எழுத்தை, கூடியமட்டும், விடாமல் படித்துக்கொண்டிருந்ததுதான். புரிந்தபோதும் படித்தேன். புரியாத போதும் படித்தேன். திரும்பத் திரும்ப. இடைவெளிகள் விட்டு. மனம் சோர்ந்துபோய்விடுகிறபோது, அவன் எழுத்தில் ஏதேனும் ஒரு பகுதியை எடுத்துப் படிப்பேன். பரவசம் மனத்தில் சில்லிட்டுக் கரையும். மூளையின் இருட் குகைகளில் ஒரு சில கைவிளக்குகள் தனியே பற்றிக்கொண்டு சுடர்த் திலகங்கள் எழுப்பும். வெளிப்பட எவ்வளவோ இருக்கின் றன. வெளிப்படுத்துவதில் ஆவேசம் கொண்டவனாக இருக்கிறான் மனிதன். இயற்கை இவ்வாறு முகத்திரை அணிந்தும், மெய்யான காதலனைக் கடைக்கண்ணால் பார்த்தும் மிளிரும் நிலையை நினைத்து மனம் சந்தோஷம் கொள்ளும். உண்மையின் சிறு கீற்றுக்கூடப் பரவசத்தை ஏற்படுத்தக்கூடியது. 'பயணத்தைத் தொடரு' என்ற செய்தியை ஜே.ஜே. என் காதோரம் முணுமுணுப் பது போல் நான் உணர்வேன். 'பாதைகள் என்று எதுவுமில்லை. உன் காலடிச் சுவடே உன் பாதையை உருவாக்குகிறது' என அவன் வற்புறுத்துவதைப் போல் எனக்குப் படும்.

ஒரு சமயம் நான் இருக்கும் ஊருக்கே அவன் வந்தான். என் நண்பரான கல்லூரி ஆசிரியர் மூலம் அவன் வரப்போகும் செய்தி எனக்கு முன்கூட்டிக் கிடைத்தது. எனக்கும் அவனுக்கும் ராசியில்லை என்ற எண்ணம் பகுத்தறிவுக்கு ஒவ்வாதது என்றும், அதை ஏற்றுக் கொள்ளக்கூடாது என்றும், மீண்டும் சந்திப்பதன் மூலம் நாங்கள் நண்பர்கள் ஆகக்கூடிய சாத்தியக்கூற்றைத் தவிர்க்க முடியாது என்றும் எண்ணினேன். எவன் மீதும், ஏன் எதன் மீதும், முன்விதி கொள்வது நல்லதல்ல என்று மனசுக்குள் சொல்லிக்கொண்டேன். வேடிக்கைதான். என் வீட்டுப் பின் திண்ணையிலிருந்து பார்த்தால் தெரியும் வீட்டில் அவன் தங்கி யிருந்தான். ஏ. ஜி. எஸ். என்று அழைக்கப்படும் ஏ. ஜி. சோமன் நாயர். நீங்கள் கேள்விப்பட்டிருக்கிறீர்களா? ஆழ்ந்த கலை ஈடுபாடு கொண்டவன். பென்ஷன் பணம் குடிக்கப் பற்றாமல் ஆகிவிட்டபோது திரை உலகுக்கு வந்தான். அவன் மொழிப் படங்களில் அவன் பெயரிலும், நம் மொழிப் படங்களில் ராஜ ராஜன் என்ற பெயரிலும் நடித்தான். கதாநாயகியின், மனைவி யில்லாத தகப்பனாக எப்போதும் வந்து, இடைவேளைக்குப் பின் இருமிச் செத்துப்போவான். நாற்பது ஐம்பது தினுசுகளில் அவன் செத்துப்போயிருக்கிறான். அதற்கு மேல் புது தினுசில் செத்துப்போக அவனுக்குத் தெரியாமல் ஆனபோது, படத் தயாரிப்பாளர்கள் அவனைக் கத்தரித்து விட்டுவிட்டார்கள். அவர்களையும் குறை சொல்ல இல்லை. தனது மகளின் விசித்திர மான காதலைச் சீரணிக்க முடியாமல், அவன், தலையைக் கலைத்து விட்டுக்கொண்டு, பறிகொடுத்த முகபாவத்துடன் வரும்போதே தியேட்டரில் பெஞ்சுகளிலிருந்து கூட்ட இருமல்கள் கேட்க ஆரம்பித்துவிடும். இதெல்லாம் நமக்குத் தெரிந்த முகம்.

நமக்குத் தெரியாத முகம் ஒன்றும் அவனுக்கு உண்டு. அவன் ஒரு டாக்டர். நாடி பிடித்து ஊசிபோடும் மருத்துவன். சிறு வயதிலிருந்தே மேடைக்கலைகளில் மிகுந்த ஆர்வம் கொண்டிருந் தவன். இன்று அகில இந்தியப் புகழ் பெற்றுவிட்ட 'பிரதிபா ஆர்ட்ஸ் கிளப்'பை அவன்தான் உருவாக்கினான். இப்சனின் நாடகங்களைத் தழுவி இவன் எழுதியவை, அந்தக் காலத்தில் அரங்கேறியபோது நடித்துக் கொண்டிருக்கும்போதே கல்லெறி பட்டுக் காயம் அடைந் திருக்கிறான். நாடகம் என்ற தனித் துறைக்கு உரித்தான கலை அனுபவத்தை அவன்தான் பார்வை யாளருக்கு முதலில் அளித்தான். அத்துடன் சமஸ்கிருத நாடகங் களிலும் உலக நாடகங்களிலும் ஆழமான படிப்பும் அவனுக்கு இருந்தது. இந்நாட்களில் ஜே.ஜே. போன்ற எண்ணற்ற அறிவாளி களுடன் நெருங்கிய தொடர்பு கொண்டிருந்தான். இப்சனின் 'பொம்மை வீடு' தழுவி அவன் எழுதிய நாடகத்தில், உயர்ந்த உத்தியோகம் பார்க்கும் யுவதி, தன்னை மணந்துகொள்ளும்படி தன்னிடம் வேலை பார்க்கும் ப்யூனை வற்புறுத்துகிறாள் அல்லவா?

அந்த ப்யூனாக நடித்தவன் ஜே. ஜே. தான். ('ப்யூனாக நடிக்க எனக்கு மேக்கப் தேவையில்லை. இது ஒரு வசதி'.) அரசாங்க டாக்டராக இருந்த ஏ. ஜி. எஸ். வேலை மாற்றலாகி எங்கள் ஊரில் தங்கியிருந்தபோது அவனுடைய வீட்டுக்கு வந்தான் ஜே. ஜே.

ஏ. ஜி. எஸ்ஸின் வீட்டு மொட்டை மாடியில் அமர்ந்து, சுருட்டுப் புகைத்தபடி, ஜே. ஜேயும், ஏ. ஜி. எஸ்ஸும் பேசிக்கொண்டிருக்கும் போது, என் வீட்டுப் பின்திண்ணையிலிருந்து பார்த்துக் கொண் டிருப்பேன். மானசீகமாக ஜே. ஜேயுடன் பேசிக்கொண்டே இருப்பேன்.

'ஜே. ஜே, உன்னை இங்கிருந்து பார்த்துக்கொண்டிருக்கிறேன். உன் வாசகனான நான். கோட்டயத்தில், ஏழாவது வயதில், முதல் முதலாக, சம்பத் மாமாவின் தச்சுப் பட்டறையில் உன்னைப் பார்த்தேன். அன்று உன் அர்த்தம் எனக்குத் தெரியாது. அந்தச் சந்திப்பை நான் உதறிவிட்டேன். முற்றாக, அர்த்தம் எனக்குத் தெரியாது என்பதால். மீண்டும் முன்னேற்ற எழுத்தாளர் மாநாட்டில் பார்த்தேன். 'சிவகாமி அம்மாளின் சபதம் நிறை வேறிவிட்டதா?' என்று கேட்டாய். உனக்குத் தெரிந்துகொள்ள விருப்பம் இருக்கிறதோ இல்லையோ, என்னைப் பற்றி ஒரு சில விஷயங்கள் உன்னிடம் சொல்லிவிடுகிறேன்.

நான் இப்போது வாசகன் மட்டுமல்ல. எழுத்தாளனுங்கூட. சிறுகதைகள் எழுதிக்கொண்டிருக்கிறேன். எனது இன்றையச் சிந்தனைகள் உனக்கு உவப்பாக இல்லாமலிருக்கலாம். நம்முடைய இன்றைய மிகப் பெரிய பிரச்சினைகள், பொருளாதாரப் பிரச்சினைகள். பற்றாக்குறை, வறுமை, நோய்கள், அறியாமை, உறைவிடங்கள் அற்ற நிலையில், பொந்துகளில் ஜீவன்கள் கிடந்து உழலும் பரிதாபம். உயிர்கள் எரிந்து கொண்டிருக்கின்றன. எண்ணெயின்றித் திரிகள் எரிகின்றன. உழைக்கும் கரங்களைப் பசியில் ஆழ்த்துகிறோம். இந்நிலையைக் காக்கும் சமூக அமைப்பை நாம் அழித்துவிட வேண்டும். மனிதன் இன்று வரையிலும் பட்ட கஷ்டங்கள் போதும். இதில் அதிகமான கஷ்டங்களை அவனுக்குத் தந்திருப்பது வறுமைதான். மாடுகளை விடவும் கேவலமாக வாழ்ந்துகொண்டிருக்கும் மனிதர்களி டம், கருத்துச் சுதந்திரம் என்றும், தத்துவ விசாரங்கள் என்றும், ஆத்மீக விடுதலை என்றும் பேசுவதில் அர்த்தம் இல்லை. 'ஓ! நீயும் கம்யூனிஸ்ட் ஆகிவிட்டாயா?' என்றுதான் நீ கேட்பாய். ஏளனமாகச் சிரிப்பாய். ஏளனம் உனக்குக் கைவந்த கலை. 'அன்று எழுத்தாளர் மாநாட்டில் கூனல் முதுகுடனும் கறுப்புக் கண்ணாடியுடனும் உன்னைப் பார்த்தபோதே எனக்குத் தெரியும், இந்த இடத்திற்குத்தான் நீ வந்துசேருவாய்' என்றும் நீ சொல்லக் கூடும். உன் தீர்க்கதரிசனங்களைப் பற்றிய உன்னுடைய கற்பனை

கள் சற்று மிகையானவை. ‘அரைவேக்காடுகளுக்கு இதைவிடச் சிறந்த இடம் கிடையாது. தொண்டாற்று; பணிபுரி; ஏழைகளை ஆட்சியில் அமர்த்து; இந்தியாவை ஒரு பெரிய மாட்டுப் பண்ணையாக மாற்று’ என்றெல்லாம் நீ சொல்லக்கூடும்.

நான் ரொம்பப் படித்தவனில்லை. ரொம்பச் சிந்திக்கத் தெரிந்தவனுமில்லை. நான் மத்திய வர்க்கத்தைச் சார்ந்த ஒரு செல்லப் பிள்ளை. நோயுற்ற காரணத்தினால் புத்தகங்கள் படிக்கும் நிர்ப்பந்தத்துக்கு ஆளானேன். எனக்கும் புற உலகத்துக்குமுள்ள உறவு வெட்கக்கேடானது. என் வீட்டு வேலைக்காரி கோலம்மை, வண்ணான் ஈனமுத்து, நாவிதன் ராமய்யா, தச்சன் குருசந்தோணி, தோட்டத்தில் புல் பறிக்க வரும் பெருமாள் நாடார் இவர்களைத் தான் எனக்குத் தெரியும். என்னை வைத்துக்கொண்டு என்ன செய்வது என்று தத்தளித்த என் குடும்பம். விசித்திர ஜென்மமாக என்னைக் கண்டு எனக்கு நிம்மதியைத் தந்து ஒதுங்கி விட்ட என் உறவினர்கள். வந்துபோகும் என் நண்பர்கள். முறியும் உறவில் விலகிப்போய்விடும் நண்பர்கள். என் உலகம் இவ்வளவுதான்.

எங்கள் ஊர்ப் பூங்காவில் மத்தியிலிருக்கும் நூல்நிலையம், மற்றொரு ஆசுவாசம். பழக்கடை மண்டி போல் புத்தகங்கள் குவிந்து கிடக்கும். தரையில் குப்புறப்படுத்துத் துழாவினால் சில சமயம் நல்ல புத்தகங்கள் கிடைக்கும். முனிசிபல் உறுப்பினர் கமிட்டியின் கவனத்தைத் தாண்டி, ஒவ்வொரு தடவையும் சில நல்ல புத்தகங்கள் வரத்தான் செய்கின்றன. இன்னும் மூன்று வருடங்களுக்குப் படிக்கப் புத்தகங்கள் நிச்சயம் இருக்கும் என்று ஒரு கணக்கு. அவ்வளவு நாட்கள் போகுமா என்று என்னைப் பற்றி டாக்டர்களுக்கு சந்தேகம். ஆரோக்கியம் எட்டிப்பார்க்க ஆரம்பிக்கும்போது, தடுக்கும் கரங்களைத் தள்ளிக் கொண்டு, புறப்பட்டுப்போய்விடுகிறேன். மனம் போனபடி ஒரு போக்கு. திரும்பி வரும்போது நிலைமை மிக மோசமாக இருக்கும். குதிரை வண்டியிலிருந்து கைத்தாங்கலாக வீட்டுக்குள் வரும்படி. திரும்பும் ஆரோக்கியத்தைக் கெடுத்துக்கொண்டுவிடு கிறேன் என்று அழுகையும் கத்தலும். போகும் உயிரை இப்படிப் பிடித்து நிறுத்திவிடுகிறேன் என்பது என் கணக்கு.

இதில் நான் முக்கியமாகச் சொல்ல வந்தது, இந்த மடத்தனமான பயணங்களில் எனக்கு ஏற்படும் மனித உறவுகளைப் பற்றி. இந்த உறவுகளைப் பற்றி என் வீட்டாருக்கோ, என் சுற்றத்திற்கோ, என் நண்பர்களுக்கோ துளியும் தெரியாது. சொன்னால் நம்பமாட்டார்கள். இந்தப் பயணங்களில் சகல கீழ்மைகளுக்கும் சகல உன்னதங்களுக்கும் நான் என்னை முற்றாக அர்ப்பணித்துக்கொண்டேன். இந்தப் பயணங்களில் தான் மனித துக்கத்தை நான் தெரிந்துகொண்டேன். ‘இந்த

உலகம், இந்த உலகம்' என்று என் மனத்துக்குள் முடிக்கத் தெரியாது அரற்றப்படும் வாக்கியம் இந்தப் பயணங்களுக்குப் பின் ஏற்பட்டதுதான். இவ்வளவும்தான் நான். தத்துவ மூளை, வாள் வீச்சுப் போன்ற சிந்தனைகள், உலக அறிவை முந்தியில் செருகிக்கொள்ளும் திறன், வேட்டை நாயின் பாய்ச்சல் இவை ஒன்றும் எனக்குச் சொந்தமில்லை. ஜனங்களின் லௌகீகக் கஷ்டங்கள் தீர்ந்துவிடட்டுமே என்று நான் நினைக்கிறேன். இந்தக் கஷ்டங்கள் தீர்ந்ததும், இதையடுத்துப் பிரச்சினைகள் கிளம்பும் என்பது உனக்கு மட்டுமல்ல, எனக்கும் தெரியும். ஒரு பேச்சுக்கு, வேறு எதுவும் நான் அறிந்தவனல்ல என்று வைத்துக் கொண்டாலும்கூட, உன்னுடைய புத்தகங்களைப் படித்தவன்தானே? ஆக்கத்தின் தோற்றத்தில் மறைந்திருக்கும் அழிவை உன்னைவிடத் திறம்பட எடுத்துக்காட்டத் தெரிந்தவன், இன்று இந்திய மண்ணில், எனக்குத் தெரிந்து வேறு எவனும் இல்லை.

'விருந்தும் விஷமும்' என்ற உன் புத்தகத்தை நான் செம்மையாகப் படித்திருக்கிறேன். குமிளி என்ற இடத்தில் வறுமையின் கொடுமை தாங்க முடியாத ஒரு குடும்பத் தலைவன், அவனுக்குத் தெரிந்த ஒரு செல்வனிடம் சென்று, ஏதேதோ சொல்லி கணிசமான தொகை ஒன்றைக் கடனாகப் பெற்று, மனைவிக்கும் குழந்தைகளுக்கும் புத்தாடைகள் அணிவித்து, விருந்துணவுகள் கோலாகலமாக இட்டு, குழந்தைகளும் மனைவியும் எக்களிப்பில் ஆழ்ந்திருக்கும்போது, தந்திரமாக நஞ்சூட்டி அவர்களைக் கொன்று, தானும் விஷமருந்திச் செத்தான். சரிதானா? இந்தப் பத்திரிகைச் செய்தியிலிருந்துதான் நீ உன் புத்தகத்தை ஆரம்பிக்கிறாய். விருந்துணவும் தற்கொலையும். எக்களிப்பும் மரணமும். இவ் வார்த்தைகளின் முரண்பட்ட தன்மைதான் கம்யூனிஸத்தின் பீஜம் என்பது உன்னுடைய துவக்கம். சரிதானா? இதிலிருந்து உன்னுடைய சிந்தனைகளை நீ வளர்த்துக் கொண்டுபோகும் முறை அற்புதமாக இருக்கிறது. தற்கொலையில் தன் குடும்பத்தையே ஆழ்த்தும் அந்தக் குடும்பத் தலைவனின் மனோ பாவத்திலிருந்து ஆரம்பித்து, குமிளியிலிருந்து ஐரோப்பிய அரசியலின் பனிக்கட்டிகளுக்குள் போய்ச்சேரும் படிப்படியான சஞ்சாரம். வேஷங்களை உரித்தும், வியாக்கியானங்களை ஈவிரக்கமின்றி நம்ப மறுத்தும், உண்மையின் மணிகளை நீ கோர்த்துக்கொண்டு போகும் முறை என்னைப் பரவசத்தில் ஆழ்த்துகிறது. உண்மையின் கீற்றுகள் இல்லை எனில் ஒருபோதும் பரவசம் என்பதும் இல்லை. ஆனால் ஒன்று. இந்த ஜனங்கள் உண்டு, உடுத்தி, நிம்மதியாகப் புணர்ந்து, மனித கௌரவத்துடன் வாழ்ந்து வெகு காலம் ஆகிவிட்டது. எந்தக் காலத்திலேனும் இவர்கள் மனித கௌரவத்துடன் வாழ்ந்தார்களா என்பது எனக்குச் சந்தேகமாகவே இருக்கிறது. இவர்கள் நன்றாக

உண்டு, அலங்கரித்துக்கொண்டு, எக்களிப்புடன் சிறிது கால மேனும் கூடி வாழ்ந்து, அதன் பின் தற்கொலை செய்துகொண்டு செத்தொழி யட்டும். இப்போது இவர்களுக்கு வாழ்வும் இல்லை. சாவும் இல்லை. அப்படியானால், வாழ்வுக்குப் பின் சாவு அவ்வளவு மோசமில்லை. 'உணர்வு பூர்வமான, முரட்டுத்தன மான பதில்' என்று நீ சொல்லக்கூடும். இருக்கலாம். இப்படித் தான் எனக்குப் பதில் சொல்லத் தெரிகிறது. இதைத்தான் என்னுடைய கதைகளிலும் நான் சொல்லிக் கொண்டிருக்கிறேன். நீ ஏற்கலாம். அல்லது மறுக்கலாம். அது உன் பார்வையைப் பொறுத்தது. சரியைச் சொல்வது அல்ல, என் மனம் சரியென்று நம்புவதைச் சொல்லிவிடுவது. இதுதான் எழுத்தின் அடிப்படை. தன் காலத்தைப் பற்றிய சிந்தனையில் முழுமை கூடவில்லை என்பதில் எந்த எழுத்தாளனுக்கும் அவமானமில்லை. பொய்யன் என்ற வசை அவன் மீது படக்கூடாது. பட்டால் அவன் எழுத்தாளன் அல்லன். பொய்யன்.

தெருவில் இறங்கி வேகமாக இரண்டு நிமிஷங்கள் நடந்தால் – நெடுஞ்சாலையில் சில எட்டுகள். அதன்பின் கிளை விரியும் ஒரு சந்து. இவ்வளவுதான் – ஜே. ஜே. இருக்கும் இடம் போய்ச் சேர்ந்து விடலாம். ஆனால் ஏதோ ஒரு தடை. ஏதோ ஒரு கூச்சம். என்னைத் தாண்டி அவன் வேறு எங்கோ போய்விட் டான் என்ற எண்ணம். கண்ணீரை வரவழைக்கும் மனித மனத்தின் நெகிழ்ச்சியிலிருந்து புறப்பட்டு, மூளையின் பள்ளத் தாக்குகளில் ஏறிக்கொண்டிருப்பது மாதிரி. நான் கொஞ்சம் சங்கோஜி. இரண்டு பேர் இருக்குமிடத்தில் மூன்றாவது ஆளாகப் போய்ச்சேர மனம் சுருங்குகிறவன். இம்முறை யும் சந்திப்பில் பிசிறு தட்டும் என்ற கற்பனை.

ஆனால் ஜே. ஜே. என் மனத்தில் எத்தனையோ சஞ்சலங்களை ஏற்படுத்திவிட்டான். பழக்கத்தில் ஆழ்ந்துபோகும் என் அடிமைப் புத்தி அவனால் மீண்டும் மீண்டும் தண்டிக்கப்பட்டுவிட்டது. என் பழமையான நிலைகள் பல ஆட்டம் கண்டுவிட்டன. அதற்கு அவன்தான் காரணம். அவன் என்னை எங்கும் கொண்டு போய்ச் சேர்க்க வில்லையே என்று சொல்லலாம். சேராதவன் எப்படிச் சேர்க்க முடியும்? ஆனால் உறக்கத்தைக் கலைப்பதும், சுரணை கெட்டதனத்தையும் தடித்தனத்தையும் குத்திப் புண்படுத்துவதும் பெரிய காரியமல்லவா? எதுவும் சரியில்லை என்ற எண்ணத்தை அவன் எவ்வளவு பலமாக ஏற்படுத்துகிறான்! ஆனால் எது சரி? எப்படி மாற்றியமைக்க வேண்டும்? இனி மனிதன் பின்பற்ற வேண்டிய நியதிகள் எவை? இக்கேள்விகள் முன் அவன் எதிர்கொள்வது அந்தகாரம். சிலபோது அஸ்த மனத்திற்குப் பின் என்றும், சில போது உதயத்திற்கு முன் என்றும் தோன்றும் அந்தகாரம்.

எனக்கு நிம்மதியின்மையை ஏற்படுத்தியதற்கு ஜே. ஜேக்கு நான் நன்றி சொல்ல வேண்டும். என் சிறுகதைகளைப் படித்த நண்பன் ஒருமுறை சொன்னான், 'உன் கதைகள் இலக்கியமா இல்லையா என்பது எனக்குத் தெரியாது. ஆனால் உன்னைப் படித்தால் நிம்மதியைப் பிடுங்கிக்கொண்டுவிடுவாய்' என்று. இதைக் கேட்க எனக்கு சந்தோஷமாக இருந்தது. ஜே. ஜே. பற்றவைத்த நெருப்பு பரவுகிறது. பேரிலக்கியம் பேரமைதியை ஏற்படுத்தும் என்று மகான்கள் சொல்லியிருக்கிறார்கள். ஆஹா! பேரமைதி. ஊழிக்கூத்துக்குப் பின் உறையும் பேரமைதி. மகான்கள் பேரமைதிகளை உருவாக்கட்டும். எனக்கு இதில் நாட்டமில்லை. என்னுடைய நோக்கம் ஊழிக்கூத்துக்கு உடுக்கடிப்பது.

இதெல்லாம் நான் எதற்குச் சொல்கிறேன் என்றால் ஜே. ஜேயைச் சந்திக்காமலே, சந்திக்கும் விதத்தில் நான் சந்தித்துக்கொண் டிருக்கிறேன் என்பதற்காகத்தான். அவன் அழிந்தாலும் அவனை நான் சந்தித்துக்கொண்டேதான் இருப்பேன். நான் அழிந்த பின்பும், அவனை என் மூலம் சந்திக்க முடியும். இப்படித்தான் பேச்சுக்கெல்லாம் மேலான பெரும் பேச்சு தொடருகிறது. என்னுடைய அர்த்தத்தில் ஆத்மா அழியாது என்பது இதுதான்.

இப்படி எல்லாம் சரியாகவும் நன்றாகவும் சிந்தித்த பின்புகூட, அவனுடைய நண்பனாக இருக்க வேண்டுமென்ற ஆசை என்னிடம் அழியாமல் ஒளிந்துகொண்டுதான் இருந்தது.

சில நாட்கள் இப்படியே சென்றன. ஏ. ஜி. எஸ்ஸும், ஜே. ஜேயும் பால்கனியில் உட்கார்ந்திருந்த நேரங்களில் அநேகமாக நானும் பின் திண்ணையில்தான் இருந்தேன். ஜே. ஜேயின் ஆரோக்கியம் தேறிவருகிறது மாதிரி எனக்குத் தோன்றிற்று. 'ஜே. ஜே. இங்கேயே மேலும் சில நாட்கள் இருந்து உன் உடம்பை நன்றாகத் தேற்றிக்கொள். எங்கள் ஊர் மாதிரி கிடையாது' என்று காற்று வழி அவனுக்கு மானசீகச் செய்தி அனுப்பினேன்.

அடுத்த நாள் பால்கனி கதவு திறக்கப்படவில்லை. மத்தியானம் வரையிலும் பல தடவை போய்ப் பார்த்தேன். சாத்தியே இருந்தது. அதற்கு அடுத்த நாள் ஏ. ஜி. எஸ். அங்கு தனியாக நின்றுகொண்டிருந்தான்.

3

நாம் ஆத்மார்த்தமாக ஆசைப்படும் ஒரு விஷயம், கைகூடுவதற்கான முயற்சி எதுவும் மேற்கொள்ளப்படாம லிருக்கும் போதே, தானாகக் கனிந்துவருவது என் அனுபவம்.

1960இல் சென்னையில் நடந்த உலக எழுத்தாளர் சங்கத் தின் பதிமூன்றாவது மாநாட்டில், மூன்றாவது நாள் பிற்பகல் அமர்வுக்கு ஜே.ஜே. தலைமை வகிப்பதாக இருந்தது. விஷயமும் அவனுக்கு மிகவும் பொருத்தமானது. 'நாம் தாழ்ந்துபோனது என்ன?' என்ற பொதுத் தலைப் பின் கீழ் பல்வேறு துறையைச் சார்ந்த அறிஞர்கள், தத்தம் துறையைப் பற்றிக் கட்டுரை படிக்கிறார்கள்.

ஜே.ஜேயை ஒரு பிரசங்கி என்று சொல்ல முடியாது. இந்தியக் கடல் மடைகளில் அவன் ஒருவனல்ல. அதிகப் பிரசங்கிகளில் (மேடையில் அதிகமாகப் பேசக்கூடியவர் கள் என்ற நல்ல அர்த்தத்தில்) எவனும் அவனைச் சுலப மாகத் தோற்கடித்துவிட முடியும். தமிழ் அதிகப்பிரசங்கிகள் அவனை ஓட ஓட விரட்டினால் ஆச்சரியப்படுவதற்கில்லை. ஜே.ஜே. பேசும்போது, ஒரு மூளையும் இன்னொரு மூளை யும் காதல் வயப்பட்டுக் கொஞ்சிக்கொள்வது போல் இருக்கும் என்பார்கள். சிறிது நேரம் பேசிவிட்டு, கேட்டுக் கொண்டிருப்பவர்களிடம் 'நீங்கள் என்ன நினைக்கிறீர்கள்?' என்று கேட்க ஆரம்பித்து விடுவானாம். கொஞ்ச நேரத்தில், கூட்டம், எல்லோரும் பங்குகொள்ளும் சம்பாஷணை ஆகிவிடும். கோடை மழை மாதிரி அடித்துக் கொட்டி

விட்டு, சபையின் எதிர்வினைகளைப் பற்றிச் சிறிதும் கவலைப் படாமல் வெற்றி வாகை சூடிய மமதையோடு கூசாமல் இறங்கிப்போகும் பிரசங்கிகளையே சிறு வயதிலிருந்து பார்த்துக் கொண்டு வரும் எனக்கு, ஜே.ஜேயின் மனோபாவம் ஆச்சரி யத்தை அளித்தது. ஆனால் என் சகோதரத் தமிழ் எழுத்தாளர் களின் சண்டப்பிரசண்டங்களின் முன் ஜே.ஜே. அமுங்கிப் போய்விடுவான் என்ற கவலை எனக்கு ஏற்படவில்லை. சிந்தனையின் பீரங்கி முழக்கப்படும்போது, நம்மவர்கள் மௌனத்தின் சமாதானக் கொடிகளைப் பறக்கவிட்டு விடுவார்கள் என்பதில் எனக்கு நல்ல நிச்சயம் இருந்தது.

இந்த மாநாட்டுக்கு எனக்கும் அழைப்பு வந்ததில் என்ன ஆச்சரியம்? என் கதைத் தொகுதி பிரசுரமாகிவிட்டதே! நானும் போனேன். ஆனால் இப்போது என்னுடைய முழு ஆர்வமும் ஜே.ஜேயைச் சுற்றிக் கும்மியடிக்கும் ஒன்றாக இல்லை. எனக்கு வயதாகிக்கொண்டிருக்கிறது. புதிய அனுபவங் களுக்கும் நான் ஆளாகிக்கொண்டிருக்கிறேன். அவ்வப்போது, சிந்திப்பதில் சில வெற்றிகளும் கிடைக்கின்றன. இப்போது நான் ஜே.ஜேயிடம் பேசக்கூடுமென்றால், அவனுக்குத் தெரியாத ஒரு ஆசிரியரின் பெயரையேனும் சொல்லி, அவனை வியப்பில் ஆழ்த்தக்கூடும். சிந்தனை விருட்சம் மத்திய திருவிதாங்கூர் மண்ணில்தான் முளைக்கும் என்று யாரும் கற்பனை செய்து கொள்ள வேண்டியதில்லை. தமிழ் மண்ணிலும் முளைக்கும். எல்லா மண்ணிலும் செடிகள் முளைக்கின்றன. பாழ்பட்ட மண்ணிலும் அதற்கேற்ற செடிகள். உயிர் பாதகமான நிலை களைக் கணக்கிலெடுத்துக் கொண்டு, அதற்கு ஏற்பத் தன்னை மாற்றி, தடைகளைச் சிதறியடித்துக் கொண்டு வெளிப்படும். இது உயிரியல் தத்துவம். எங்கள் பாஷையைப் பற்றி யாரும் இளப்பமாக நினைக்க வேண்டியதில்லை. என்ன பொல்லாத வினையோ, என்ன சாபமோ, யார் செய்த பாவமோ, சிறிது பின்தங்கிப்போய்விட்டோம். மீண்டும் வெடித்துக்கொண்டு வருவோம். எங்கள் ஆத்மாவில் ஒரு பொறி இன்னும் அவியாமல் கனன்றுகொண்டிருக்கிறது.

என் வருகையை அறிவித்து நான் முன்கூட்டித் தந்தி கொடுத் திருக்க வேண்டும். செய்யவில்லை. வரவேற்பறைக் கிளிமூக்கி துளைக்க ஆரம்பித்துவிட்டாள். 'அச்சிட்டு அனுப்பியிருந்தோமே' என்றாள். அழகிகள் பொய் சொல்வார்களா? நிகழ்ச்சி நிரலை கவனித்த அளவுக்கு நான் லொட்டு லொடக்குகளைக் கவனிக்க வில்லை. எனக்குத் தங்க இடம் இல்லை. 'கடைசி நிமிஷத்தில் வந்து எல்லோரும் இப்படி நின்றால் நான் என்ன செய்வேன்?' என்று ஆங்கிலத்தில் உதிர்த்தாள்.

நான் போர்ட்டிகோ படிக்கட்டில் போய் உட்கார்ந்துகொண்டேன். படிக்கட்டில் சாய்ந்துகொண்டேன். கால்களை நீட்டிக் கொண்டேன். வசதியாகவே இருந்தது. ஒரே குளிர். அதுதான் கஷ்டமாக இருந்தது. லேசாக மயங்கினேன்.

கிளிமூக்கி என் பெயரைச் சொல்லிக் கத்திக் கூப்பிட்டாள். 'நீங்கள் பெரிய அதிர்ஷ்டசாலி' என்றாள். ருஷ்ய எழுத்தாளர் டிமிட்ரியின் அறையின் வராண்டாவில் என்னைப் போடச் சொல்லிவிட்டாராம் காரியதரிசி பசவப்பா. குளிர்காலம். அதிர்ஷ்டசாலியாம் நான். கிளிமூக்கி சொல்கிறாள்.

டிமிட்ரி ருஷ்ய பாஷையில் பேசுவான். நான் முழிக்க வேண்டும். எனக்கு மூன்று பாஷைகள் தெரியும். தனக்கு அவை தெரியவில்லையே என்று டிமிட்ரிக்குத் தோன்றவே செய்யாது. நான்தான் வெட்கப்பட வேண்டும் அவன் பாஷை தெரியாததற்கு. இதுதான் இந்திய எழுத்தாளனின் விசித்திரத் தலைவிதி.

ஏ. சி. அறையின் வராண்டாவில் படுத்துக்கொண்டேன். டிமிட்ரிக்கு இது ரொம்பவும் கஷ்டமாகிவிட்டது. 'இவர் காந்திய வாதியா?' என்று துபாஷி மங்களா கிருஷ்ணமூர்த்தியிடம் கேட்டானாம். ஏழ்மையிடம் நாய்க்குட்டி மாதிரி கொஞ்சிக் கொண்டிருப்பார்கள் காந்தியவாதிகள் என்ற எண்ணம் போலிருக்கிறது அவனுக்கு. டிமிட்ரி காட்டிய அன்பை மதிப்பதற்காக அவன் தந்த கம்பளிப் போர்வையை வாங்கிக்கொண்டேன். நல்ல கட்டிப் போர்வை. இதில் அவன் மிகுந்த சந்தோஷமடைந்தான்.

டிமிட்ரியும் அவன் மனைவி நடாஷாவும் போல் ஈருடலும் ஒருயிருமான தம்பதிகளை இக்கொடிய காலத்தில் நான் பார்த்ததில்லை. டிமிட்ரி மிகப் பெரிய ஆகிருதி உள்ளவன். கழற்றிப் போட்டிருக்கும் அவன் சட்டையைக் கொடியில் பார்த்தால் தூக்கிவாரிப்போடும். ஏ. சியில் ஏதோ கோளாறு, ஒரு நிமிஷம் வேலை செய்யவில்லை என்றால் டிமிட்ரிக்கு வியர்த்துக் கொட்ட ஆரம்பித்துவிடும். பெரிய டர்க்கி டவ்வலால் நடாஷா அவனைத் துடைக்க ஆரம்பித்துவிடுவாள். புருஷ சுச்ரூஷையில் வேத காலத்து ரிஷி பத்தினிகளை மண்டியிடச் செய்துவிடக்கூடியவள் நடாஷா.

எனக்கு டிமிட்ரியுடன் அதிகம் பேச முடியவில்லை. என் கருத்துகளை டிமிட்ரிக்கு எட்டச் செய்ய வேண்டும் என்பதில் மங்களா கிருஷ்ண மூர்த்திக்குச் சிறிதும் அக்கறையில்லை. புகழ் பெற்ற மூன்றாம் தர இந்திய – ஆங்கிலக் கவிஞர்கள் வரும் போது, ஓடி ஓடிப்போய் மொழிபெயர்க்க ஆரம்பிப்பாள். வி.ஐ.பிகளுக்கு எண்ணெயாக நிற்பாள். இவ்வளவுக்கும் டிமிட்ரி

எழுதியுள்ள 'ஒரு சோவியத் வீராங்கனையின் கதை' என்ற நாவலை நான் அரையே அரைக்கால் பங்கு படித்திருக்கிறேன். அதற்கு மேல் தாளவில்லை. இப்போது அதை 'படித்திருக்கிறேன்' என்று பொதுவாகச் சொல்லிவிடுவது பெரிய தவறும் அல்ல, பெரிய பொய்யும் அல்ல. ஆனால் மங்களா சொல்ல ஒத்துழைத் தால்தானே? இவன் எதற்கு மாநாட்டுக்கு வந்தான் என்ற தினுசில் அல்லவா அவள் என்னைப் பார்த்துக்கொண்டிருக் கிறாள்!

ஆனால் மங்களா சிறிது நேரத்தையும் சில சொற்களையும் எனக்காகச் செலவிட ஒரு சந்தர்ப்பம் நேர்ந்தது. மேடையில் ஒரு புகழ்பெற்ற அரசியல் சண்டமாருதத்தின் இலக்கியப் பேச்சுக்குப் பயந்து, நான் வராண்டாவில் என் படுக்கையின் மேல் உட்கார்ந்து கொண்டிருந்தேன். டிமிட்ரி விட்டுப்போய் விட்ட ஏதோ ஒரு பொருளை எடுக்க மங்களா அங்கு வந்தாள். சில எட்டுகள் என்னைத் தாண்டிப் போனவள், திரும்பிவந்து, கோபித்துக்கொள்ளும் பாவனையில், 'என்ன பேச்சுப் பேசுகிறார்! இங்கே உட்கார்ந்துகொண்டிருக்கிறீர்களே!' என்றாள். 'இங்கேயே கேட்கிறதே' என்று நான் பதில் சொன்னேன். 'சார், சிட்டுக் குருவியின் தொடர்கதைகளை நீங்கள் படித்திருக்கிறீர்களா?' என்று கேட்டாள் மங்களா. 'நான் படித்ததில்லை' என்றேன். நீரில் வாழ வேண்டிய பிராணி, படிக்கட்டுகள் ஏறி, முதல் மாடிக்கு எப்படி வந்தது என்ற தோரணையில் என்னைப் பார்த்துவிட்டு வேகமாக ஓடினாள்.

ஆல்பெர் காம்யு விபத்தில் இறந்தபோன செய்தி வந்தது. காம்யு தன் உயிரை இழந்து அறிமுகம் பெற்றுக்கொண்ட தமிழ் மாணிக்கங்களில் நானும் ஒருவன். பிரபல எழுத்தாளர்கள் பத்திரிகைகளுக்கு இரங்கல் செய்தி கொடுத்துக்கொண்டிருந் தார்கள். வழக்கமான சொற்றொடர்கள் காதில் விழுந்தன. வராண்டாப் படிக்கட்டில் ஒரு கூட்டம் மொய்த்துக்கொண்டிருந் தது. நான் அங்கு போனேன். ஒரு வயோதிக அறிஞர் சோடை தட்டாத குரலில் பேசிக்கொண்டிருந்தார். தோள்பட்டைகளில் புரளும் நரைமயிர். ஒல்லிக்குச்சி. உடல்வாகிலும், முகபாவங் களிலும், தாடையிலும், உதடுகளிலும் பெண்மை வழிந்து கொண்டிருந்தது. இவரை எனக்கு மிக நன்றாகத் தெரியும். இந்து மதத்தையும் அக்டோபர் புரட்சியையும் கால்திருத்திச் சம்மேளிக்கச் செய்தவர். ஹிந்தி காவிய கர்த்தா. இவருடைய புகைப்படம் தாங்கிய கட்டுரையை நான் 'வீக்லி'யில் படித் திருக்கிறேன்.

அவர் பாரிஸில் காம்யுவைச் சந்தித்ததைப் பற்றி உணர்ச்சிவசப் படப் பேசிக்கொண்டிருந்தார். காம்யுவை ஒரு இந்திய ரிஷி

என்றார். காரணம் சொல்லவில்லை. தீர்க்கமாகச் சிந்திப்பவர்கள் எல்லோரையும் ரிஷிகள் என்று அன்புடன் அழைத்துச் சொந்தம் பாராட்டிக் கொள்வதில் தவறில்லையே! காம்யு கூர்த்த மதிபடைத்தவன் என்பதை ஹிந்தி காவிய கர்த்தா ஒப்புக்கொண் டார். அவனுடைய பார்வையைத் தான் ஏற்றுக்கொள்ள வில்லை என்றும் சொன்னார். ஈசாவாஸ்யோபனிஷத்தின் பிரதியைத் தான் காம்யுவுக்கு அன்பளிப்பாகக் கொடுத்ததை நினைவு கூர்ந்தார். ‘அவசியம் அவன் அதைப் படித்திருப்பான்’ என்றார். அதில் என்ன சந்தேகம்?

மற்றோரிடத்தில் வேறு ஒரு குழு. அங்கு ஓடினேன். பஞ்சாபிக் கவிஞரின் கையிலிருந்த புத்தகத்தில் காம்யுவின் படம் இருந்தது. அந்தப் பக்கத்தைத் திருப்பி அவர் எல்லோருக்கும் காட்டினார். பக்கவாட்டுத் தோற்றம். தொலைதூரத்தில் பார்த்துக்கொண் டிருக்கிறான் காம்யு. எங்கள் வீட்டுப்பக்கம் ஓட்டல் வைத்திருக் கும் சூரிப்போற்றிக்கும் காம்யுவுக்கும் சாடையில் என்ன ஒற்றுமை! போற்றியின் கடுக்கனை அவிழ்த்துப் பார்க்க வேண் டும். காம்யு கால்சராயின் இடது ஜேபியில் நான்கு விரல்களை விட்டுக் கொண்டிருக்கிறான். கட்டம்போட்ட கோட்டு. வலது கையில் இன்னும் சில கணங்களில் அவன் விரலைச் சுட்டுவிடும் சிகரெட் துண்டு. சுடுவதற்குள் நிச்சயம் அவன் வீசி எறிந்திருப் பான். பஞ்சாபிக் கவிஞர், காம்யுவை நன்றாக ஆழ்ந்து படித்தவர். சந்தேகமில்லை. அவனுடைய நம்பிக்கைகள், கோட்பாடுகள், புத்தகங்கள் பற்றி வெகு தெளிவாகச் சொல்லிக்கொண்டுவந்தார். அந்தப் பேரிழப்பை அவருடைய ஆத்மா உணர்வதைக் குரல் மாற்றம் காட்டிக்கொண்டு வந்தது. ஆனால் அவருடைய பேச்சு வகுப்பறைத் தன்மையோடு விரிவது போல் எனக்குத் தோன்றிற்று. அநேகமாக அவர் ஒரு ஆசிரியராக இருக்கக்கூடும். அவரை ஆசிரியராகக் கொண்ட மாணவர்கள் நிச்சயமாக பாக்கியசாலி கள்தாம். காம்யுவைப் படித்தவர்கள் இந்தியாவில் இருக்கிறார் கள். பாரதமாதா ரொம்பவும் ஏழ்மைப்பட்டுவிடவில்லை.

பல்வேறு இடங்களில் காம்யுவைப் பற்றிய பேச்சு பல்வேறு விதமாகத் தொடர்ந்துகொண்டிருந்தது. குழுவுக்குக் குழு நான் நகர்ந்து எட்டிப் பார்த்து என்ன தெரிந்துகொள்ள முடியும் என்று பார்த்தேன். எனக்கு அதிகமாக ஒன்றும் புரிந்துவிடவில்லை. ஈடுஇணையில்லாத நஷ்டம் என்பது மட்டும் புரிந்தது. இறந்துபோனவன் பெயரை அப்போதைக்கு இந்தியாவில் ஒன்பது விதங்களில் உச்சரிக்கிறார்கள் என்பதை யும் தெரிந்துகொண்டேன். எனக்குச் சொந்தமாக நான் காமூ என்று வைத்துக்கொண்டேன். உச்சரிக்க வசதியாக இருந்ததோடு, என் அத்தை பெண்ணின் பெயருங்கூட அது.

துன்பம் தனியாக வராது என்று சொல்வது சரியாகத்தான் இருக்கிறது. ஜே. ஜேயின் உடல்நிலை ஆபத்தான நிலையிலிருக் கிறதாம். எர்ணாகுளம் அரசாங்க மருத்துவமனையில் அவன் சேர்க்கப்பட்டிருப்பதாகக் காலையில் செய்தி வந்தது. அவனு டைய நண்பர்கள் படிக்கட்டுகளின் இடைத்தட்டில் கூடி, பரபரப்புடன் பேசிக் கொண்டிருந்தார்கள். தாங்க முடியாத அதிர்ச்சிக்கு நான் ஆளானேன். மோசமானது நிகழ்ந்துவிடும் என்ற பயம் என்னைப் பற்றிக்கொண்டுவிட்டது. புத்தி முளைக்க ஆரம்பித்த காலத்திலிருந்து எந்தச் சங்கிலியில் என் மனத்தை நான் மானசீகமாகப் பிணைத்துக்கொண்டிருந்தேனோ, அந்தச் சங்கிலியின் கண்ணிகளில் விரிசல் காண ஆரம்பித்துவிட்டது. அறுபட்டு நான் விழப்போகிற நேரம் நெருங்கிக்கொண்டி ருந்தது. 'ஜே. ஜே. நீ தயவுசெய்து இப்போது விடைபெற்றுக் கொள்ள வேண்டாம். வேறு எதற்காக இல்லாவிட்டாலும் என்னைக் கருதியேனும்' என்று என் மனம் அரற்ற ஆரம்பித்து விட்டது. ஆனால் ஜே. ஜேயின் நண்பர்கள் காட்டிய அவசரம் சற்றும் நிம்மதியைத் தரக்கூடியதாக இல்லை. அவர்கள் போகும் மார்க்கம் பற்றி விவாதித்துக்கொண்டிருந்தார்கள். எம். கே. அய்யப்பன் 2.10 விமானத்தைப் பிடிக்கப் புறப்பட்டுச் சென்றுவிட்டார். மாலை ரயிலில் கிளம்பப் பலர் ஆயத்தமாகிக் கொண்டிருந்தார்கள். ஒவ்வொருவரும் அவர்களுடைய மனத்தி லிருந்த தனிமையை என் மீது வீசிவிட்டு, ஒன்றாகக் கூடித் தப்பித்துக்கொள்ள விரைவது போல் எனக்குப் பட்டது.

'இப்படிச் செய்தீர்கள் என்றால் நான் என்ன செய்ய முடியும்?' என்று நான் மனத்திற்குள் அரற்றிக்கொண்டே ஏணிப்படியில் உட்கார்ந்து கொண்டிருந்தேன். ஜே. ஜேயின் கல்லீரல் மிகவும் பழுதடைந்துவிட்டதாம். டாக்டர்களின் யோசனையை அவன் அனுசரிக்கவில்லை என்றார்கள். அவ்வளவு பெரிய விவேகி ஏன் இவ்வாறு நடந்துகொண்டான் என்பது எனக்குத் தெரிய வில்லை. ஆனால் இந்த விவேகிகள் இதற்கு முன்னாலும் இப்படியே எண்ணற்ற தடவைகள் செய்திருக்கிறார்கள். காலங் காலமாக. சரித்திரம் நெடுகிலும். அன்றாடம் உடலை அழிக்கும் சின்னத் தற்கொலைகள். ஏன் இப்படி? ஆரோக்கியம் என்கிறோம். ஒழுக்கம் என்கிறோம். இவர்களுக்குத் தெரியாத எதை நாம் இவர்களுக்கு எடுத்துச் சொல்ல முடியும்? வாழ விரும்பி, வாழத் துடித்து, வாழ்க்கையை உருவாக்கத் தங்களை அர்ப்பணித்துக் கொள்ளும் ஜீவன்கள். மறுபக்கம் அன்றாடத் தற்கொலைகள். தங்களை மறந்து, தங்களுக்கு அப்பாற்பட்ட சிந்தனைகளிலேயே தங்களை ஆழ்த்திக்கொள்ள அவர்கள் கொள்ளும் பெரும் விருப்பங்கள் சிறுமைப்பட்டுப் போகின்றனவோ! 'நான்' குறுக்கீடு அவர்களைப் பயங்கரமாகத் துன்புறுத்துகிறதோ?

இந்தத் துன்பத்தைத் தாங்க முடியாமல் தவிக்கிறார்களோ? ஆட்கொள்ளவும், மூழ்கிப் பரவசப்படவும் என்ன இருக்கிறது அவர்களுக்கு? அழுகலைத் தின்று அவர்களுக்குப் பழக்கமும் இல்லை. தின்ன முற்பட்டாலும் சிறுகுடல் சுருண்டு மேலெழுந்து வந்து தொண்டையை அடைத்துக்கொண்டு விடுகிறது.

அன்று மாலை நிகழ்ச்சிகளில் நான் கலந்துகொள்ளவில்லை. படுக் கையைச் சுவரையொட்டி இழுத்துப் போட்டுக்கொண்டு, சுவருக்குள் போய்விட முயல்வது போல் சுருண்டுகொண்டிருந் தேன். மாலை நிகழ்ச்சிகளில் நான் கலந்துகொள்ளவில்லை என்ற விஷயம் எனக்கு மட்டும்தான் தெரியும் என்ற நினைவு வந்ததும் உள்ளூரச் சிரித்துக் கொண்டேன். எவ்வளவு சிறிய வாழ்க்கை! எல்லாவற்றையும் புறமொதுக்கி, தன் மடப்பாதை யில் வேகமாக விரையவே உலகம் விருப்பம் கொள்வது போல் எனக்குப் பட்டது. தூரத் தொலைவில் எங்கோ ஒரு கட்டிலில், தான் வாழ்ந்து வந்த காலத்தைப் பற்றிச் சிந்தித்துத் தன்னை ரணப்படுத்திக்கொண்ட ஒரு மூளை ஸ்தம்பித்துக் கொண்டிருக்கிறது. இந்த நிமிஷத்தில் அந்த ஜீவனைப் பற்றி யாருக்குக் கவலை? ஒழுங்கற்றதும் உணர்வற்றதுமான ஓட்டம் எப்போதும் போல் தொடர்ந்துகொண்டிருக்கிறது. தின்று கொண்டும், சிரித்துக்கொண்டும், புகைத்துக்கொண்டும், கத்திக் கொண்டும் இருக்கிறார்கள். இதற்கெல்லாம் என்ன பொருள் என்பதே தெரியவில்லை. ஆனால் இப்போது நான் என்ன செய்ய வேண்டும்? ஏதாவது செய்தாக வேண்டும். ஜே.ஜேயின் நண்பர்களுடன் நானும் சேர்ந்துகொண்டிருக்கலாம். ஆனால் எனக்கும் ஜே.ஜேக்குமான உறவு அவர்களுக்குத் தெரியாது. ஜே.ஜேக்கே தெரியாதபோது, அவர்களுக்குத் தெரியாது என்று சொல்வதில் என்ன அர்த்தம்? அவர்களுடன் நானும் சேர்ந்துகொள்ளும்போது, 'இவன் ஏன் நம்முடன் வருகிறான்?' என்ற அவர்களுடைய அரிப்பை என்னால் எப்படிச் சகித்துக் கொள்ள முடியும்? மேலும் நான் போய் என்ன செய்ய முடியும்? எங்கு சென்றாலும் நான் விருந்தாடிக்கு ஒரு சுமை. நெருக்கடியான நேரத்தில் எவ்வித உபயோகமுமற்ற சுமை. சைக்கிளில் பறந்துபோய் ஒரு மருந்து வாங்கிக்கொண்டு வரக்கூட லாயக்கு இல்லை.

மறுநாள் காலை நாலரை மணிக்கு இந்துசூடன் பெயருக்குத் தந்தி வந்தது. ஜே.ஜே. விடைபெற்றுக்கொண்டுவிட்டான். வரவேற்பறையில் பலர் அனுதாபத் தந்திகளை எழுதிக் கொடுத்துக்கொண்டிருந்தார்கள். தெரிந்த முகத்தைத் தேடி நான் இருண்ட வராண்டாக்களில் அங்குமிங்கும் போய்க் கொண்டிருந்தேன். கே.பி. கங்காதரன் போர்ட் டிகோ படிக்கட்டில்

பீடி குடித்துக்கொண்டிருப்பதைப் பார்த்ததும் மிகுந்த ஆசுவாசம் ஏற்பட்டது. பகிர்ந்துகொள்ள ஒரு இதயம். ஜே.ஜேயின் மிக நெருங்கிய நண்பன். அவன் எழுத்துகளில் மிகுந்த பரிச்சயமும் மதிப்பும் உள்ளவன். என்னுடைய ஈடுபாடுகள் பற்றியும் அவனுக்குத் தெரியும். நான் அவனிடம் போய், 'நீ போகவில்லையா?' என்று கேட்டேன். அவன் 'உட்காரு' என்ற அர்த்தத்தில் கையை அமர்த்தினான். 'டிக்கெட்டுக்கு என்னிடம் பணம் இல்லை' என்றான். 'கொண்டுவந்த பணம் என்னாயிற்று?' என்று நான் கேட்டேன். 'கொஞ்சம் அதிகமாகக் குடித்துவிட்டேன்' என்றான். 'ஏன் அப்படிச் செய்தாய்?' என்றேன். 'ஜே.ஜே. இறந்துபோவது எனக்கு முன்கூட்டித் தெரியுமா?' என்று கேட்டான். 'ஜே. ஜே. இறக்காவிட்டாலும் நீ ஊருக்குப் போக வேண்டியவன்தானே?' என்று கேட்டேன். 'ஜே.ஜேயுடன் தொற்றிக்கொண்டுவிடலாம் என்று நினைத்துக் கொண்டிருந்தேன்' என்றான். 'ஜே.ஜே. இறந்துபோனது' என்று நான் ஆரம்பித்தேன். 'மரணத்தைப் பற்றி எதுவும் பேச வேண்டாம்' என்று சொன்னான். எனக்குச் சிறு அதிர்ச்சி ஏற்பட்டது. அதன் பின் அவன், 'அது பற்றிப் பேச நான் நேரம் ஒதுக்க முடியாது' என்றான். 'உன்னிடம் கொஞ்சம் பணமிருந்தால் கொடு. நான் போய்ப் பாதிரியிடமிருந்து ஜே.ஜேயின் சவப்பெட்டியைப் பிடுங்க ஒரு கலாட்டா செய்து பார்க்க வேண்டும்' என்றான்.

நான் அவனுக்குப் பணம் தந்தேன். அவன் வராண்டாவிலிருந்தே ஊருக்குப் புறப்பட்டான். அவனிடம் பெட்டி, துணிமணி, சோப்பு எதுவுமே இல்லை. அவனை வழியனுப்புவதற்காகச் சிறிது தூரம் பின்னால் போனேன். 'சுமை தூக்குவது கேவலம். பிறரைத் தூக்கச் சொல்வது அதைவிடவும் கேவலம்' என்று சொல்லியவாறே கங்காதாரன் ஓட ஆரம்பித்தான். எனக்கு அதிக தூரம் அவனுடன் ஓட முடியவில்லை. ஆட்டோ, டவுன் பஸ், டாக்சி எதுவும் அவனுக்கு ஆகாதாம். 'எல்லாம் பெரிய சிக்கல், பெரிய சிக்கல்' என்று சொல்லிக் கொண்டே அவன் ஓடினான்.

நான் இப்போது என்ன செய்ய வேண்டும்? முக்கியமான ஒன்று நான் செய்ய வேண்டியிருக்கிறது. சரித்திரம் தனிமனிதனிடம் கேட்டு நிற்கும் காரியம். ஜே.ஜேயை இங்கு வந்திருக்கும் எழுத்தாளர்கள் அனைவரும் உணர்ந்துகொள்ளும்படி ஒரு காரியம் செய்ய வேண்டும். 'பொங்கு மாக்கடல்' ஆசிரியர் தாமரைக்கனி என் பள்ளித் தோழன். சரியான தி. க. என் தாயாரின் உயிர் சிநேகிதியான ஹிந்தி டீச்சர் கற்பகாம்பாளின் மூத்த பெண் ஈசுவரவடிவைத்தான் அவன் கல்யாணம் செய்து

கொண்டிருந்தான். ஜே. ஜேயைப் பற்றி, தலைப்பு 'பிளாக்'குக்கு (தலைப்புகளுக்கு 'பிளாக்' எடுக்காமல் அவன் கட்டுரைகள் வெளியிடுவதில்லை) ஆகும் செலவை நான் ஏற்றுக்கொண் டால், ஒரு பக்கக் கட்டுரை போடுகிறேன் என்றான். உலகின் சகல மூலைகளிலிருந்தும் சகல அறிவுகளும் வந்துவிட்டுப் போகட்டும் என்ற கொள்கையைச் சார்ந்தவன் அவன். அன்றிரவே எழுதித் தருவதாகச் சொன்னேன். ஆனால், 'பொங்குமாக்கடல்' பத்திரிகையை நம்ப முடியாது. அது நடக்கிறது என்று நினைத்துக்கொண்டிருக்கும்போது நின்றுவிடும். நின்றுவிட்டது என்று நினைத்துக்கொண்டிருக்கும்போது துள்ளிக்கொண்டு வரும்.

நான் பசவப்பாவைப் போய்ப் பார்த்தேன். அவரைக் கண்டு பிடிப்பதே பிரம்ம பிரயத்தனமாக இருந்தது. அன்று காலையில் நடைபெறவிருந்த இரங்கல் கூட்டத்தில் ஜே. ஜேயைப் பற்றிச் சில வார்த்தைகள் பேச நான் விரும்புவதாக பசவப்பாவிடம் சொன்னேன். பசவப்பா என் முகத்தை ஒரு தினுசாகப் பார்த் தார். ஜே. ஜே. எழுத்தில் எனக்கு ஈடுபாடு உண்டு என்றேன். அழகான டயரி ஒன்றில் பசவப்பா என் பெயரைக் கிறுக்கிக் கொண்டார். இந்தச் சந்தர்ப்பத்தில் பசவப்பாவின் பக்கத்தி லிருந்த நண்பர், 'பசவப்பா, மாநாட்டை உடனடியாகக் கலைத்துவிடு. நாளையும் ஒரு இரங்கல் கூட்டம் நடத்தும்படி ஆகிவிடுமோ என்று எனக்குப் பயமாக இருக்கிறது' என்றார். பசவப்பா வானத்தைப் பார்த்துப் பயங்கரமாகச் சிரித்தார்.

நான் என் வராண்டாவுக்குத் திரும்பி, குறிப்பு எழுத ஆரம்பித் தேன். ஜே. ஜேயைப் பற்றிப் பேசும்போது உளறக்கூடாது என்று எழுதி அதற்கு அடிக்கோடு போட்டேன். அவனுக்குச் சில வகை மீன்கள் பிடிக்கும். அது இங்கு முக்கியமல்ல. கால்களில் லாத நார்க்கட்டிலில் படுத்துக்கொண்டு தூங்குவான். தொப்பு ளுக்குக் கீழ் லுங்கியை வரிந்து கட்டிக்கொண்டு சட்டை பனியனில்லாமல் மார்பில் சுருள் மயிரைக் காட்டிக்கொண்டு நிற்பான். இதையெல்லாம் நான் சொல்லக் கூடாது. நான் அவனைப் பற்றிச் சொல்லும்போது, ஐந்தாவது வாக்கியத்தில் அவனுடைய ஆத்மாவைத் தொட வேண்டும். அதன் பின் அந்த ஆத்மாவிலிருந்து கொஞ்சம் சாறு பிழிந்தெடுத்து எல்லா எழுத்தாளர்களின் முகங்களிலும் படும்படி தெளிக்க வேண்டும். இது சாத்தியம். இரண்டு முறை எழுதி, வெட்டித் திருத்தி நகல் எடுத்தபோது, சரியாக வந்துவிட்டது போலவே பட்டது.

நான் ஹாலுக்குள் நுழைந்தபோது ஒரு சிலர் பேசி முடித்திருந் தார்கள். டிமிட்ரிகூடப் பேசினானாம். ருஷ்ய மொழியின் சத்தம் காதில் விழுந்த ஆச்சரியத்தில் சிலர் மெய்ம்மறந்து

போயிருந்தார்கள். பசவப்பா என்னை அழைக்கும்போது, பின்பக்கமிருந்து போவது தாமதத்தை ஏற்படுத்தும் என்று நான் முன்பக்கம் போனேன். மங்களா கிருஷ்ண மூர்த்தியின் பக்கத்தில் காலியாக இருந்த சீட்டுக்கு அவள் என்னை அழைத் தாள். என்ன அன்பு! முன்வரிசை பூராவும் பெண் எழுத்தாளர் கள். 'இவர்கள்தான் சிட்டுக்குருவி' என்றாள் மங்களா என் காதோரம். சிட்டுக்குருவியின் பக்கவாட்டுத் தோற்றம் கிடைத் தது. பார்த்தேன். அழகான கறுப்புக் கண்ணாடி. அற்புதமான மூக்கும் தோள்பையும். தோள்பை அநேகமாக ஜெய்ப்பூரில் செய்ததாக இருக்கும். 'சிட்டுக்குருவி, நீங்கள் உங்களுடைய தோள்பையை அன்பளிப்பாக எனக்குத் தரக்கூடுமென்றால், மேல் கீழ் யோசிக்காமல், உங்கள் தொடர்கதையின் முதல் மூன்று அத்தியாயங்களைப் படித்துப் பார்க்க நான் தயாராக இருக்கிறேன்!' என்று மனதுக்குள் சொல்லிக்கொண்டேன்.

தமிழ் எழுத்தாளர் தேனி கிருஷ்ணசாமி ஒலிபெருக்கி முன்னால் வந்து, தமிழ் எழுத்தாளர் மன்றத்தின் சார்பில் திருமதி ராதா பாஸ்கரன் ஜே.ஜேக்கு அஞ்சலி தெரிவிப்பார் என்றார். இது என்ன கூத்து! அதுதான் சிட்டுக்குருவியின் இயற்பெயர் என்றாள் மங்களா கிருஷ்ணமூர்த்தி. தேனி தன் பெயரை அறிவித்ததும் சிட்டுக்குருவி ஆச்சரியம் முகத்தில் வழிய, மலங்க மலங்க விழித்தார். பக்கத்தில் அமர்ந்திருந்த தன் சிநேகிதிகளின் முகங்களையெல்லாம் பார்த்தார். 'போடீ போ' என்றாள் ஒருத்தி. அவர்களுக்கு எவ்வித ஆச்சரியமும் இல்லை. இரங்கல் கூட்டங்களில் சிட்டுக்குருவி பேசாமல் இருந்ததில்லை என்றும், இதில் விசேடத் தேர்ச்சியுள்ளவர் என்றும், நினைத்த நிமிஷத்தில் அவரால் அழ முடியும் என்றும், அவருடைய அழுகை இயற்கையாகவும் நாசூக்காகவும் இருக்குமென்றும் மங்களா சொன்னாள். 'எனக்கு எதுவுமே தெரியாதே ஜே.ஜேயைப்பற்றி. அவர் பெயரையே இப்போது தானே கேட்கிறேன்' என்றார் சிட்டுக்குருவி, தன் தோழிகளைப் பார்த்து. 'போடீ கழுதே, போய் ஜமாய்த்துவிட்டு வா' என்று பக்கத்திலிருந்த மூதாட்டி சிட்டுக்குருவியின் தொடையைப் பிடித்துக் கிள்ளினார்.

சிட்டுக்குருவி எழுந்து நின்றார். அவருடைய முகபாவம் மாற ஆரம்பித்தது. மேலாடையை மாறி மாறி இழுத்துத் திருத்தமாகப் போர்த்திக்கொண்டார். இப்போது பண்பாடு அவர் தலைவழி யாக முழுமையாகக் கவிழ்ந்ததில் கைவிரல்கள் மட்டுமே வெளியே தெரிந்தன. படியேறி மேடைக்குச் சென்றார். முகத்தில் துக்கம் குடிகொண்டுவிட்டது. 'என் அருமைச் சகோதரன் ஜே.ஜே' என்று பேச்சை ஆரம்பித்தார் சிட்டுக்குருவி. ஜே.ஜேயும்

சிட்டுக்குருவியும் அரை நிக்கரும், ஃபிராக்குமாகப் பாண்டியாடும் காட்சி என் மனத்திற்குள் வந்துபோயிற்று. 'ஜே. ஜே. ஒரு புரட்சி எழுத்தாளர்' என்றார் சிட்டுக்குருவி. இவ்வாறு சொன்னதில் சிட்டுக்குருவிக்குப் பூரண திருப்தி ஏற்படவில்லை. 'புரட்சி எழுத்தாளர்களின் ஆசான் அவர்' என்று சேர்த்துக்கொண்டார். அடுத்து 'அவர் ஒரு சிந்தனைச் சிற்பி' என்றார். அதன் பின், 'அவர் ஒரு பெரிய மனிதாபிமானி' என்று சொன்னார். 'ஏழை களின் முன்னேற்றத்திற்காக உழைத்தவர்' என்றார். 'மலையாள இலக்கியத்தை இந்திய இலக்கியத்தின் தரத்திற்கு' என்று சொல்லிக் குரலைச் செங்குத்தாக மேலே தூக்கி, 'ஏன் உலக இலக்கியத்தின் தரத்திற்கே' என்று கத்திவிட்டு, 'உயர்த்தியவர்' என்றார். 'ஆங்கிலத்தில் அவர் எழுதியிருந்தால் அவருக்கு நோபல் பரிசு கிடைத்திருக்கும்' என்றும் கூறினார். 'இத்தனை சிறப்புகளைக் கொண்டவர், சிறிய வயதில் மனைவியையும் குழந்தைகளையும் கண்ணீரும் கம்பலையுமாய் நிறுத்திவிட்டுப் போய்விட்டார்' என்று சொன்னபோது சிட்டுக்குருவிக்குத் துக்கம் தாங்கவில்லை. கறுப்புக் கண்ணாடியைக் கழற்றிவிட்டுக் கைக்குட்டையால் கண்களைத் துடைத்துக்கொள்ள ஆரம்பித்து விட்டார். முகம் அழகாகக் கோணிவிட்டது. சபையில் பலர் உணர்ச்சிவசப்பட ஆரம்பித்துவிட்டார்கள். 'அம்மா, கண்ட்ரோல் யுவர் செல்ஃப், கலெக்ட் யுவர் செல்ஃப். ப்ளீஸ் டோண்ட் ப்ரேக் டௌன்' என்றெல்லாம் மேடையின் பின்பக்கம் நின்றவாறே தேனி கத்தினார். சிட்டுக்குருவிக்குத் தாளவில்லை. அவரால் பேச முடியவில்லை. கைக்குட்டையால் முகத்தை முழுமையாக மூடிக்கொண்டுவிட்டார். மூதாட்டி படியேறிச் சென்று சிட்டுக் குருவியைக் கைபிடித்து இறக்கிக்கொண்டு வந்து நாற்காலியில் உட்காரவைத்தார். இரண்டு மூன்று நிமிஷங் களுக்குப் பின் நான் சிட்டுக்குருவியைப் பார்த்தபோது, அவர் தனது இடது உள்ளங்கைக் கண்ணாடியைப் பார்த்து வகிடை நேர் செய்துகொண்டிருந்தார்.

நான் ஹாலிலிருந்து வெளியே வந்தேன். அந்தப் பிராந்தியத்தி லிருந்து போய்விட வேண்டும் என்று எனக்குத் தோன்றிற்று. மாநாடு நடத்துகிறார்களாம்! ஒரு உண்மையான காரியம் இல்லை. இங்கிலீஷ் வித்தகர்களின் சண்டப்பிரசண்டங்கள். சொற்பொழிவுச் சவடால்கள். போலிப் பாராட்டுகள். பதவிகளுக்குப் போலி மரியாதைகள். வீங்கிப்போன அகந்தையின் மோசமான பிரகட னங்கள். நவீனத்துவமாம். இங்கிலீஷும், ஆட்டுத்தாடியும், சுங்கானும்தான் நவீனத்துவத்தின் சின்னங்களோ?

'பொங்குமாக்கடல்' ஆசிரியர் தாமரைக்கனியின் வீட்டு விலாசம் என்னிடம் இருந்தது. ஒரு ஆட்டோ பிடித்தால் போய்விடலாம்.

ஜே. ஜே : சில குறிப்புகள் 69

தாமரைக்கனி இல்லாவிட்டால்கூட அவன் மனைவி வடிவு இருப்பாள். ஒரு எழுத்தாளனை மணந்துகொண்ட மிதப்பில் வாழ்ந்து கொண்டிருக்கும் பேதை அவள். அங்கு போனால் நிம்மதியாகப் படுத்துக்கொண்டிருக்கலாம். தாமரைக்கனியின் குழந்தைகள் செங்குட்டுவனும் மலர்விழியும் என்னிடம் எவ்வ ளவோ பிரியமாக இருப்பார்கள். செங்குட்டுவனுக்கு லேசான திக்குவாய். அதைச் சிறிதும் பொருட்படுத்தாமல் வலது கையை அந்தரத்தில் அசைத்து அவன் பேசுவது ரொம்ப வேடிக்கை யாக இருக்கும்.

நான் என் பையில் துணிமணிகளை வைத்துக்கொண்டேன். போர் வையை டிமிட்ரியின் படுக்கையில் மடித்து வைத்தேன்.

அப்போது எனக்கு டிமிட்ரியிடம் சொல்லிக்கொண்டு போக வேண்டும் என்ற எண்ணம் ஏற்பட்டது. ஹாலில் டிமிட்ரி இல்லை. தேடிக்கொண்டு கேன்டீனுக்குப் போனேன். டிமிட்ரியும், நடாஷாவும், மங்களாவும் காபி குடித்துக்கொண்டிருந்தனர். நான் டிமிட்ரி முன்னால் போய் நின்றேன். அவன் முகம் ஒரு ராட்சசக் குழந்தையுடையது போல் இருந்தது. ‘டிமிட்ரி, நான் போய்வருகிறேன்’ என்று சொன்னேன். டிமிட்ரி எழுந்து நின்று, என் இரு கரங்களையும் பற்றித் தன் நெஞ்சோடு வைத்துக்கொண்டான். ‘நீங்கள் ஒரு முறை சோவியத் யூனியனுக்கு வர வேண்டும்’ என்றான். ‘அதற்கென்ன? அவசியம் வருகிறேன்’ என்றேன் நான். அது பெரிய விஷயமாக எனக்குப் படவில்லை. என் நண்பர்கள் தொடர்ந்து போய்க்கொண்டிருந்தார்கள். நல்லுறவை வளர்ப்பதற்கும், சிகிச்சை செய்துகொள்ளும் பொருட்டும். என் தொழிற்சங்க நண்பன் மூலநோய்க்கு மாஸ்கோவில் அறுவைச் சிகிச்சைசெய்துகொண்டு, கொஞ்சம் நல்லுறவையும் வளர்த்துவிட்டு வந்தான். அவனுடைய ஊரில் தயாராகும் லேகியம் மாஸ்கோவில் கிடைத்ததில் அபார சந்தோஷமடைந்தான். எனக்கும் தகுதிகள் இருக்கின்றன. நானும் நல்லுறவை விழைபவன்தான். நோயாளியுங்கூட.

டிமிட்ரி என்னிடம் காட்டும் அன்புக்கு ஈடாக நான் அவனிடம் எதுவும் பேசவில்லையே என்ற ஆதங்கம் எனக்கு ஏற்பட்டது. நடுவில் இந்த மங்களா. அழகிய ராங்கிக்காரி. இருந்தாலும் நான் கேட்டேன்: ‘டிமிட்ரி, என் சகோதர எழுத்தாளர்களான இலியா எரன்பர்க்கும், மிக்கேல் ஷோலக்கோவும் சுகமாக இருக்கிறார்களா?’

மங்களா இந்த எழுத்தாளர்களின் பெயரை உச்சரிக்க வேண்டிய முறையில் உச்சரித்ததும் டிமிட்ரிக்கும் நடாஷாவுக்கும் சந்தோஷம் தாங்கவில்லை. அவன் மீண்டும் என் கரங்களைப் இழுத்துப் பற்றிக் கொண்டு, ‘மிக நன்றாக இருக்கிறார்கள். மிக மிக உற்சாகமாக இருக்கிறார்கள். புதிய சமுதாயத்தை உருவாக்குவதில் தங்கள் பங்கைத் திறம்படச் செய்துவருகிறார்கள்’ என்றான்.

குழந்தை என்றாலும் எவ்வளவு கணக்காகப் பேசுகிறான்!

‘தமிழ் எழுத்தாளர் சார்பில் எங்கள் வாழ்த்துகளை சோவியத் எழுத்தாளர்களுக்குத் தெரிவிக்க வேண்டும்’ என்று நான் சொன்னேன்.

டிமிட்ரி உணர்ச்சிவசப்பட்டு, ‘அவசியம் செய்வேன், அவசியம் செய்வேன்’ என்று இரண்டு முறை கூறிவிட்டு, இந்திய எழுத்தாளர்கள் அவன்மீது காட்டிய அன்பில் மனம் நெகிழ்ந்து போனதாகச் சொன்னான்.

இந்திய எழுத்தாளனின் அன்புக்குக் கேட்பானேன்!

தாமரைக்கனி வீட்டில் இருந்தான். செங்குட்டுவனும் மலர்விழி யும் எதிர் டீக்கடைக்குப் போய் பன்னும் டீயும் வாங்கி வந்தார்கள். தாமரைக்கனியிடமிருந்து ஒரு சொக்கலால் வாங்கி ஆனந்தமாகப் புகைத்தேன். 'இவர் உங்களையும் கெடுத்தாச்சா?' என்று கேட்டாள் ஈசுவரவடிவு. 'மத்தியான உணவுக்கு இடியாப்பம் செய்யட்டுமா?' என்று கேட்டாள். 'தாயே, நீ எது செய்து தந்தாலும் அதை ஆனந்தமாகச் சாப்பிடுவேன்' என்று சொன்னேன்.

ஜே. ஜேயைப் பற்றி 'பொங்குமாக்கட'லுக்குக் குறிப்பு எழுத ஆரம்பித்தேன். தலைப்புப் போட்டதும் தாமரைக்கனி எட்டிப் பார்த்தான். 'ஜே. ஜே.' என்று போடமாட்டேன். 'சே. சே.' என்றுதான் போடுவேன்' என்றான் அவன். 'போடா முட்டாள்' என்றேன். 'நீதான் முட்டாள்' என்று திரும்பத் திட்டினான். வாய்ச்சண்டை முற்றிவிட்டது. 'வேண்டாம்ப்பா, வேண்டாம்ப்பா' என்று குழந்தைகள் பயந்து கத்தியதைக்கூடப் பொருட்படுத்தா மல் மாறி மாறித் திட்டிக்கொண்டோம். ஈசுவரவடிவு ஓடிவந்து இடையில் புகுந்து சமாதானம் செய்து வைத்தாள். இரண்டு நிபந்தனைகளை முன்வைத்தாள் அவள்: 1. நான் கட்டுரையைப் 'பொங்குமாக்கட'லுக்குத் தர வேண்டியதில்லை. 2. இடியாப்பம் தின்றுவிட்டுத்தான் நான் போக வேண்டும்.

இந்த நிபந்தனைகளை நான் ஏற்றுக்கொண்டேன். தாமரைக் கனியும் ஒத்துழைத்தான்.

4

1939ஆவது வருடம், செப்டம்பர் மாதம், இரண்டாவது உலக மகாயுத்தம் அறிவிக்கப்பட்ட அன்றோ, அதற்கு அடுத்த நாளோ நாங்கள் கோட்டயத்தை விட்டு நாகர்கோவிலுக்கு வந்தோம். இதற்கு ஐந்தாறு மாதங்களுக்கு முன்னால்தான் சம்பத் மாமாவின் நாட்டகம் பங்களாவில், அவருடைய தச்சுப் பட்டறையில் நான் ஜே. ஜேயைப் பார்த்தது. கோணங்கள் சீராக இல்லாத எட்டு முக்குச் சக்கரம் போன்ற, விசித்திரமான உள் இணைப்புகள் பொருத்தப்பட்டிருந்த வினோத வடிவம் ஒன்றை, சட்டத்தில் ஜே. ஜே. உருவாக்கிக்கொண்டிருந்தான். சம்பத் மாமாவிடம் அந்த வினோத வடிவத்தைத் தூக்கிக் காட்டி, அதை அசைத்தும், திருப்பியும், வெவ்வேறு இடங்களைத் தொட்டும் ஆங்கிலத்தில் சரளமாகப் பேசிக்கொண்டிருந்தான். அப்போது அவனுக்கு அடர்த்தியாகத் தலைமயிர் இருந்தது. சீவுளி போடும்போது முன்னால் விழுந்து மயிர் முகத்தை மறைக்க, தலையை வெட்டி, மயிர்க் கற்றையைப் பின்னால் தள்ளினான். இச்செய்கை என் மனத்தைக் கவர்ந்து, அது போல் நானும் செய்ய வேண்டும் என்ற ஆசையை எனக்குத் தூண்டிற்று. சட்டை போடாத உடம்பு. சதை திரளும் முதுகு. லுங்கி. சற்றே குள்ளமான வலுவான கைகள். பருத்த விரல்கள். தச்சன் என்று அவனை நான் நினைத்துக்கொண்டதும் அவனது ஆங்கிலப் பேச்சும் முரண்பட்ட வியப்பொன்றை என்னிடம் ஏற்படுத்தின. இவ்வளவுதான் என் இன்றைய நினைவுகள். அன்றைய அவன் முகம் எப்படி இருந்தது என்று நினைவுகூர,

பின்னால் பலமுறை முயன்றிருக்கிறேன். முடிந்ததே இல்லை. அன்று நான் பார்த்த 'தச்சன்', ஜே. ஜே. என்பது, சுமார் பத்து ஆண்டுகளுக்குப்பின் வெளிப்பட்டது.

1948–49இல் ஜே. ஜேயின் எழுத்துகளுக்கு நான் அறிமுகமாகி என் பேச்சிலும் அவன் பெயர் அன்றாடச் சத்தமாயிற்று. என் தகப்பனார் கூட ஒரு முறை 'இந்தியாவுக்குச் சுதந்திரம் கிடைத்த பின் எதற்கு இவன் ஜே. ஜே. என்று கத்திக்கொண் டிருக்கிறான்' என்று என் தாயாரிடம் என்னைக் கிண்டல் செய்தாராம். இந்த நாட்களில் எனக்கு ஜே. ஜேயின் புகைப் படம் ஒன்று கிடைத்தது. நினைவுகளின் தொடர்புச் சங்கிலியை இந்த இடத்தில் பனிக்கட்டி மூடிக்கொண்டிருப்பது போல் உணர்வதால் இது பற்றித் தெளிவாகச் சொல்ல ஆரம்பித்தால் தவறாகச் சொல்லிவிடுவேனோ என்ற பயம் ஏற்படுகிறது. அநேகமாக அந்தப் புகைப்படம் கே. பி. கருணாகரனிடமிருந்து தான் (கே. பி. கருணாகரன் இன்று அதிக இடைவெளிகள் விட்டு அவ்வப்போது எழுதினாலும் முக்கியமாகக் கருதப்படும் ஒரு விமர்சகர் – விசேஷமாகக் கவிதைப்பற்றி) என் கைக்கு வந்துசேர்ந்திருக்க வேண்டும்.

ஜே. ஜே. ஆற்றின் கரையோரம் குத்திட்டு உட்கார்ந்து தூண்டில் போட்டுக்கொண்டிருக்கிறான். வாயில் சுருட்டு. இந்தப் புகைப் படத்தை நான் அடிக்கடி பார்த்துக்கொண்டிருப்பேன். இக்குறிப்புகள் எழுதுவதற்காக நான் ஜே. ஜேயின் நண்பர்கள் பலரைப் பார்க்கப் போனபோது, அவர்களிடமும், அதிகமாக சாராம்மாவின் ஆல்பத்திலும் ஜே. ஜேயின் படங்கள் எவ்வ ளவோ பார்த்தேன். சிலர் புகைப்படங்களில் விழுந்துவிடு கிறார்கள். சிலர் காமரா முன் குதித்துச் சாடி வருவார்கள். ஜே. ஜே. விழுந்திருக்கிறான். நல்லதாய்ப்போயிற்று. எல்லாப் படங்களிலும் – மீன் பிடிப்பவனாக, தச்சனாக, ஓவியனாக, நண்பர்களின் குடும்ப நண்பனாக, நாடக மேடை நடிகனாக, சிறு கூட்டங்களின் விமர்சகனாக, உல்லாசப் பயணிகளுக்கே உரித்தான காட்சிகளின் பின்னணியில் கோமாளித்தனங் களுடன், சாராம்மாவுடன் அவன் குழந்தைகளுடன் – ஒன்று தெரிகிறது. பின்னணியிலும் சூழலிலும் துருத்தாமல் அவற்றிற்கு ஏற்பத் தன்னை விகசித்து இணைந்துகொள்ளும் ஒரு பெரும் சக்தி அவனிடமிருக்கிறது. எங்கும் துருத்துவது எப்படி என்ற, அன்றாடம் கண்ணில் விழும் அற்பங்களின் அப்பியாசங் களுக்கு எதிர்நிலை இது. ஒரு படத்திலும் அவனை அந்தக் காட்சியின் பின்னணியிலிருந்து அவனுடைய கோலத்திலிருந்து, அந்தச் சூழல் வற்புறுத்தும் இன்ப துன்பங்களிலிருந்து பிரித்துப் பார்க்க முடியவில்லை.

ஒருநாள் வேடிக்கையான மனநிலையில், ஜே. ஜேயின் புகைப் படத்தை என் தகப்பனாரிடம் காட்டினேன். அவர் கூர்ந்து பார்த்தார். ‘இந்த ஆசாமியை எங்கேயோ பார்த்திருக்கிறேனே’ என்றார். எப்படிச் சாத்தியமில்லை என்று சொல்ல முடியும்? சாத்தியம் உண்டுதானே. நான் உற்சாகமடைந்து அவருடைய நினைவுகளைத் தூண்டினேன். அவர் குடைந்துகொண்ட குடைச்சலில் ஜே. ஜேயைப் பிடித்துவிடும் நிமிஷங்கள் நெருங்கிக் கொண்டிருந்தன. கடைசியாக அவர் ஆவேசத்தோடு, ‘படம் போடுற ஆசாமியா?’ என்று கேட்டார். நான், ‘ஆமாம்’ என்றேன். ‘எனக்குத் தெரியும், நான் பார்த்திருக்கிறேன்’ என்றார். அதன் பின் அவர் ஜே. ஜே. என்று தெரியாமல் ஜே. ஜேயைப் பார்த்த கதையைப் பின்னால் வந்த ஐந்தாறு வருடங்களில் நாலைந்து தடவை என்னிடம் சொல்லியிருக்கிறார். முன்னால் சொன்னது எனக்குச் சரிவர நினைவில்லாதது போல் நான் பாசாங்கு செய்து கொள்வேன். பாசாங்கு என்பது அவருக்கும் உள்ளூரத் தெரியும். பெரிய விஷயமில்லை. அவருக்குச் சொல்ல ஆசை, எனக்குக் கேட்க ஆசை. சரியாய்ப் போயிற்று விஷயம். அவர் மூலம்தானே தச்சுப் பட்டறையில் பார்த்தது ஜே. ஜே. என்பது எனக்கே தெரிந்தது. என் அப்பாவிடமிருந்து நான் தெரிந்து கொண்ட விஷயங்களை, நானே கூறும் பாவனையில், வரும் பக்கங்களில் அமைத்திருக்கிறேன். செய்திகளில் மிகையோ மாற்றமோ இல்லை.

டாக்டர் பிஷாரடி, என் தகப்பனாரை எஸ். ஆர். எஸ். என்று தான் அழைப்பார். எனக்கும் ரமணிக்கும் நாங்கள் சிறு குழந்தை களாக இருந்தபோது மிகவும் பிடித்தமான, வினோதமான விஷயம் இது. அம்மா இல்லாத இடங்களில், நானும் ரமணியும், ரமணியின் பாஷையின் ஒரு பகுதியாக, அப்பாவை எஸ். ஆர். எஸ் என்று குறிப்பிடுவோம். ‘எஸ். ஆர். எஸ். பார்த்தால் உன் தொலியை உரித்து விடுவார்’ என்று ரமணி சொன்னால், ‘போடீ போ. எஸ். ஆர். எஸ்ஸிடம் எனக்கு ஒன்றும் பயமில்லை’ என்று நான் சொல்வேன். சில சமயம் ரமணி, டாக்டர் பிஷாரடி அப்பாவிடம் பேசுவதைப் போல நடித்துக் காட்டுவாள். அற்புதமாக இருக்கும். என் தாயாரின் மோசமான உடல்நிலை டாக்டரையும் என் தகப்பனாரையும் மேலும் நெருங்கிய நண்பர்களாக்கியிருந்தது.

எங்கள் வீட்டுப் பக்கம் திருநக்கரை பஜாரில் தேவசக்குட்டியின் மருந்துக்கடை இருந்தது. வேர் மருந்து வியாபாரத்தில் ஆரம்பித்

தவன். காலத்தின் மாற்றத்திற்கு ஏற்றவாறு அவன் கடைத் தட்டுகளில் 'இங்கிலீஷ்' மருந்துகள் இடம்பிடித்துக்கொண்டன. அகடவிகடங்கள் புரிவதில் மகா நிபுணன் என்று பெயர் வாங்கியவன். மலை உச்சிப் பணக்கோயிலை எட்டு எட்டுப் படிகளாகத் தாண்டி ஏறினான். கடைசியில், அந்தரத்தில், ஒரே தாவல். வேர் விற்றுக்கொண்டிருந்தவன் எப்படி இவ்வளவு பெரிய பணக்காரன் ஆனான் என்று எல்லாருமே கேட்டார்கள். இப்படிக் கேட்கும்படி சிலரும், கேட்கப் பலரும் இல்லாத ஊர்தான் எது? அதிர்ஷ்டம் என்று சொல்லலாம். உழைப்பு என்று சொல்லலாம். சொன்னார்கள். தேவசக்குட்டி ஆஸ்டின் 8 புதுக் கார் வாங்கினான்.

நானும் ரமணியும் அப்போதுதான் அவ்வளவு அழகான குட்டிக் காரை முதல் தடவையாகப் பார்த்தோம். 'அதைப் பக்கத்தில் போட்டுக்கொண்டு படுத்துக்கொள்ள வேண்டும் போலிருக்கிறது, அவ்வளவு குஞ்சு!' என்றாள் ரமணி. யானைக் காரன் பாச்சு பிள்ளை என்னை ஒரு தடவை திருவம்பலம் அர்ஜுனன் நம்பூதிரி வீட்டில், பிறந்து நான்கு நாட்கள் ஆகியிருந்த யானைக்குட்டியைப் பார்க்க அழைத்துச் சென்றிருந்தான். அம்மாவின் கால்களுக்கிடையில் மடத்தனமாகச் சுற்றிச் சுற்றி வந்துகொண்டிருந்தது அது. ஆஸ்டின் 8ஐப் பார்த்தபோது எனக்கு இந்தக் குட்டி யானையின் ஞாபகம் வந்தது. டாக்டர் பிஷாரடிக்குப் பக்கத்தில் பின்சீட்டில், எஸ். ஆர். எஸ். ஏறி அமர்ந்துகொண்டார். கார் கதவைச் சாத்தப் பயந்து இழுத்து அமுக்கினார். ஒரு வார்த்தை சொன்னால் நானும் ரமணியும் முன் சீட்டில் ஏறிக்கொள்ளமாட்டோமா? காலியாகக் கிடக்கிறது! ஆனால் எஸ். ஆர். எஸ். அப்படிச் சொல்லக் கூடியவரல்லவே! எங்கள் வீட்டு வாசலிலிருந்து புறப்பட்டுச் சென்றது ஆஸ்டின் 8.

விஷயம் இதுதான். தேவசக்குட்டிக்கு, டாக்டர் பிஷாரடி, அவனுடைய ஆஸ்டின் 8இல் ஏறி, அவருடைய விருப்பம் போல் ஒரு சுற்றுச் சுற்றி வர வேண்டும். சுற்றிவிட்டு வந்து, உணர்ச்சிவசப்பட்டு, 'தேவசக்குட்டி, எவ்வளவு அற்புதமான கார்' என்று சொல்ல வேண்டும். அந்தச் சத்தம் அவன் காதில் விழுந்து, அவன் மனத்தை நிரப்பி, இரண்டு சொட்டு வெளியிலும் வழிய வேண்டும். நாட்டகத்துக்கு – சம்பத்தின் பங்களாவுக்கு – அபூர்வமான அந்த இடத்துக்கு – போகலாம் என்பது எஸ். ஆர். எஸ்ஸின் யோசனை.

சூரியன் என்ற டிரைவர்தான் வண்டியை ஓட்டிக்கொண்டு போனான். அவன் அதிவேகத்துடன் கவனக்குறைவாகவும் ஓட்டுவதாக டாக்டருக்கும் எஸ். ஆர். எஸ்ஸுக்கும் தோன்றிற்று.

தாண்டிப்போகும் வண்டிகளுக்கு விட்டுக்கொடுக்கும் இடை வெளிகளில் அவன் காட்டிய கஞ்சத்தனம் பயத்தை ஏற்படுத்தி யது. டாக்டர் பிஷாரடி, எஸ். ஆர். எஸ்ஸின் காதில் ரகசியமாக, 'ஹி ஈஸ் எ ராஷ் டிரைவர்' என்று சொன்னார். அதற்கு அவரும் 'நோ டௌட் அபௌட் இட்' என்றார். கார் நாட்டகம் குன்றில் செம்புழுதியைக் கிளப்பிக்கொண்டு ஏறிற்று. டாக்டர் வெள்ளைக் கைக்குட்டையால் தன் மூக்கை மூடிக் கொண்டதும், எஸ். ஆர். எஸ்ஸூம் அதைப் பார்த்து, தன்னுணர்வின்றி அப்படியே செய்தார்.

சம்பத்தின்* பங்களாவில், சட்டை அணியாத வேலைக்காரன் டாக்டர் பிஷாரடியையும் எஸ். ஆர். எஸ்ஸையும் முன் பக்கத்து குட்டி ஹாலுக்கு அழைத்துச் சென்றான். உண்மையில் அது குட்டி ஹாலல்ல. அடுத்தடுத்து வந்துகொண்டிருந்த பெரிய அறைகளுக்கு முன்னால் அது சற்றுச் சிறிதாகத் தெரிந்தது. அங்கு ஒரு ஓவியர் பெரிய கான்வாஸில் படம் வரைந்துகொண் டிருந்தார். கதர் காவி வேஷ்டி கட்டிக்கொண்டிருந்ததாலோ என்னவோ, அசப்பில் சந்நியாசி போலத் தோன்றியது. ஆனால் ஓவியர் அவர்களைத் திரும்பிப் பார்த்தபோது சந்நியாசி அல்ல என்பது வெளிப்பட்டது. சற்றும் எதிர்பாராத இடத்துக்கு வந்த சேர்ந்த உணர்வு டாக்டருக்கும் எஸ். ஆர். எஸ்ஸூக்கும் ஏற்பட்டது.

ஓவியங்களைப் பற்றி எஸ். ஆர். எஸ். – அவ்வாறு ஒரு வஸ்து இவ்வுலகில் இருக்கிறது என்ற விவரத்திற்குமேல் அது எவ்வாறு குதிர்கிறது என்பதை – யோசித்தவர் அல்லர். ஓவியங்கள் வரையப்படுவதில்தான் ஓவியங்கள் உருவாகின்றன என்ற உண்மை அவர் மூளையில் அன்று படர்ந்தது. டாக்டர் தன் கோட்டுப் பையிலிருந்து தங்க நிறக் கம்பிகள் கொண்ட மூக்குக்

---

* சம்பத் : நாவலில் இடம்பெற்றுக் கதாபாத்திரம் ஆகிறவர்கள், நாவல் கதாபாத்திரம் போலவே வாழ்ந்துகொண்டிருப்பவர்கள் ஆகிய மனித ஜாதியின் இரு பிரிவில் பிந்தியதன் பிரகாசமான உதாரணம். வாழ்ந்துகெட்ட, பிரபலமான ஒரு குடும்பத்தின் கடைசிப் பிள்ளை. பேரழகன். புனித தோமா கல்லூரியில் முது கலை வகுப்புக்கு ஆங்கிலம் இரண்டாண்டு போதித்தவர். தேக்கு மரத்தில் கலைப் பொருட்கள், உபயோகப் பொருட்கள் – பழைய உலக மரபுகள், நவீன மரபுகள் இவற்றை அடியொற்றி – செய்வதில் ஆவேசமுள்ளவர். பிரம்மச்சாரி யாக, நலுங்காமல் இயற்கையாக இருந்தவர். லகரிகளைப் பற்றிய ஞாபகமோ அடிமன ஆசைகளோ அற்றவர். கூட்டுக் குடும்பவாழ்க்கை சரிப்படாமல் நாட்டகத்தில் தனி பங்களாவில் தச்சுப் பட்டறை, பணியாட்கள், நண்பர்கள், பெரிய நூல்நிலையம், அருமையான தோட்டம் முதலிய பின்னணியில் அமோகமாக வாழ்ந்தவர். ஜே. ஜே. இவருடன் நெருங்கிப் பழகிக்கொண்டிருந்த காலத்தில் அவனுடைய ஸ்டுடியோ நாட்டகம் பங்களாவில் இருந்தது.

கண்ணாடியை எடுத்து அணிந்து கொண்டே, அவருக்கு ஏற்பட்ட ஆச்சரியத்தின் விளைவாக, ஆங்கிலத்தில், 'அற்புத மான ஓவியம்' – அப்போதும் அவர் ஓவியத்தைச் சரிவரப் பார்த்திருக்கவில்லை – என்றார். அப்படியானால் தானும் கூர்ந்து பார்க்க வேண்டும் என்ற எண்ணம் எஸ். ஆர். எஸ் ஸுக்கு ஏற்பட்டது. இருவரும் தங்களை அறியாமல் முன்னால் நகர, ஓவியர், 'முன்னால் நெருங்கி வர வேண்டாம்' என்று கூறவும், அவ்வார்த்தைகளைத் தவறாக எடுத்துக்கொண்ட பாதிப்பு அடைந்து, முகம் லேசாகச் சிவக்க, எஸ். ஆர். எஸ். டாக்டரைப் பார்த்தார். டாக்டரும் பாதிக்கப்பட்டுவிட்டார். இருப்பினும் சமாளித்துக்கொண்டு, 'இங்கு நின்றாலே நன்றாகத் தெரிகிறதே' என்றார். 'இன்னும் சற்றுப் பின்னால் போனால் நன்றாக இருக்கும்' என்றார் ஓவியர். தாங்கள் கிண்டல் செய்யப்படுகிறோமோ என்ற சந்தேகம் இருவருக்கும் ஏற்பட்டது.

ஓவியர் ஆங்கிலத்தில் சொன்னார்: 'ஒவ்வொன்றையுமே நன்றாகப் பார்க்க அது அதற்கான இடைவெளிகள் வேண்டும். சில சமயம் காலத்தின் இடைவெளி. சில சமயம் தூரத்தின் இடைவெளி.'

ஓவியர் சொன்னது இருவருக்குமே புரியவில்லை. தொடர்ந்து ஓவியர் தங்களுக்குப் புரியாமல் பேச ஆரம்பிப்பார் என்ற எண்ணம் அவர்களுக்கு ஏற்பட்டது. பேச்சை ஜாக்கிரதையாக மட்டுப்படுத்திக் கொள்ள வேண்டும் என்று எண்ணிக்கொண் டார்கள். ஆனால் சிறிது நேரத்திற்குள், பேசும் மனநிலையில் அல்ல, பேசாமல் இருக்கும் மனநிலையிலேயே ஓவியர் இருப் பது வெளிப்பட்டதும், எதிர்பார்த்த அசௌகரியம் ஏற்படாத தில் அவர்களுக்கு நிம்மதி ஏற்பட்டது. ஓவியர் ஒரு சிகரெட் பற்ற வைத்துக்கொண்டார். எஸ். ஆர். எஸ். இதில் ஆச்சரியமும் அதிர்ச்சியும் அடைந்தார். வீட்டுக்குள் என்பது ஒருபுறம் இருக்க, தன் வயதை மதிப்பதில் ஓவியருக்குத் தடுமாற்றம் இருந்தாலும், டாக்டர் பிஷாரடி முதியவர் என்பது வெளிப் படையானது. இதைப் பொருட்படுத்தாது சிகரெட் பற்றவைத்துக் கொண்டது மட்டுமல்ல, அதை வாயிலிருந்து எடுக்காது புகைத்தபடி தொடர்ந்து வரைய முற்பட்டது அதிகப் பிரசங்கித் தனமாகப் பட்டது எஸ். ஆர். எஸ்ஸுக்கு. டாக்டர் அந்தக் கால நினைவு ஒன்றுக்கு ஆட்பட்டு, 'நான் மருத்துவக் கல்லூரி யில் படிக்கும்போது எங்கள் ஹாஸ்டலுக்குப் பின்னால் ஒரு ஐரோப்பிய ஓவியர் இருந்தார்' என்று சொல்லிவிட்டு, ஒரு இந்திய ஓவியரை முதல் தடவையாகப் பார்ப்பது இப்போதுதான் என்பதை ஒப்புக்கொண்டார். இருவரும் ஓவியத்தைப் பார்த்துக் கொண்டிருந்தாலுங்கூட, ஓவியம்

அவர்களைப் பார்க்காததனால், அவர்கள் மனத்தில் ஒன்றும் பதியவில்லை. இப்போது ஆச்சரியம் குறைந்து, மனக்கலவரமும் ஒடுங்கிக்கொண்டு வந்தது. ஓவியரும் அவர்களைக் கவனிப்பதை விட்டு, ஓவியத்தில் ஆழ்ந்துவிட்டார். கலவரமும் சுயநினைப்பும் அவர்களுக்கு நழுவிக்கொண்டு வர, ஓவியம் ஸ்படிகத் தெளிவுள்ள நீரோடையில் எழும்பிவரும் மீன் கூட்டம் போல் துலக்கம் பெற்றது. ஓவியம் புரிந்தது என்பது மட்டுமல்ல, அது குறித்த இடத்தை இனம் கண்டுகொள்ள முடிந்துவிட்டதில் எஸ். ஆர். எஸ் ஸுக்கும் டாக்டருக்கும் அபார சந்தோஷம் ஏற்பட்டது.

அது பத்மநாபஸ்வாமி கோவிலின் முன்பக்கம். படிக்கட்டு. ஒரு படியில் காந்தி உட்கார்ந்துகொண்டிருக்கிறார். மேலேயிருந்து எத்தனாவது படியில் உட்கார்ந்துகொண்டிருக்கிறார் என்று எஸ். ஆர். எஸ். எண்ணினார். ஒன்பதாவது படியில். கீழே ஏழு படிகள் இருந்தன. அப்படியானால், நடுப்படியான எட்டாவது படியில் அல்லவா ஓவியர் காந்தியை உட்கார வைத்திருக்க வேண்டும். என்ன இது, ஒரு கணக்கிலும் அடங்காமல்! படிகளிலும் அங்குமிங்கும் ஒரு ஒழுங்கோ வரிசையோ இல்லாமல் ஆண்களும் பெண்களும் குழந்தைகளும் உட்கார்ந்துகொண்டிருக்கிறார்கள். கரிய நிழலுருவங்களாக இருக்கிறார்கள் அவர்கள். கொஞ்சம் பளிச்சென்று போட்டிருந்தால் முகங்களாவது தெரியுமே. என்ன கீச்சுக் கீச்சியிருக்கிறான்! ஆண் குழந்தைகள் அவ்வளவும் அம்மணம். பெண் குழந்தைகள் வாழைப் பட்டையால் கௌபீனம் கட்டிக்கொண்டிருக்கிறார்கள். வாழை நாரின் மேற்புறம்தான் எவ்வளவு தத்ரூபமாக இருக்கிறது – உருவிக் கையில் எடுத்துவிடலாம் என்பது போல. டாக்டரும் எஸ். ஆர். எஸ்ஸும் முகபாவங்களைப் பரிமாறிக்கொண்டு, இதில் மிகுந்த திருப்தி தெரிவித்துக்கொண்டார்கள். படியில் உட்கார்ந்துகொண்டிருந்த வயோதிகப் பெண்களுக்கு மேலாடை இல்லை. சரி, போகட்டும். ஆனால் இந்த வயதுப் பெண்கள் ஓரிழைத் துண்டால் மூடிக் கொண்டிருப்பதை வெட்கமே இல்லாமல் வரைந்திருக்கிறானே. ஆளுக்கு ஒரு ரவிக்கையைப் போடரொம்பச் சாயமா செலவழிந்து விடும்? துணிந்த கட்டை. எல்லோரும் விபூதி பூசி, குங்குமப் பொட்டும் வைத்துக்கொண்டிருக்கிறார்கள். ஒரு சிறுமி, காந்தியின் வலது பக்கத்தில் நின்று, அவர் முகத்தை ஆச்சரியத்தோடு பார்த்துக் கொண்டிருக்கிறாள். காந்தி நேர் எதிராகப் பார்த்துக்கொண்டிருக்கிறார். அவர் தன்னைப் பார்ப்பது போல் பிஷாரடிக்கும், தன்னையே பார்ப்பது போல் எஸ். ஆர். எஸ்ஸுக்கும் தோன்றிற்று. என்ன தவறு செய்ததற்காக இவர் இவ்வாறு கூர்ந்து பார்க்கிறார் என்பது இருவருக்குமே மட்டுப்படவில்லை. ஓவியம் பூராவுமே மஞ்சளும் சிவப்பும் கலந்த பூச்சு. படிக்கட்டுகளுக்கு முன்னால் முழுத்

தெருவும், வலது பக்கம் பத்ம தீர்த்தம் குளம் வரையிலும், இடது பக்கம் மேத்தன் மணிக்கூண்டு வரையிலும் தெரிகிறது. ஒரு சிறுவன் காதில் செருகிக் கொண்டிருந்த பூவைப் பூர்த்தி செய்துகொண்டிருந்தார் ஓவியர். பிரஷ்ஷின் சிறு அசைவுகளிலிருந்து எப்படித்தான் இதழ்கள் மலருகின்றனவோ?

ஓவியர் திரும்பிப் பார்த்தார். பின்னகர்ந்து வந்து ஓவியத்தைப் பார்த்தார். ஓவியம் திரைச்சீலையிலிருந்து தப்பி அந்த அறையின் முழு விஸ்தாரத்திலும் விகசிக்க முன்னுவதை உணர்ந்ததும் அவருக்கு மிகுந்த சந்தோஷம் ஏற்பட்டது. 'சரியாகவே வந்து விட்டது சம்பத்தின் கனவு' என்று சற்று உரக்க, தனக்குத்தானே சொல்லிக்கொண்டார். அதன் பின் அகஸ்மாத்தாக வந்து சேர்ந்த பார்வையாளர்களைப் பார்த்து, 'சூரியோதயம் ஆகும் நேரம்' என்றார். 'சூரியன் எங்கே?' என்று கேட்டார் டாக்டர். ஓவியரின் முகம் சுருங்கிற்று. 'ஆகாயத்தில் இருக்கும் என்று நம்புகிறேன்' என்றார்.

உள்ளேயிருந்து வேலையாள் மீண்டும் வெளிப்பட்டு, டாக்டரையும் எஸ்.ஆர்.எஸ்ஸையும் சம்பத் உள்ளே அழைப்பதாகச் சொன்னான்.

இருவரும் கும்பிட யத்தனித்தபோது, ஓவியர் அவர்கள் கரங்களைப் பற்றிக் குலுக்கினார். இதில் இருவரும் மிகுந்த வெட்கம் அடைந்தார்கள். ஓவியரின் பார்வை மறைந்ததும், 'விசித்திர ஜென்மம், ஆனால் சரஸ்வதி கடாட்சம் உள்ளவன்' என்றார் டாக்டர்.

5

ஜே.ஜே. ஒரு ஓவியனாகத்தான் தன் வாழ்க்கையை ஆரம்பித்தான். இது அவன் சொந்தமாகக் கற்றுக்கொண்டது. பேராசிரியர் அரவிந்தாட்ச மேனன் பெரிய தூண்டு சக்தியாக அமைந்தார் என்பது உண்மைதான். பேராசிரியர் மேனனுக்கு இசை, இலக்கியம், ஓவியம் மூன்றிலும் ஆழ்ந்த ஈடுபாடு இருந்தது. தத்துவச் சிந்தனையிலும் ஈடுபாடு இருந்ததென்றாலும் அவரால் அதிகம் உள்ளே போக முடியவில்லை. கல்லூரி மாணவர்கள் அவருக்கு 'கிராம போன் மேனன்' என்று பட்டத்தை ஏற்படுத்தியிருந்தார்கள். மேல்நாட்டு இசைத்தட்டுகளுடையவும் இந்திய இசைத் தட்டுகளுடையவும் சரியான சேகரம் – தேர்ந்தெடுக்கப்பட்ட சேகரம் – அவரிடம் இருந்தது.

1930இலிருந்து 1950வரையிலும் உருவான எண்ணற்ற எழுத்தாளர்களைச் செம்மைப்படுத்தியதிலும் யதார்த்தப் பாதையில் அவர்களைத் திருப்பியதிலும் நிதானப்படுத்தியதிலும் மேனன் ஆற்றிய பங்கு பெரிது என்பதை இப்போது எல்லோருமே ஒப்புக்கொள்கிறார்கள். ஜே.ஜேக்கு எம்.ஏயில் பொருளாதாரம் எடுத்தவர் மேனன். ஒன்றிரண்டு வகுப்புகளுக்குள்ளாகவே ஜே.ஜேயை இனங்கண்டுகொண்டவர். இது அவருக்கு அற்புதமாகக் கைவந்த கலை. சக விமர்சகர்கள் 'ஜலயோகி' என்று அவரைப் பிரியத்துடன் குறிப்பிடுவார்கள் – அவர் குழிக்கச் சொன்ன இடத்தில் ஊற்று இல்லாமல் இருந்ததில்லை என்ற அர்த்தத்தில்.

ஜே.ஜேயும் இவரும் ஆரம்பத்திலேயே நெருங்கிய நண்பர்கள் ஆகிவிட்டார்கள். முதல் நாள் ஜே.ஜேயைத் தனியே அழைத்துப் போனதுமே, 'எனக்காக நீ எந்தச் சம்பிரதாயங்களையும் பின்பற்ற வேண்டாம். சிகரெட் பிடிப்பதென்றால் பிடி. எனக்கும் ஒன்று தா' என்றாராம். ஜே.ஜேயின் ஆரம்ப கால ஓவிய முயற்சிகளைப் பற்றி நன்றாக அறிய நேர்ந்தவர் இவர் ஒருவர்தான் என்கிறார்கள். மொழியை ஊடகமாகக் கொள்ள வேண்டியவன், ஏன் வர்ணத்தைத் தேர்ந்தெடுத்தான் என்ற சந்தேகம் ஆரம்பத்திலேயே இவருக்கு ஜே.ஜேயைப் பற்றி இருந்ததாம். ஆனால் புகை போட்டுப் பழக்க வைப்பதில் அவருக்கு நம்பிக்கை இருக்கவில்லை. ஜே. ஜே. அவன் வழியில் மலர அவசியமான தூண்டுகோல்களை மட்டுமே தந்துகொண் டிருந்தார். ஆரம்ப கால ஓவியங்களை – எண்ணிக்கையில் நூற்றுக்கும் அதிகம் என்று கூறப்படுகிறது – பின்னால் ஏதோ ஒரு மன அவசத்தில், அவன் வெறுப்புற்று முற்றாக அழித்துவிட் டான். அவன் கடைசியாக வரைந்திருந்த ஓவியங்கள், அவற்றின் புறத்தோற்றத்தில், கால்பந்தாட்டக் காட்சிகளும் நூல்நிலையங் களும் இடைகலந்து உருவாகியவை. இவை பற்றியெல்லாம் மேனன் சொல்லித்தான் நண்பர்களுக்குத் தெரியும். ஜே. ஜே. பிரஸ்தாபித்ததே இல்லை. வெட்கம் தரும் இளமைக் கால அரைகுறைகள் என்று அவனுக்குப் பட்டிருக்கலாம். அவ்வாறு அல்ல என்றும், மிகுந்த தொந்தரவுக்கு உட்பட்டுவிட்ட ஒரு ஆத்மாவின் சலனங்களை அவற்றில் காண முடிந்தது என்றும் பேராசிரியர் சொன்னார்.

எம். ஏ. இரண்டாவது வருடம் ஜே.ஜே வகுப்புக்கு வருவது மிகவும் குறைந்துவிட்டது. 'நண்பர்களைப் பார்க்காமல் இருக்க முடியவில்லை. அதற்காகத்தான் சில நாட்கள் வருகிறேன்' என்று அவன் மேனனிடம் சொன்னான். 'கல்லூரியில் இவ்வளவு பெரிய நூல்நிலையம் இருக்க, எதற்காக வி.எம்.பி. நூல்நிலையத் துக்குப் போகிறாய்?' என்று அவர் கேட்டதற்கு, அவன், 'அங்கு கல்லூரி ஆசிரியர்களின் இடையூறு இல்லையே' என்றானாம். மேனன் அவன் முதுகை அன்புடன் தட்டிவிட்டுச் சிரித்துக் கொண்டே போய்விட்டாராம். நாள் போகப் போக அவன் கல்லூரிக்குப் போவது முற்றாக நின்றுவிட்டது. கல்லூரி முதல்வ ரான ஃபாதர் அவனை அழைத்துவரச்சொல்லி, அவன், பெயருக்கு வந்துகொண்டிருந்தால் போதும் என்றும், கால் பந்தாட்டப் போட்டிகளில் கல்லூரி பெற்றுக்கொண்டிருக்கும் புகழுக்கு மாசு ஏற்படக்கூடாது என்றும், பிற்காலத்தில் அந்தக் கல்லூரியிலேயே அவன் வேலை பார்ப்பதற்கான வாய்ப்பு இருக்கிறது என்றும் சொன்னதற்கு ஜே. ஜே. சிரித்துக்கொண்டே நின்றானாம்.

நூல்நிலையச் சீர்திருத்தக் கமிட்டியின் தலைவராக அரசாங்கம் பேராசிரியர் அரவிந்தாட்ச மேனனை நியமித்தபோது, அவர் தனக்கு உதவியாக இருக்கும்படி ஜே.ஜேயைக் கேட்டுக்கொண் டார். வேலையின் முதற்படியாக, கோட்டயம் வி.எம்.பி. நூல்நிலையத்தைப் பற்றியும் திருவனந்தபுரத்தில் மகாராஜாவின் நேர்பார்வையில் இயங்கிய பொது நூல்நிலையத்தைப் பற்றியும் அறிக்கைகள் சமர்ப்பிப்பதற்கான குறிப்புகளைத் தயாரிக்கும்படி பேராசிரியர் ஜே.ஜேயிடம் கேட்டுக்கொண்டார். இந்தக் குறிப்புகள், இளமைக் காலத்திலேயே ஜே.ஜே. பெற்றுவிட்ட படைப்பின் கூர்மையையும், தோற்றம், சம்பிரதாயம், பழக்கம் இவற்றால் நழுவிச் சரிந்து மதிப்பீடுகளை இழந்துவிடும் மனம் இவற்றைத் தாண்டி, அடிப்படைகளை வற்புறுத்தும் பார்வை யின் ஆவேசத்தையும் காட்டக்கூடியவையாக இருந்தன. பேராசிரியர் மேனன் இன்றளவும் காப்பாற்றிவரும் அக்குறிப்பு களிலிருந்து ஒரு சில பகுதிகளைப் பார்க்கலாம் :

> திருவனந்தபுரத்தில் மகாராஜாவின் மேற்பார்வையில், அழகான தோட்டத்தின் மத்தியில் இயங்கும் பொது நூல் நிலையத்துக்கும், கோட்டயம் விக்டோரியா மெமோரியல் நூல்நிலையத்துக்கும் வேற்றுமைகள் பல. ஆழ்ந்த வாசிப்பில் ஈடுபடுகிறவன் படிப்புக் கலைந்து தலைநிமிர்ந்து பார்க்கும் போது அவன் காட்சிக்குப் புலனாக வேண்டியது மரங்களும் செடி கொடிகளுமே. வி.எம்.பி. நூல் நிலையத்தில் போதிய பூமி இருந்தும் ஏன் அங்கு தோட்டம் உருவாகவில்லை என்பது நமக்குத் தெரியவில்லை. கட்டிடமும் துரதிருஷ்ட வசமாக, வாகனங்களின் போக்குவரத்துச் சத்தத்திலிருந்து வாசகர்களுக்கு விமோசனம் அளிக்கக்கூடாது என்ற எண் ணத்தில் அமைந்தது போல் முன்பக்கம் நகர்த்தி, பின்பக்கம் அதிக இடைவெளி தந்து கட்டப்பட்டிருக்கிறது. வாழையைப் பிடுங்கி நடுவது போல் இக்கட்டிடத்தை அடிக்கல்லோடு பிடுங்கி ஐம்பது அடிகள் பின்னால் நகர்த்திவிட வேண்டும் என்ற எண்ணம் தவிர்க்கக்கூடியதாக இல்லை. சிறிய ஜன்னல் களைக் கொண்ட இக்கட்டிடம் மிகப் பழமையானது. அரசு நூல் நிலையக் கட்டிடப் பழமையின் கம்பீரமற்ற வெறும் வயோதிகம். இந்த வயோதிகம் நம் மனத்தைப் பாதித்து நாம் விரும்பும் இன்றையப் புத்தகங்களை இங்கு பெற முடியாது என்ற எண்ணத்தை, உண்மைக்கு மாறாக, ஏற்படுத்திவிடுகிறது. புறத் தோற்றத்தில் உள்ள வேற்றுமை களை விட்டு நகர்ந்து உள்ளடக்கத்தை மட்டும் எடுத்துக் கொண்டால் பொர்து நூல் நிலையமும் மெமோரியல் நூல் நிலையமும் காலத்துக்கு ஏற்ப வளர்ந்துவரத் தவறிவிட வில்லை என்றாலும் ‘உலக அறிவுகள் அனைத்தும்’ என்ற

கொள்கையை வகுத்துக் கொண்டு திட்டமிட்டு வளரத் தவறியுள்ளன என்று சொல்லலாம்.

நூல்நிலையங்கள் நுரையீரல்கள் கொண்டவையாகும். ஒரு குறிப்பிட்ட நூலைத் தேடி வருகிறவன், அந்த நூலைச் சுலபமாக அறிந்து, அதைச் சுலபமாக எடுத்து, வசதியாகப் படித்து முடித்துத் தரும்போது சுவாசகோசம் ஒரு முறை விரிந்து சுருங்குகிறது. இது போன்ற செய்கையின் அதிர்வுகள் தொடராக நிகழும்போது தான் தன் ஜீவனைக் காப்பாற்றிக் கொள்ளும் ஏற்பாடு நூல் நிலையத்துக்குப் பூர்த்திசெய்யப் படுகிறது. ஆக, நுரையீரல்கள் நிரந்தரமாக இயங்க, ஏற்பாடு கள் பூர்த்திசெய்யப்பட்டுள்ளனவா என்பதை ஆராய்ந்தே நூல்நிலையத்தின் மதிப்பை நான் நிர்ணயிப்பேன். இவ்வகை ஏற்பாடு இல்லையெனில், அல்லது பழுதடைந்துவிட்ட தெனில், நூல்நிலையங்கள் உயிரற்ற மாமிசப் பிண்டங்களாகி விடும். உயிரற்ற சடலங்கள் இயற்கைத் தோட்டிகளுக்கேனும் உணவாகக் கூடியவை. ஆனால் நான் இங்கே குறிப்பிடும் சடலம் இரப்பையிலுள்ள கிருமிகளுக்கு மட்டுமே (இங்கு குறிப்பு, நூல்நிலைய அதிகாரிகள், குமஸ்தாக்கள், சிப்பந்தி கள் முதலியோர்) பயன்படும். இந்தியாவிலுள்ள பல பெரிய நூல்நிலையங்களையும் கால் பந்தாட்டப் போட்டிகளுக்குப் போயிருக்கும்போது நான் பார்த்திருக்கிறேன். அவற்றில் பெரும்பான்மையானவற்றிற்கு சுவாசகோசங்கள் கிடையா. வாசகனின் தொடர்பு அறுந்த மாமிசக் கிடங்குகள் அவை.

அதோடு, தேவைப்படும் புத்தகங்களை நொடிகளில் எடுக்க வும் அறிமுகப்படுத்தவும் தகுந்த உதவியாளர்கள் அவசியம். இந்த கௌரவத்தைப் பெறத் தகுந்த ஒருவரை மட்டுமே நான் இன்று வரையில் சந்தித்திருக்கிறேன். திருவனந்தபுரம் நூல்நிலையத்தில் நான் ஒரு பெண் உதவியாளரை அணுகி, ‘ஹக்ஸிலியின் எந்தெந்த நூல்கள் உங்களிடம் இருக்கின்றன?’ என்று கேட்டதற்கு, அவர், ‘எந்த ஹக்ஸிலி?’ என்று திருப்பிக் கேட்டார். நான் அவமானமும் மகிழ்ச்சியும் அடைந்தேன். இது போன்ற உதவியாளர்கள் ஒவ்வொரு நூல்நிலையத்திற் கும் வேண்டும். தரையில் விழுந்துவிட்ட புத்தகப் பிராணி களை நீரில் தூக்கிப் போட்டு உயிர்வாழ வைத்துக் கொண் டிருப்பவர்கள் இவர்கள்தாம்.

மேலும் சில பகுதிகளை நான் மொழிபெயர்த்துத் தர இயலும். துரதிருஷ்டவசமாக, திருமதி சாராம்மா ஜோசஃப் இவ் விஷயங்களில் சட்ட ரீதியான மனோபாவங்களையே கொண் டிருக்கிறார். இவர் காட்டும் கண்டிப்பு என் கைகளை முடக்கி விடுகிறது.

1940க்கும் 1950க்கும் இடைப்பட்ட காலங்களில் பேராசிரியர் மேனனைச் சுற்றிப் பல இளம் எழுத்தாளர்களும் கவிஞர்களும் கூடியிருந்தார்கள். கற்பனைச் சிறகடித்து எங்கோ பறந்து கொண்டிருந்த இலக்கியத்தை, வாழ்வு சார்ந்த யதார்த்தப் போக்குக்கு மாற்றிய திருப்புமுனையாக இருந்தவர் அவர். இன்று சகஜமாக ஏற்றுக் கொள்ளப்படும் எழுத்துகள் அன்று பெரும் சலசலப்பை ஏற்படுத்தின. பழமைவாதிகள் இப்புதிய எழுத்தாளர்களை ஒழுக்கம் கெட்ட போக்கிரிகள் என்று முத்திரை குத்தினார்கள். மேனன்தான் யதார்த்தப் போக்கின் இலக்கிய நயத்தை ஸ்தாபித்துக்கொண்டு வந்தார். இவர் கனவு கண்டுவந்த இலக்கியப் போக்கு மிகக் குறுகிய காலத்தில் தன்னை ஸ்தாபித்துக்கொண்டுவிட்டது. சமூக உண்மைகளா லும், அவ்வுண்மைகள் ஏற்படுத்திய அதிர்ச்சிகளாலும் வாழ்வு சார்ந்த நிலைகளாலும், புதுமை உணர்வுகளாலும் புதிய எழுத்தாளரைச் சுற்றிப் பெரும் வாசகர்கள் திரண்டார்கள். பேராசிரியர் சுய திருப்தியுடன் வாழ்ந்த காலம் இது என்று சொல்ல வேண்டும். இந்த திருப்தியில் முதல் அதிருப்தி அடைந்தவன் ஜே.ஜே.

ஐப்பசி மாதம் துலா வர்ஷம் ஆரம்பமாகிவிட்டது. மூன்று நாட்களாக இடைவிடாத மழை. பேராசிரியர் அரவிந்தாட்ச மேனன் தன் வீட்டின் முன்னறையில் முல்லைக்கல் மாதவன் நாயருடன் வெகு உற்சாகமாகப் பேசிக்கொண்டிருந்தார். அன்று காலை பத்தரை மணிக்கு முல்லைக்கல் ‘போட்’டில் வந்திருந்தான்.

முல்லைக்கல் நாயரை யதார்த்த இலக்கியத்தின் படைப்புத் தலைவன் என்று சொல்ல வேண்டும். இளம் எழுத்தாளர் களால் அதிகமாக அவன்தான் போலி செய்யப்பட்டுவந்தான். வெளிக்கு இதைக் கண்டித்தாலும், உள்ளூர அவனுக்கு இதில் நிறையப் பெருமை இருந்தது. ‘ஒவ்வொருவனும் அவனுடைய சொந்த மூளையால் எழுத வேண்டும். என்னுடைய வழியை எனக்கு யார் கற்றுத்தந்தார்கள்?’ என்று அவன் கேட்பான். அது சரிதான். ஏழை எளியோர்கள், சாக்கடைகள், குடிசைகள், சொறிசிரங்கு, விபச்சாரம், எண்ணிறந்த வேசிகள், முறை பிறழ்ந்த காதலின் சில வகைகள், அதன் நுட்பங்கள் இவை யெல்லாம் அவனுடைய எழுத்தில்தான் முதலில் வந்தன.

ஜே.ஜே. பிற்பகலில் அரவிந்தாட்ச மேனன் வீட்டுக்கு வந்து சேர்ந்தான். ஜே.ஜே. வருவதற்கு சுமார் அரை மணி நேரத்துக்கு

முன்னால் தான் முல்லைக்கல் கள்ளுக்கடை வரையிலும் போய்விட்டு வந்திருந்தான். வந்தவன் பேராசிரியரின் சாய்வு நாற்காலியில் சாய்ந்துவிட்டதால் பேராசிரியருக்கு ஒரு முக்காலி யில் தன்னைக் குறுக்கிக்கொண்டு உட்கார நேர்ந்தது. உள்ளே வந்த ஜே.ஜேக்குப் பேராசிரியரின் இந்த அசௌகரியம்தான் முதலில் நெருடிற்று. அவன் முல்லைக்கல்லை முறைத்துப் பார்த்தான். முல்லைக்கல்லுக்கு மயக்கம் கண்ணைச் சுழற்றிக் கொண்டு வந்தது. அத்துடன் அறிஞர்களும், படைப்பாளிகளும், பிறரும் கொண்ட ஒரு அவையில், படைப்பாளிக்கு முக்கியத் துவம் அளிக்கப்பட வேண்டியது ஒரு தேசத்தின் இலக்கிய வளர்ச்சிக்கும், கலாச்சார வளர்ச்சிக்கும், ஏனைய பிற வளர்ச்சி களுக்கும் இன்றியமையாதது என முல்லைக்கல் கருதுவதாக ஜே.ஜேக்குத் தோன்றிற்று. அவன் கால்மேல் கால் போட்டுக் கொண்டிருக்க, கட்டைவிரல் துடித்துக்கொண்டிருந்தது. தனது அனுமானம், அசைக்கப்படும் அவனுடைய கட்டைவிரல் வழியாக வெளியே வந்து கொண்டிருப்பதாக ஜே.ஜே. நினைத்தான்.

'ஏன் ரொம்பப் பதற்றமாக இருக்கிறாய்?' என்று பேராசிரியர் ஜே.ஜேயைப் பார்த்துக் கேட்டார். 'எனக்கு ஒரு பிரச்சினை' என்றான் ஜே. ஜே. 'ஓ! அதனால் என்ன? தீர்த்துவிடலாமே' என்று சிரித்துக்கொண்டே சொன்னார் பேராசிரியர். ஜே. ஜே. எதுவும் சொல்லவில்லை. முல்லைக்கல்லின் இருப்பை அவன் குறுக்கீடாக நினைக்கிறான் என்று கருதினார் மேனன். அது சரிதான். முல்லைக்கல் அவன் இருக்குமிடத்தில் பிறரைப் பேசவிடமாட்டான். பேசுவது என்று சொல்வதுகூடப் பொது வழக்கத்தைப் பின்பற்றித்தான். உண்மையில் எரிமலைகளின் கொந்தளிப்புடன் தொடர்புபடுத்த வேண்டிய விஷயம் அது. முல்லைக்கல் மாதவன் நாயருக்குப் புதிய எழுத்தாளர்கள் மத்தியிலும் கவிஞர்கள் மத்தியிலும் 'புரட்சிச் சிங்கம்' என்ற படிமம் ஏற்பட்டிருந்தது. இந்தப் படிமத்தைக் காப்பாற்றப் புரட்சிச் சிங்கம் பட்ட அவஸ்தை கொஞ்ச நஞ்சமல்ல. அதனால் சாதாரணமாகப் பேசவோ, மனிதர்கள் மாதிரி நடந்து போகவோ, முகத்தை இயற்கையாகத் திருப்பவோ அவனுக்கு முடியாமல் போயிருந்தது. முதன்முதலாக அவனைப் பார்க்கிறவர்கள் அவனுக்குக் கழுத்துச் சுளுக்கு என்றுதான் எண்ணுவார்கள். ஒரு அறிவாளியாக முல்லைக்கல் கொண்டிருந்த மனநிலை, தான் எப்போதும் எதையேனும் எதிர்த்துக்கொண்டிருக்க வேண்டும் என்பதாகும். எது மிக உன்னதமாக எல்லோராலும் கருதப்படுகிறதோ, அதன் மீது அவன் கொஞ்சம் கரியைப் பூசுவான். விவாதங்களில் அவன் எடுக்கும் நிலைகளைத் தீர்மானிப்பது அவனுடைய இலக்கிய எதிரிகள்தாம். அவர்கள் சொல்வதற்கு நேர்மாறாகப் பேச ஆரம்பிப்பான். அவ்வக்

காலங்களில் முற்போக்காக எவை எவை கருதப்படும் என்பது பற்றிய அவனது கணிப்பை சூட்சுமமானது என்று சொல்ல வேண்டும்.

பேராசிரியர் அரவிந்தாட்ச மேனனிடம் ஜே.ஜே. எழுப்பிய பிரச்சினை என்ன? இதுதான் முக்கியமானது. தனக்கு ஏற்பட்ட சங்கடத்தை ஜே.ஜே. கூறிக்கொண்டு வரும்போது அதிக அளவுக்கு அவன் உணர்ச்சிவசப்பட்டுப் பதற்றம் அடைகிறான் என்று பேராசிரியருக்குத் தோன்றிற்று. எப்போதும் அவன் அப்படித்தான். 'சம்பவம் அல்ல; தத்துவப் பிரச்சினை' என்றான் அவன். இவ்வாறு சொன்னது மாதவன் நாயரை மனத்தில் வைத்து. பழக்கத்தைச் சார்ந்த, செயலுக்குரிய அர்த்தத்தைப் பற்றிச் சிறிதும் போதமற்ற, சுரணையற்ற, தடித்தனமான, மடமையான, இயந்திர விளைவுகளின் சேமிப்புக் கிடங்காக உடல் இயங்கும்போது அனைத்தும் சம்பவங்கள். பிரதிபலிப்பாக நிகழும் இயந்திர விளைவுகள். செயலின் அர்த்தம் என்ன? இது என்னுடைய செயல்தானா? அல்லது யாரோ என்னிடம் ஏற்படுத்திய பழக்கமா? இப்படி யோசிக்கும்போது, செயல் களுக்கு முன் தத்துவப் பிரச்சினைகள் தோன்றிவிடுகின்றன.

ஜே.ஜே. அன்று பஸ் ஸ்டாண்டுக்கு எதிர்ப்புறமிருந்த நூர்ஜஹான் ஹோட்டலில் ப்ரெட் – பட்டர் – ஜாம் சாப்பிட்டுக் கொண்டிருந்த போது, ஹோட்டல் வாசலில் ஒரு பிச்சைக் காரன் – முற்றிய தொழு நோயாளி – தென்பட்டான். அவன் குரல் எழுப்பவில்லை. கண்களிலும் முகத்திலும் இரக்க பாவத்தை இயந்திர ரீதியில் வரவழைத்து உதவி கேட்டான். ஜே.ஜேயின் மனத்தில் 'நான் என்ன செய்ய வேண்டும்?' என்ற கேள்வி எழுந்தது. அவன் யோசிக்க ஆரம்பித்தான். அப்போது மணி சுமார் ஒன்பது, ஒன்பதேகால் இருக்கும். தன்னை முற்றாக மறந்துவிட்டான் ஜே.ஜே.

ஹோட்டல் உரிமையாளருக்கும் பட்லர்களுக்கும் ஜே.ஜே. மீது ஒரு தினுசான கவர்ச்சியும், அதிலிருந்து கிளர்ந்த அனுதாப மும் இருந்தன. 'மிக புத்திசாலியான அரைப் பைத்தியம்' என்ற படிமம் அவனைப் பற்றி நாளாவட்டத்தில் அவர்களிடம் உருவாகியிருந்தது. சில விசேஷ சுதந்திரங்களும் அவனுக்கு அளிக்கப்பட்டிருந்தன. உதாரணமாக, உணவை முடித்துவிட்டு அவன் அங்கு உட்கார்ந்துகொண்டிருந்தாலும் யாரும் அதைக் கண்டுகொள்ளமாட்டார்கள். ஏதோ யோசனையில் அவன் பில்லுக்குப் பணம் கட்டாமல் போனாலுங்கூடக் காஷியர் அவனைக் கைத்தட்டி அழைக்கமாட்டார். மறுமுறை வரும் போது அவன் காதோடு, 'பணம் வாங்கிக்கொள்ள சென்ற முறை தவறிவிட்டேன்' என்பார்.

ஜே. ஜே. யோசித்துக்கொண்டேயிருந்தான். மணி பத்தாயிற்று, பதினொன்றாயிற்று. அவனுக்குத் தன்னுணர்வு திரும்பவில்லை. மதம், ஒழுக்கவியல், தத்துவம் இவற்றின் வரையறைகளைப் பற்றிச் சிந்தித்துக் கொண்டே போனான். கிழக்கிலும் மேற்கிலும் இது பற்றி இதுகாறும் சிந்தித்துள்ளவற்றின் சாராம்சங்களை மிகப் பிரயாசைப்பட்டுத் தன் நினைவுக்குக் கொண்டுவந்து யோசித்துக்கொண்டிருந்தான். மெதுவாக உடலில் உஷ்ணம் பரவிக்கொண்டு வந்தது. காதலியின் அருகே இருப்பது போன்ற உஷ்ணம் ரத்த நாளங்களில் பரவிற்று. இந்த உஷ்ணம்தான் காலத்துக்கும் அவனுக்குமுள்ள துன்பப் பிணைப்பை அறுத்து அவனுக்குப் பெரும் விடுதலையைத் தந்துவந்திருக்கிறது. மேகக் கீற்றுகளிடையே கிழித்துக்கொண்டு பாயும் ஒரு வான ஊர்தியின் சிறகைப் பற்றியபடி பறக்கும் பரவசம் அவன் மூளையில் படர்ந்தது.

சற்றும் எதிர்பாராமல் ஒரு திடுக்கிடல் அவன் உடம்போடு ஓடிற்று. ஹோட்டல் சுற்றுப்புறத்தில் வந்து விழுந்துவிட்டான். மேஜை மீது ஐந்தாறு கண்ணாடித் தம்ளர்கள். வரிசையாக. எந்த மனநிலையிலிருந்தான் என்பதை அவனுக்குக் காட்டக் கூடிய அடையாளங்கள் அவை. இப்படித்தான் முன்னாலும் நடந்திருக்கிறது. தன்னுணர்வின்றித் தண்ணீர் குடித்துக்கொண் டிருப்பது. குஷ்டரோகிக்கு உதவ வேண்டும் என்று அவன் தீர்மானித்தபோது, வெயில் ரொம்பவும் ஏறியிருந்தது. முடிவுக்கு உறுதியாக வந்ததால் மிகுந்த எக்களிப்பு அடைந்தான். இனி, இச்செய்கையின் எதிர்நிலைகள் அவனை ஒன்றும் செய்யாது. ஏனெனில் அவற்றைப் பற்றி அவன் சிந்தித்துவிட்டான். கழிவிரக்கம் என்றோ, பிரச்சினை தொடர்வதற்கு ஏற்ற போலி அனுதாபம் என்றோ, அகந்தையின் ஒரு சொட்டுக் கண்ணீர் என்றோ, மதவாதியின் சன்மார்க்கம் என்றோ, எதிர்காலத்துக்குப் புண்ணியம் சேர்த்தல் என்றோ அல்லது வேறு நிலைகள் எடுத்தோ கூறப்படுபவை அவனை ஒன்றும் செய்யாது. பிரச்சினையின் தீவிரத்தை மழுங்கவைக்கும் குற்றத்தை அவன் மேல் சுமத்தவோ, தீர்வுக்கு யோசிக்கத் தெம்பில்லாத மனத்தின் சுயநலத்தைப் பழிக்கவோ முடியாது. இவ்வளவு எதிர்நிலை களையும் அருகிலிருந்து யாரோ கிளப்பியது போல், அந்தக் குரலை முன்னிலைப்படுத்தி, ‘இதெல்லாம் எனக்குத் தெரியும்’ என்றான் ஜே.ஜே. வாய்விட்டு. அவன் உடம்பில் ஒரு ஆவேசம் புகுந்துகொண்டது. நாளங்களைப் புடைத்துக்கொண்டு ரத்தம் ஓடி வருவதை உணர்ந்தான். ‘சரித்திர காலத்திலிருந்து இன்று வரையிலும் பலரும் வந்திருக்கும் முடிவுக்குத்தான் நானும் வந்திருக்கிறேன் என்றாலும் நான் வந்த விதம் வேறு’ என்று சொல்லிக்கொண்டான். ‘அந்த சரித்திர புருஷர்களும் நானும்

இது பற்றிப் பேச நேர்ந்தால் என்னுடைய ஒத்த முடிவை நினைத்துச் சிறிதும் சந்தோஷமடையாமல், பாதைகளின் வேற்றுமை கருதி, மிகுந்த மனத் தொந்தரவுகளுக்கு அவர்கள் உள்ளாகி, பெரும் சர்ச்சைகளையும் கிளப்புவார்கள்' என்றும் மனதுக்குள் சொல்லிக் கொண்டான்.

குஷ்டரோகி எப்போதோ போய்விட்டிருந்தான். ஹோட்டலிலிருந்து வெகு வேகமாக ஜே.ஜே. வெளியே வந்தான். அவனுடைய அவசரம் பிறர் ஆச்சரியமுற்றுப் பார்க்கும்படி இருந்தது. குஷ்டரோகி இடது பக்கமோ அல்லது வலது பக்கமோ போயிருக்கலாம். பாதைகள் உள்ளன. எதிரே பஸ் ஸ்டாண்டு இருந்ததால் அங்கு போக அதிக சந்தர்ப்பம் உண்டு. எனினும் உள்ளுணர்வுகளுக்குச் செவிசாய்த்து வலது பக்கமாக ஓடினான். முனிசிபல் கட்டிடம், தலைமைத் தபால் தந்தி அலுவலகம், ரெட்டியார் பிரஸ், ஒய். டபிள்யூ. சி. ஏ. இவற்றைத் தாண்டி வேகமாக ஓடினான். குஷ்டரோகியை எங்கும் காணவில்லை. மாதாகோவில் வரையிலும் போய்ப் பார்க்கலாம் என்று நினைத்தான். கோவிலைச் சுற்றி நோயுற்ற வறுமை எப்போதும் பார்க்கக் கிடைக்கக் கூடியதல்லவா! ஆனால் மாதாகோவிலுக்குப் போவதற்கு முன்னாலேயே, பாதையின் வலது பக்கம் ஒரு கட்டாந்தரையின் மத்தியில், ஒற்றை மரத்தின் அடியில் ஒரு உருவம் தெரிந்தது. ஜே.ஜேக்கு மிகவும் பிடித்தமான இடம் அது. மிகவும் பிடித்தமான மரம் அது.

தனது இருபது வயதையொட்டிய நாட்களில் பன்னீர்ப்பூ போன்ற லட்சியத்தில் மிதந்துகொண்டிருந்த ஜே.ஜே. 'நான் அரசன் ஆகும் போது' என்ற தலைப்பின் கீழ், ஆங்கிலத்தில் எழுதிய ஒரு டயரிக் குறிப்பை நாம் இப்போது நினைவுபடுத்திக் கொள்ள வேண்டியிருக்கிறது.

> நான் அரசன் ஆகும்போது முதலில் செய்ய வேண்டிய காரியம், புனித மேரி ரோட்டிலுள்ள சிறு மைதானத்தைப் பூங்காவாக மாற்றுவது. கீழே விரிவான வரைபடங்கள் தந்திருக்கிறேன். அங்கு நட்ட நடுவில் ஒரு பெரிய வேப்பமரம் நிற்கிறது. அற்புதமான மரம். மைதானத்தை மற்றொன்றாக மற்றவர்கள் மாற்ற எண்ணும்போது, முதல் பலி அந்த மரம்தான். மரத்தைக் கூர்ந்து பார்க்காமலே 'வெட்டுதல்' என்ற கருமத்தை நிறைவேற்றி விடுவார்கள். மரத்தைக் கூர்ந்து கவனித்தால் பின் அதை வெட்டத் தோன்றாது. இவ்வாறு அழிவை யோசனையின்றி அமுல்படுத்தும் மனோபாவத்தின் எதிர்க்குரலாக, ஒரு குறியீடு போல், பூங்காவும், குழந்தைகள் விளையாடுவதற்குரிய அமைப்புகளும் உருவாகிய பின்பும் மரம் அங்கு நின்று கொண்டிருக்க வேண்டும்.

குகைகளுக்கு இட்டுச் செல்லும் படிக்கட்டுகளின் மையத்தில். குழந்தைகளிடத்திலும் தாவர வர்க்கங்களிடத்திலும் சிறிது நேசமும், குழந்தைகள் மகிழ்வதைக் கண்டு தன்னை இழந்து விடும் வெகுளித்தனமும், சிறிது கற்பனையும் செயல் திறனும் கொண்ட எவனும் என் வரைபடங்களை வைத்து என் திட்டத்தை நிறை வேற்றிவிட முடியும்.

ஒற்றை மரத்தை உயிரோடு காப்பாற்றிவர உயிர்ப்பற்று அழகுணர்ச்சி இவை தாங்கிய தத்துவக் காரணங்களும் எனக்கு உள்ளன. நான் அரசன் ஆகும்போது, அந்த இடத்தை மாற்றி விடுகிறேன். மாற்றம் நிகழ்ந்த பின் மாற்றம் நிகழ்ந்த தற்கு என்ன ஆதாரம்? நிகழும் மாற்றத்தின் அனுபவம்தானே மாற்றம் நிகழ்ந்ததற்கு ஒரே தடயம். அனுபவம் இல்லையென்றால் மாற்றம் ஏது? மனிதர்கள் இல்லையா, அவர்களுக்கு அனுபவம் இல்லையா என்று கேட்கலாம். மனிதர்களைவிடவும் தாவரங்கள் மேலான சாட்சியங்கள். அதனாலும் மரத்தை வைத்துக் கொள்ள வேண்டும்.

இப்போது, அந்த வெட்டாந்தரையில், தான் உருவாக்க விரும்பும் பூங்காவையே ஜே.ஜே கற்பனையில் கண்டான். வெட்டப் படாது, படிகளுக்கு மத்தியில் விசித்திரமாகப் பேணப்படும் சந்தோஷத்தில் திளைத்துக்கொண்டிருக்கும் மரத்தின் முன் அந்தப் பூந்தோட்டத்தில் அவன் உருவாக்க எண்ணியிருந்த குரங்கையும் கண்டான். ஆகிருதியில் அது சற்றுப் பெரிய குரங்கு. ஆனால் நோயுற்றது போல் சற்று மெலிந்த தன்மை. கண்களை மூடிக்கொண்டு வாயை அகலப் பிளந்து கொண்டிருக்கிறது. அதன் இரு பின்னங்கால்கள் வழியாக முன்வந்து மேலே எழும்பி, அந்தரத்தில் வளைந்து நிற்கும் வால் வழியாக உணவு உருண்டை வெளியில் ஓடிவந்து அதன் வாய்க்குள் செல்கிறது. தொடர்ந்து பல உருண்டைகள் ஒன்றன் பின் ஒன்றாக வாய்க்குள் சென்றுகொண்டிருக்கின்றன. ஒரு சுழற்சியின் மூலம் இவை மீண்டும் வால் வழியே வெளிப்படுகின்றன.

திட்ட நிறைவேற்றத்துக்குப் பின் அந்தக் குரங்கு இருக்க வேண்டிய இடத்தில், அந்த மரத்தின் கீழ், இப்போது அந்தக் குஷ்டரோகி இருந்தான். அவன் ஆடைகளின் அழுக்கு எங்கே? செம்மண் புழுதித் திட்டுகள்? என்ன இது? இடைவெளியில் ஒரு அவசரச் சலவையா? இவன் வேறு. குஷ்டரோகியைத் தேடிக்கொண்டு வர, குஷ்டரோகியே கிடைத்தான். தேடிய குஷ்டரோகி அல்ல. எவ்வளவோ குஷ்டரோகிகள். ஆனால் தீர்மானம் ஒன்றுதான். செயல் ஒன்றுதான். அது தனிநபர்களுக்காக மாற்றப்படக்கூடியதல்ல. மாறக்கூடியதென்றால் அது விருப்பம். தத்துவமல்ல. கோட்பாடல்ல. ஆகவே, இவன்

அவனல்ல என்பதால் முடிவில் மாற்றமில்லை. தன் சட்டைப் பையிலிருந்து ஒரு வெள்ளிப் பணத்தை எடுத்து அந்தக் குஷ்டரோகியின் முன்னால் போட்டான். போட்ட நிமிஷத்தில் விரல்கள் இல்லையெனில் எப்படிப் பொறுக்குவான் என்ற கேள்வி மின்சாரம் போல் அவன் மூளையில் ஓடிற்று. குஷ்ட ரோகியின் கைகள் துணிகளுக்கிடையில் பொதிந்து கிடந்தன. தவறு செய்துவிட்டோம் என்ற உணர்வால், காசைப் பொறுக்க ஜே. ஜே. கீழே குனிந்தான். ஆனால் நொடியிடையில் குஷ்ட ரோகியின் இடது கால் நிமிர்ந்து, பாதம் அந்த வெள்ளி நாணயத்தை மண்தரையோடு அரைத்துத் தள்ளிற்று.

இச்செயல் ஏற்படுத்திய அதிர்ச்சியைத் தாங்க முடியாமல்தான் ஜே. ஜே. பேராசிரியர் வீட்டுக்கு ஓடிவந்தான்.

அவமானத்தாலும், வெட்கத்தாலும், சுய வெறுப்பினாலும் மனஞ் சுருங்கி ஜே. ஜே. ஓடிவந்தான். தாங்க முடியாத வலி ஏற்படும்படி தன்னை இம்சித்துக்கொள்ள வேண்டுமென்று அவனுக்குத் தோன்றிற்று. இதைவிடக் கேவலமான, துச்சமான, முகத்தில் மஞ்சள் கரு போன்ற கோழை துப்பப்பட்டது போல் ஒரு அவமானம் வேறில்லை. இதுவரையிலும் யோசித்து வந்ததெல்லாம், அந்தச் சிந்தனையின் நீண்ட பயணமெல்லாம், மோதல்கள் எல்லாம், தத்தளிப்பு எல்லாம், தத்துவமேதைகளுடனும் நன்னெறிச் சீமான்களுடனும் நிகழ்த்திய சம்பாஷணைகள் எல்லாம், ‘என் செயல்’ ‘நான் ஏற்றுக்கொள்ளும் காரியம்’ என்ற தளத்தில் மட்டுமே இயங்கியிருக்கிறது. எதிர்த் தரப்பைக் கணக்கில் எடுத்துக்கொள்ளவே இல்லை. இப்போது என்ன வாயிற்று? அவனுடைய உன்னத முடிவு செயல் வடிவமே பெறவில்லை. வெள்ளி நாணயத்தை அல்ல; தன்னைக் கணக்கிலெடுத்துக்கொள்ளாத அந்தப் புறக்கணிப்பையே அந்தக் குஷ்டரோகி தேய்த்துத் தள்ளினான்.

ஜே. ஜே. தன் பிரச்சினையைச் சொல்லி முடித்ததும் பேராசிரியருக்கு மிகுந்த வேதனை ஏற்பட்டது. ஆனால் தனது வேதனையை வெளியே காட்டிக்கொள்வது, நொந்து போயிருந்த ஜே.ஜேயை மேலும் நோகச் செய்யும் என்று அவர் நினைத்தார். சூழ்நிலை இறுக்கமும் பதற்றமும் கொண்டதாக மாறியிருந்தது. ஜே. ஜே. தன் மனத்திலிருந்த வேதனையின் கொடிய ஊசிகளை அறை முழுவதும் இறைப்பது போலிருந்தது. மனநிலைகள் மீண்டும் சமவெளிக்குத் திரும்பவேண்டும். இறுக்கம் தளர்ந்து சகஜ நிலை மீளவேண்டும். பேராசிரியர், முகத்தில் புன்னகை அரும்ப, ‘முல்லைக்கல், நீ என்ன சொல்கிறாய்?’ என்று கேட்டார். இவ்வாறு பேராசிரியர் கேட்டது ஜே. ஜேக்கு எரிச்சலை ஏற்படுத்தியது.

முல்லைக்கல் மாதவன் நாயர் ஒரு பெரிய மடையன் என்பதே ஜே. ஜேயின் அபிப்ராயம். சமீப காலமாக முல்லைக்கல்லிடம் தொடர்ந்து ஏமாற்றங்களுக்கு ஆளாகிக்கொண்டிருந்தான் அவன். இதுகூட அவனுக்குப் பெரிய விஷயமில்லை. மடையர் களை – அவர்களுக்கு உழைப்பும் ஆத்மார்த்த உணர்வும் இருக்குமென்றால் – அவனால் நேசிக்க முடியும். இக்குணங்கள் கொண்ட மடையர்கள் தேசத்துக்கும் சமுதாயத்துக்கும் சொத்து ஆவார்கள். குணங்களில் இவர்கள் இயந்திரத்துக்குச் சமமான வர்கள். உழைப்பு, ஆத்மார்த்த உணர்வு, சுயமாக எதுவும் செய்யத் தெரியாத தன்மை – இவைதானே இயந்திரத்தின் குணங்கள். இயந்திரங்கள் தேசத்தின் சொத்து. உபயோகமானவை. ஆக்கப்பூர்வமானவை. மனித உறுப்புகளின் விஸ்தரித்த கோலம். முல்லைக்கல் மாதவன் நாயர் மடையன் மட்டுமல்ல. மடையன் மட்டுமாக அவன் இருந்திருக்கலாம். அதன் மூலம் அவன் ஆக்கப்பூர்வமான சக்தியாக இருக்க முடியும். துரதிருஷ்டவச மாக அவன் ஒரு பொய்யன்.

முல்லைக்கல் மாதவன் நாயருக்கு ஏழைகளின் வாழ்க்கை தெரியும். வறுமை தெரியும். ஏழைகளின் குடியிருப்புகளை வர்ணிக்கத் தெரியும். அவர்களுடைய பழக்கவழக்கங்களை நம்பும்படி சொல்வான். கொச்சைப் பேச்சைத் தன்னம்பிக்கை யோடு பதிவு செய்வான். சில்லறை விபச்சாரங்கள் பற்றியும் தெரியும். அதற்கான காரணங்கள் பற்றியும் தெரியும். இதெல் லாம் அவன் பிறந்து வளர்ந்த சூழ்நிலையில் அவனுக்குத் தெரிந்த விஷயங்கள். இவை பற்றித்தான் அவன் எழுதினான். அது மிக இயற்கையான காரியம். நியாயமான காரியம்.

ஆனால் முல்லைக்கல் மாதவன் நாயர் தன் அனுபவங்களைச் சார்ந்து எழுதும்போது, ஒரு பகுதியைப் பற்றிச் சொல்வான். மற்றொரு பகுதியைப் பற்றிச் சொல்லமாட்டான். சொல்லாமல் விடப்படும் பகுதிகள், உண்மையைத் தொகுக்க முன்னும் கலை மனத்தின் ஆவேசத்தில் கழிந்துபோனவை என்றால் குறை சொல்ல எதுவுமில்லை. கலை, உண்மையை ஸ்பரிசிக்க, கொள்ள வேண்டியவற்றைக் கொள்ளும். தள்ள வேண்டிய வற்றைத் தள்ளும். ஆனால் அவன் சொல்லாமல் விடும் பகுதி தந்திரபூர்வமானது. வாசகத் திருப்திக்குப் போடும் தூண்டில் அது.

இப்படிச் செய்கிறோம் என்பது முல்லைக்கல்லுக்குத் தெரியும். அவன் திருவனந்தபுரம் பஸ் நிலையத்தில் டிரெங்குப் பெட்டியைக் கூலிச் சிறுவன் தலையில் தூக்கிவிட்டுவிட்டு, மேம்பாலம் தாண்டி, மணக்காட்டுக்குப் போகும்போது, கூட்டத்தில் நுழைந்து வேகமாகச் செல்லும் கூலிப்பையனைப் பின்தொடர்ந்து

தன் பெரிய தொந்தியைத் தூக்கிக்கொண்டு பரக்கப் பரக்கப் பாய்வான். கூலிச் சிறுவனிடமிருந்து தன் பார்வையை அவனால் ஒரு கணம்கூட அகற்ற முடியாது. தாண்டிவரும் கூட்டம் அந்தச் சிறுவனைச் சில நொடிகள் மறைத்து விட்டால் அவன் மனம் பதறும். மீண்டும் அவன் முதுகின் ஒரு பக்கமோ முண்டாசு விளிம்போ தெரியும்போது அவன் மனம் நிம்மதியுறும். மணக்காட்டிலிருக்கும் அவனுடைய வைப்பாட்டி வீட்டுக்கு அந்தச் சிறுவன் சென்று, வாசல் படியில் டிரெங்குப் பெட்டியை வைத்துவிட்டு, இவன் வந்து சேரும் பொருட்டு, பூவரச மரத்தைப் பார்த்துக்கொண்டு நிற்பான். அவன் முகம் அப்புராணி யாக இருக்கும். 'இவனையா இப்படிச் சந்தேகப்பட்டோம்' என்று எண்ணிக் குற்றவுணர்வு கொள்ளும்படியோ, வருந்தும் படியோ இருக்கும். ஆனால் முல்லைக்கல் மாதவன் நாயர் இவ்வித உணர்வுகளுக்கு ஆளானதே இல்லை. இந்த அனுப வத்தை அடிப்படையாக வைத்து அவன் கதை எழுதும்போது, பின் தொடர்ந்து ஓடிய தொந்தி, கதையில் பணக்காரனாகிவிடு வான். மிகவும் அப்புராணியாகத் தெரிந்த கூலிச் சிறுவன், நிஜவாழ்வில், இவன் நியாயமாகக் கொடுத்த கூலியைக்கூட ஏற்க மறுத்து, இவனைக் கீழ்த்தரமாகத் திட்டிவிட்டு – இவனது திருவனந்தபுர யாத்திரையின் நோக்கத்தை ஒற்றை வார்த்தை யில் கூறும் வசைதான் அது – சென்றிருக்க, கதையில், பணக் காரன் கூலியைக் குறைத்துக் கொடுத்ததற்கு அழுதுகொண்டு போனதாக முடிப்பான்.

ஜே. ஜேயின் டயரிக் குறிப்பு:

> முல்லைக்கல், உன் எழுத்தை நான் மனத்தால் வெறுக் கிறேன். மாட்டுக்குச் சொறிந்துகொடு. அது நல்ல காரியம். ஆனால் மனிதனுக்கு ஒருபோதும் சொறிந்துகொடுக்காதே. சக மனிதனை ஏமாற்றாதே. உண்மையை உன் தடித்தனம் கசக்கி வருந்தச்செய்வதல்ல மனிதாபிமானம். லூக்கோஸின் மகள் ஏலியம்மாவின் (அவளை நான் எலிக்குட்டி என்று அழைக்கவே விரும்புகிறேன்) வீணை வாசிப்பை நான் கேட்கச் சென்றிருந்தபோது, அவளுடைய தனி அறையில், வீணையின் கம்பிகள் அதிர்ந்தன. எலிக்குட்டியோ எங்களு டன் இருந்தாள். நாங்கள் வேகமாக ஓடிக் கதவைத் திறந்து பார்த்தபோது, கம்பிகள் தானாக அதிர்ந்துகொண்டிருந்தன. மேல்மாடி உத்தரத்தில் ஒரு தச்சன் ஒரு ஆப்பை மரச்சுத் தியலால் அறைந்துகொண்டிருந்தான். இதுதான் மனிதாபி மானம். எருமைகளுக்கோ கம்பிகள் இல்லை அதிர!

தனது அனுபவத்தைப் பேராசிரியர் மேனனிடம் ஜே.ஜே. கூறியபோது அவனுக்குத் தொண்டை இடறிற்று. 'சிந்திக்கவும்

முடிவெடுக்கவும் நான் லாயக்கற்றவனாகிவிட்டேன். செயல் எனக்குச் சாத்தியமில்லை. பழக்கத்தை நான் அடியோடு வெறுக்கிறேன். ஆனால் மீண்டும் மீண்டும் பழக்கத்தாலேயே செத்துக்கொண்டிருக்கிறேன். இன்று வரையிலும் சிந்திக்கப்பட்டுள்ளவை, மனித மனத்தின் அந்த உன்னதம், பேராற்றல், எனக்கு எதையும் தர மறுக்கிறது. எனக்கோ எதையும் உருவாக்கிக்கொள்ளத் திராணியுமில்லை.'

ஜே. ஜேயின் முகம் மிகப் பரிதாபமாக இருந்தது. மூளையின் விழிப்பு அவன் முகத்தில் குரூரமாக வழிந்துகொண்டிருந்தது. அவனை போதையின் தொட்டிலில் உறங்கச்செய்துவிடுவது தான் அப்போதைக்குச் சரியான காரியமோ என்று பேராசிரியர் ஒரு கணம் யோசித்தார். அது பயனற்றது. தற்காலிக சாந்தி. போதையில் அல்ல; மயக்கங்களில் அல்ல; சுய விருப்பம் சார்ந்த கற்பனைகளில் அல்ல; தன்னை முற்றாக அழித்துக் கொண்டு சிந்திக்கத் திராணி கொண்ட மூளைகளே உண்மை களை ஸ்பரிசித்துக்கொண்டுவந்திருக்கின்றன. போதையில் ஆழ்த்தினாலும் மீண்டும் ஜே. ஜேயின் மூளை விழிப்புறும். ஸ்திதியை அப்படியே ஏற்றுக்கொள்ளும் பழக்கத்தின் மழுங்கல் அதற்கில்லை. விழிப்புற்றதும் மீண்டும் அது தீவிரம் கொள்ளும். மீண்டும் அதன் மீது ரத்தம் கசியும். என்ன சொல்ல என்பது பேராசிரியருக்கு மட்டுப்படவில்லை. ஆசுவாசமான வார்த்தை கள் இங்கு அநாகரிகமானவை. ஆசுவாசம், எவ்வளவு இயற்கை யாகச் செய்யப்படும்போதும் நெருடிவிடுவது, அது உண்மை சார்ந்ததல்ல என்பதால்தான். சொல்கிறவனும் கேட்கிறவனும் தங்களை ஏமாற்றிக் கொள்வதனால் பரிமாறலாகும் வார்த்தை களுக்குத் தருக்க உலகில் ஏது இடம்?

பேராசிரியர் மேனன் தனக்குள் சொல்லிக்கொண்டார்: 'இப்போது நான் எதையும் சொல்லப்போவதில்லை. சொல்ல எனக்கு எதுவுமில்லை. அபத்தத்தின் கலப்படத்தைத் தவிர்த்த ஒரு சொல் எனக்கில்லை. நான் இப்போது மௌனம் சாதிக் கிறேன். ஜே. ஜே. எவ்வளவு தான் உரக்கக் கத்தினாலும் நான் மௌனமே சாதிப்பேன். மௌனம் உன்னதமானது. அது கேள்வியை உயிரோடு வைத்திருக்கிறது. கேள்வியைச் சீரழிக்கா மல் பார்த்துக்கொள்கிறது. பதில் உளறல்கள் கேள்வியைத் துவம்சம் செய்துவிடுகின்றன. சப்பி உருக்குலைத்து விடுகின்றன. சரியான கேள்விகள் அபத்தமான விடைகளின் குவியல்களில் அகப்பட்டுக் குற்றுயிரும் குலையுயிருமாய்ப் போய்விட்டன. நான் ஒரு போதும் அதைச் செய்ய மாட்டேன்.' இவ்வாறு தனக்குள் திரும்பத் திரும்ப, வெவ்வேறு விதமாகச் சொல்லிக் கொண்டிருந்தார் அரவிந்தாட்ச மேனன்.

‘ஒரு புரட்சி அரசாங்கம் இந்தப் பிரச்சினையைச் சுலபமாகத் தீர்த்துவிடும் என்று நான் நம்புகிறேன்’ என்று சொன்னான் முல்லைக்கல். அவனுக்குச் சுய உணர்வு திரும்பிக்கொண்டிருந்தது. ஜே.ஜே. கூறிய வார்த்தைகள் அவன் காதிலும் சிறிது சிந்தியிருந் தன. பிரச்சினை என்ன? பிச்சைக்காரர்களின் தொல்லை தானே. ரொம்பவும் குட்டிப் பிரச்சினை. ஒரு புரட்சி அரசாங் கத்தின் மலை போன்ற சாதனைகளுக்கு முன் மிகச் சிறிய விஷயம். சமூக அமைப்பு மாற வேண்டும். பொருளாதார அமைப்பு மாறாமல் சமூக அமைப்பு எப்படி மாறும்? உற்பத்திச் சாதனங்கள் அனைத்தும் உழைப்பவனுக்குச் சொந்தமாகிவிடு கின்றன. எடுத்த எடுப்பில் கையிருப்பைக் கணக்கிட்டு எல்லோ ருக்கும் பகிர்ந்து கொடுத்துவிட வேண்டியது. அதன் பின் தேவைக்கு ஏற்பப் பெற்றுக்கொள்ள ஒவ்வொருவரும் கடுமை யாக உழைக்க வேண்டும். உழைக்கும் பலன் தன் முந்திக்குத் தான் வருகிறது என்கிறபோது கடுமையாக ஏன் உழைக்க மாட்டான்? ஒரு மனிதன் மற்றொரு மனிதனையோ, ஒரு தேசம் மற்றொரு தேசத்தையோ சுரண்டுவது இல்லாமல் ஆகிவிடுகிறது. சுயநலம் இல்லை; பகை இல்லை; போர் இல்லை. கடைசியில் அரசாங்கமே, இலையுதிர்கால மரங்கள் போல, தன்னை முற்றாக உதிர்த்துக் கொண்டு அம்மணமாகிவிடுகிறது. மக்கள் தங்களைத் தாங்களே ஆண்டுகொண்டு சந்தோஷமாக வாழ்கிறார்கள். ஏன் ஜே.ஜே. இதையெல்லாம் புரிந்துகொள்ள மறுக்கிறான்? அவன் எதைத் தொட்டாலும் அது சிடுக்காகி விடும். சரியான தனிநபர்வாதி அவன்.

ஜே.ஜேயின் முகத்தில் அவன் முல்லைக்கல் மாதவன் நாயருடன் பேசுவதைத் தவிர்க்க விரும்புகிறான் என்பது தெளிவாகத் தெரிந்தது. ஆனால் அவனால் பேசாமல் இருக்க முடியவில்லை. பிரச்சினையின் நுட்பங்கள் பற்றிச் சிறிதும் கவலை இல்லாத முல்லைக்கல்லின் பேச்சு அவனிடம் மிகுந்த பொறுமையின்மையை ஏற்படுத்தியிருந்தது.

‘நான் புரட்சி அரசாங்கத்தைப் பற்றிப் பேசவில்லை. பிச்சைக் காரர்களின் தொல்லையைப் பற்றியும் பேசவில்லை. என்னு டைய பிரச்சினை இப்போது அது அல்ல. நான் என்ன செய்ய வேண்டும்? நான் ஒரு காரியத்தை மன ஒப்புதலோடு ஆற்ற வேண்டும். அல்லது நான் இறந்துபோய்விட வேண்டும். இரண்டும் எனக்குச் சாத்தியமில்லை. இதுதான் பிரச்சினை’ என்றான் ஜே.ஜே.

முல்லைக்கல் மாதவன் நாயருக்கு மிகுந்த கோபம் ஏற்பட்டது. எப்போதும் இந்த ஜே.ஜே. இப்படித்தான். அவனுக்கென்று விசித்திரமான பிரச்சினைகளை வைத்துக்கொண்டிருப்பான்.

ஒவ்வொரு எழுத்தாளனும், அவனுக்கு மானம் ரோஷம் இருக்கு மென்றால், சூடு சுரணை இருக்குமென்றால், ஒரு தகப்பனுக்குப் பிறந்தவன் என்றால், எழுத்தில் இரண்டு பிரச்சினைகளைக் கையாள வேண்டும். ஒன்று: வறுமை. இரண்டு: வேலையில்லாத் திண்டாட்டம். இந்தப் பிரச்சினைகளுக்காக நான் என் எழுத்தில் என் முழுத் திறமையையும் பயன்படுத்தியிருக்கிறேன். வாழ்வின் இருட்குகைகளில் புகுந்து புறப்பட எல்லோருக்கும் கிடைத்து விடுமா? எனக்குக் கிடைத்தது. பார்த்தும் கேட்டும் எவ்வளவோ தெரிந்து கொண்டேன். எனக்கு வாசிப்புக் குறைவு என்று கேலி செய்கிறார்கள். தாய்மொழி இலக்கியத்தைப் படித்திருக்க வில்லையென்றால் அது வாசிப்புக் குறைவல்ல, இந்த மகான் களுக்கு. சர்வதேச இலக்கியம் படித்திருக்க வேண்டும். அதிலும் ஏதாவது குட்டி தேசத்தைச் சார்ந்த, அபூர்வ இலக்கியத்தை உருவாக்கியுள்ள ஆசிரியர்களின் விசித்திரமான பெயர்களைக் கூற வேண்டும். அந்தப் புத்தகங்கள் கடினமாக இருக்க வேண்டும் என்பது மிக முக்கியம். ஒரு பக்கம் படிப்பதற்குள் மூளை நரம்பு விண்விண்ணென்று தெறிக்க வேண்டும். ஒரு பிரெஞ்சு நாவலில், ஒரு மாது நடந்து வரும்போது, நாற்சந்தி ஒன்று எதிர்ப்பட ஒன்றிரண்டு முறை அவள் ரோட்டை மாறி மாறித் தாண்டியதில் வந்த பாதை குழம்பி, போக வேண்டிய பாதையும் மறந்து, அங்கு உறைந்துள்ள ஜீவராசிகளின் பாஷையும் தெரியாமல் மலங்க மலங்க விழித்துக்கொண்டிருக்கிறாள். நாவல் இங்கு ஆரம்பமாகிறதாம். ஒற்றைப்பாலம் ஒன்பதாவது சாகித்திய சம்மேளன மாநாட்டில் வி.ஓ. கருணாகரன் புளகாங் கிதம் தாங்காமல் ஒலிபெருக்கி முன்னால் இதைச் சொல்லிக் கத்தினான். அவனுடைய குறுந்தாடி, காரின் பம்பரில் பிரதி பலிப்பது போன்ற முகம், மார்பின் எலும்புக்கூடு வெளிக்குத் தெரிய பித்தான் போட்டுக் கொள்ளாத சட்டை. ஒலிபெருக்கி முன்னால் சிகரெட் குடித்துக் கொண்டே பேசுவான். வெட்கம் கெட்ட ராஸ்கல். அதிலும் புரட்சி எழுத்தாளர்களின் மூத்த ஆசானாகக் கருதப்படுகிறவரும், கார்ல் மார்க்ஸின் சித்தாந் தத்தை அறிமுகப்படுத்தி இந்திய மொழிகளிலேயே முதன்முத லாகப் புத்தகம் எழுதியவருமான (மிகச் சிறிய புத்தகம் என்றா லும் துண்டுப்பிரசுரம் என்று சொல்வது சரியல்ல) ஸ்ரீமான் (தோழர் என்று அழைக்கப்படுவதை துரதிருஷ்டவசமாக அவர் விரும்பவில்லை) காலடி கிருஷ்ணன் தம்பி, ஒரு வேத கால முனியைப் போல் தாடியுடன் மேடையில் வீற்றிருக்கும் போது! வி.ஓ. கருணாகரன் இலக்கிய உலகில் ஜே.ஜேயின் ஒன்றுவிட்ட தம்பி. இது போல் ஒன்றுவிட்ட தம்பிகள் அங்கங்கே முளைத்துக்கொண்டிருக்கிறார்கள். எந்த இலக்கியக் கூட்டத்துக்கு வந்தாலும் அவர்களுக்கு எங்களைக் கேலி செய்ய வேண்டும்.

நாங்கள் படிப்பாளிகள் அல்ல என்று குத்திக்காட்ட வேண்டும். எங்களுக்குள் ஆயிரம் சண்டைகள் இருந்தாலும் அவர்களை எதிர்ப்பதில் நாங்கள் ஒன்றுபட்டு நிற்கிறோம் என்பதுதான் இப்போதைக்கு ஒரே ஆசுவாசமான விஷயம். ஆனால் இப்போது நாங்களும் உள்ளூரக் கலகலத்துக்கொண்டு வருகிறோமோ என்ற சந்தேகம் தட்டுகிறது. அவசியமில்லாமல் பயப்படுகிறார்கள் நம்மவர்கள். ஆசிரியர்களின் விசித்திரமான பெயர்களை அவர்கள் உதிர்க்கும்போது, ஆங்கில மேற்கோள்களை உதிர்க்கும் போது (இதில் சில கில்லாடிகள் பிரெஞ்சு மேற்கோள்களைப் பிரெஞ்சு மொழியிலேயே உதிர்ப்பது மேலும் நடுக்கத்தை தரக்கூடியது) பயந்து சாகிறார்கள். நாங்கள் எதற்கு பயப்பட வேண்டும்? நாங்களும் படித்தவர்கள்தாம். உதாரணமாக, என்னை எடுத்துக்கொண்டால், நான் மாப்பஸான் படித்திருக் கிறேன். முப்பது நாற்பது கதைகள் வரையிலும் படித்திருக் கிறேன். 'மலையாள மாப்பஸான்' என்று என்னைச் சும்மாவா அழைக்கிறார்கள். 'மேடம் பவாரி'யும் 'நாநா'வும் முழுசாகப் படித்திருக்கிறேன். முல்க்ராஜ் ஆனந்தின் 'இரு இலைகளும் ஒரு மொட்டும்' படித்திருக்கிறேன். பிரெஞ்சு நாவலில் ஒரு விவஸ்தை கெட்ட முண்டை நாற்சந்தியில் விழித்துக்கொண்டு நின்றால், ஒற்றைப் பாலம் கருணாகரனுக்கு அதில் என்ன புளகாங்கிதம்? அவனுடைய புளகாங்கிதத்திற்குக் காரணம், அந்த நானூற்றி முப்பத்தி மூன்று பக்க நாவல் முடிகிற வரையிலும் அவள் அங்கே நின்று கொண்டேயிருப்பதுதானாம். இவர்களுடைய பேச்சைக் கேட்டால் தலை சுற்றுகிறது. இது போல்தான் சி. கோபி, சிநேகலதா, வி. ஆர். எஸ். குரூப், ஐலண்டு தாமஸ், கங்காதரன், திருப்புணித்துறா நம்பூதிரி, சுபத்திரம்மாத் தங்கச்சி, கௌரீசபட்டம் வல்சலா எல்லோரும் பேசுவார்கள். இவர்கள் அத்தனை பேருக்கும். ஜே. ஜேதான் ஆதர்சம். இத்தனைக்கும் ஜே.ஜேயின் எழுத்து எதுவும் இன்னும் புத்தக உருவம் பெறவில்லை. அவனுடைய ஒரே ஒரு நாடகம் தான் மேடை ஏறியிருக்கிறது. அந்த நாடகத்தைத் தூக்கு தூக்கு என்று தூக்குகிறார்கள். அரிஸ்டோஃபேனஸ் எழுதியுள்ள 'தவளைகளு'க்கு நிகரான நாடகமாம் அது.

'இந்த தேசத்திலுள்ள பிரச்சினைகள், வறுமை, வேலையில்லாத் திண்டாட்டம், பிச்சைக்காரர்களின் அவதி இவைபற்றியெல் லாம் உங்களுக்குக் கவலை கிடையாது. உங்களுடைய கவலை உங்களைப் பற்றித்தான்' என்றான் முல்லைக்கல்.

'முல்லைக்கல், உன் கையிலிருக்கும் ஆபாசமான பதில்களுக்கு ஏற்றாற் போல் என் கேள்வியை மாற்றும் சாமர்த்தியத்தை எல்லாம் மேடைப்பேச்சில் வைத்துக்கொள். அங்கு கத்தினால்

காத்துக்கொண்டிருந்து கைதட்டப் பட்டாளம் உண்டு. இங்கு என் முன்னால், பேராசிரியர் முன்னால், உன் மூளையின் வக்கிரம் ஒரு காசு பெறாது' என்றான் ஜே.ஜே. ஆங்கிலத்தில்.

அவனுக்குப் பொறுமை குறைந்து கோபம் கிளம்பும்போது ஆங்கில வார்த்தைகள் இடைகலந்து வந்து, கோபம் உச்சக்கட்டத்தை அடைகிறபோது, சுத்தமான ஆங்கிலத்தில் பேச ஆரம்பிப்பான். அப்போது பாஷையும் நன்றாக இருக்கும். மிகப் பொருத்தமான வார்த்தைகள் ஓடிவந்து குதிக்கும்.

ஜே.ஜேயின் பாஷை மாற்றத்தை, தன்னை விழத்தட்டுவதற்கு அவன் கையாளும் உபாயமாக முல்லைக்கல் மாதவன் நாயர் எடுத்துக் கொண்டான். அவமானத்தில் அவனுக்கு மிகுந்த ஆக்ரோஷம் ஏற்பட்டது. அவனும் ஆங்கிலத்தில் பேச ஆரம்பித்தான். அவனுடைய ஆங்கிலமும் அவ்வளவு மோசமில்லை. Wented என்று சொல்வதைத் தவிர்த்துவிடும்போது, அவனுடைய ஆங்கிலம் விசேஷக் குறைகள் இல்லாமலே இருக்கும்.

அவனுடைய கட்சி என்னவென்றால், ஒரு பெரிய வெள்ளம், அணை உடைத்துக் கொண்டுவிட்ட ஒரு நீர்த்தேக்கத்தின் பெருக்கம், வந்துகொண்டேயிருக்கிறது என்பதுதான். இது எப்போதும் அவன் சொல்லக்கூடியதுதான். ஆனால் அது எங்கு வந்துகொண்டிருக்கிறது என்ற ரகசியத்தை அவன் சொல்லவும் மாட்டான். மேடையில் இந்த நீர்ப்பெருக்கை – அதாவது மனித உணர்ச்சியின் வெள்ளத்தை –அவன் உருவகப் படுத்தி வர்ணிக்கும்போது, பந்தலின் ஓரத்தில் தண்ணீர் வந்து, வேட்டியின் விளிம்பு நனைந்துவிடுமோ என்று தோன்றும். என்ன காரணத்தாலோ அவன் பத்துப் பதினைந்து வருடங்களாக விரும்பி அழைத்தும் அந்த நீர்ப்பெருக்கம் வரப் பிந்திக் கொண்டிருந்தது. ஆனால் தப்பாமல், அந்த நீர்ப்பெருக்கின் வருகையை உருவகப்படுத்தி மேடையில் அவன் வர்ணிக்கும் போது பெருத்த கரகோஷம் பெற்றிருக்கிறான். இந்த உருவக வர்ணனை, அவனுடைய அநேகமாக இரண்டரை மணிப் பேச்சில் முக்காலே அரைக்கால் பகுதி தாண்டியதும் ஆரம்பமாகும். அதன் பின் அவன் பேச்சு செங்குத்தாக மேலே ஏறிச் செல்லும். குரல் மேல் ஸ்தாயியைப் படிகள் தாண்டி ஏறும். கண் விழிகள் பிதுங்கும். வாயோரம் நுரை தப்பும். சட்டைகளை ஸ்டாண்டில் மாட்டுவது போல் இரு கைகளையும் தூக்கித் தூக்கிப் போட்டுக்கொண்டே பேசுவான். சோடாக் குடிப்பது நின்றுவிடும். சகல பிற்போக்குச் சக்திகளையும், அழுக்கு ஆபாசங்களையும், இதர துன்பங்களையும், ஏழைகளின் கண்ணீரையும், வேசைகளின் வறுமையையும், குழி விழுந்த கண்களையும், சோகை பிடித்த உடல்களையும் அந்தப் பெரு

வெள்ளம் அடித்துக் கொண்டு போகும். தனிநபர் வாதம் பேசும் வக்கிர மூளைகளையும் அது கட்டாயம் அடித்துக் கொண்டுபோகும். ராஜாக்கள், ஜமீன்தார்கள், நவாபுகள், பிரபுக்கள், தொந்தி முதலாளிகள், மடாதிபதிகள், கம்யூனிஸ்ட் அல்லாத நம்பூதிரிகள் எல்லோரையும் அந்த வெள்ளம் அடித்துக்கொண்டுபோகும். அதன் பின் உதயமாகும் சூரியன், புதிய உலகொன்றைக் கண்டு, வழிதவறிப் போனோமோ என்று மலங்க மலங்க விழிக்கும். மாட மாளிகைகளிலும், கூட கோபுரங்களிலும் பறக்கும் செங்கொடிகளைக் கண்டதும் உலகம் மாறிவிட்ட கதை அதற்குத் தெரிந்துவிடும். மிகுந்த ஆசுவாசத்தோடு, குதூகலிப்போடு அது தன் பயணத்தைத் தொடரும்.

இப்படியெல்லாம் சொல்லிக்கொண்டு போவான் முல்லைக்கல். அது மிக நீளமாக இருக்கும். வானவில்லைப் பந்தாடிச் செல்லும் அவனுடைய வார்த்தைகள். கவிதை தோய்ந்த வார்த்தைகள். இடை கலந்து வரும் சில கவிதைகளின் நயமான மேற்கோள்கள். நடுவே, சில நயமான ஆங்கில மேற்கோள்கள். மார்க்ஸின் மேற்கோளைச் சில சமயம் லெனினுடையதாகவும், லெனினுடையதைச் சில சமயம் மாக்ஸிம் கார்க்கியுடையதாக வும், சில சமயம் தலைகீழாக மாற்றியும் சொல்லிவிடுகிறான். அதனால் என்ன? ஒத்த கருத்துகள் உள்ளவர்கள்தானே அவர் கள்? அவ்வாறு அவர்கள் சொல்லியிருக்கவில்லை என்றாலும், அவ்வாறு அவர்கள் சொல்லியிருக்கக்கூடியவர்கள்தாமே. கால் நூற்றாண்டு காலமாக மேடைப் பேச்சுகளில் விவரங் களிலும், தகவல்களிலும், ஆசிரியர்களின் பெயர்களிலும், தத்துவ விளக்கங்களிலும் நேருக்கு மாறாகவும், ஒன்றுக்கு மற்றொன்றாகவும், குழப்பியும் எவ்வளவோ சொல்லியிருக் கிறான். கேட்டுக்கொண்டிருந்த எந்த அறிஞனும் எந்தத் தவற்றையும் எடுத்துக்காட்டியதில்லை. இதற்கென்ன அர்த்தம்? மக்கள் அவனை முழுமையாக ஏற்றுக்கொள்கிறார்கள் என்பதுதானே. அவன் ஒரு சூறை; சூறையின் மனித உரு. சூறை முட்டி மோதி வீசும்போது சில சருகுகளையும் தள்ளிக் கொண்டு வரும். சந்திரனுக்கும் அதன் களங்கம் உண்டே.

ரசாபாசமாக ஏதேனும் நிகழ்ந்துவிடுமோ என்று பேராசிரியர் அரவிந்தாட்ச மேனனுக்குத் தோன்ற ஆரம்பித்துவிட்டது. அவருடைய முன்அனுபவங்கள் அப்படி. ரொம்ப ரகளை பண்ணியிருக்கிறார்கள் எழுத்தாளர்கள், அவருடைய வீட்டில். சண்டை போட்டு, கெட்ட வார்த்தைகளைப் பேசி, கைகலப்பு வரையிலும் கூடப் போயிருக்கிறது. கிருஷ்ண வர்மா, கோபம் ஏற்படும்போது கெட்ட வார்த்தை எதுவும் பேசாமல் அடிக்க

ஆரம்பித்துவிடுவான். அதுதான் அவனிடம் பெரிய தொந்தரவு. தாக்கப்படுகிறவர்களைப் பற்றியோ, அவர்களுடைய புலமை பற்றியோ, அவர்கள் எழுதியுள்ள புத்தகங்களின் எண்ணிக்கை பற்றியோ, அவர்கள் வயது பற்றியோ அல்லது குறைந்தபட்சம் அவர்களுடைய ஆரோக்கியம் பற்றியோ அவனுக்குத் தெரியாமல் போய்விடும். வடமொழிப் புலவரும், புரட்சி எழுத்தாளர்களுக்கு எதிரான இளைஞர்களை ஆதரிப்பவரும், பாலகங்காதர திலகரின் 'கீதா ரகசிய'த்தைத் தனது தாய்மொழியில் கொண்டு வந்தவருமான மலப்புரம் கோவிந்தன்குட்டி ஆசானை அடிப் பதற்காக புரோகமன சாகித்திய சங்கக் கூட்டத்தில் கிருஷ்ண வர்மா மேடை நோக்கி ஓடினான். அவன் ஒரு டெஸ்கைத் தாண்டிக் குதித்தபோது, நல்லவேளை வேட்டி தடுக்கி விழுந்தான். அந்த இடைவெளியில் பல இளைஞர்கள் மேடை மீது தாவி ஏறி, கோவிந்தன் குட்டி ஆசானைச் சூழ்ந்து கொண்டுவிட்டனர். கீழே விழுந்த கிருஷ்ண வர்மா, கோவிந்தன் குட்டி ஆசானை நோக்கி, 'உன்னை ஒருநாள் நான் கொல்வேன்' என்று கத்தினான். 'முதலில் ஓடத் தெரிந்துகொள்; அதன் பின் கொல்லத் தெரிந்து கொள்ளலாம்' என்று கோவிந்தன் குட்டி ஆசான் பதில் சொல்ல, இளைஞர்கள் 'ஓ' என்று கத்தி ஆர்ப்பரித்தனர். சேர்த்தலை கிருஷ்ண அய்யரும் பெரும் கோபக்காரர் என்றா லும், அவரிடம் அருவருப்பில்லை. வசை வரும்போது அவரிடம் சமஸ்கிருதம் வந்துவிடுகிறது. சபை மரபு காப்பாற்றபடுகிறது. முல்லைக்கல் மாதவன் நாயரிடம் நல்ல குணம் என்னவென் றால், அவன் எப்பேர்ப்பட்ட கோபம் வந்தாலும், வன்முறையில் இறங்க மாட்டான் என்பதாகும். இறுதிப் புரட்சியில் அவனும் அவனுக்குரிய ரத்த வெள்ளத்தைப் பெருக்கக்கூடும். ஆனால் சாதாரணக் கூட்டங்களில், தனிநபர் உறவுகளில், வசைகளுக்கு அப்பால் போகமாட்டான். அவனுடைய வசை, மத்திய திருவிதாங்கூரில் வயலில் வேலை செய்யும் பெண்கள் அதிகமும் பயன்படுத்தும் வசை. நாம் கேட்டிருக்கக் கூடிய பழைய வசைகள் அல்ல. சற்றுப் புதுமையானவை.

ஒரு பதற்ற நிலை ஏற்பட்டுக்கொண்டிருந்தது. இரண்டு பேருமே, ஜே.ஜேயும் சரி முல்லைக்கல்லும் சரி, உணர்ச்சிவசப்படக்கூடிய வர்கள். கொந்தளித்துக்கொண்டிருப்பவர்கள். ஜே.ஜேயிடம் சதா ஒரு அமைதியின்மை. நம் கண்ணுக்குத் தெரியாமல் அவன் மீது இறங்கியிருக்கும் கூண்டின் கம்பிகளை அவன் உலுக்கிக்கொண்டே இருக்கிறான். இந்த உலுக்கல்தான் நமக்குத் தெரிகிறது. கம்பிகள் தெரிவதில்லை. பள்ளத்தாக்கில் உருட்டப் படும் கற்கள் போல் வார்த்தைகளின் வேகத்திலும், உதாரணங் களின் அமானுஷ்யத் தன்மையிலும், வாதத்தின் கூர்மையிலும் பெரும் தத்தளிப்பு வெளிப்படுகிறது. இடைவெளி தர மறுக்கும்

கம்பிகள் உலுக்கிக் கை சோர்தல். கோபம். பொறுமையின்மை. பதற்றம். மீண்டும் கம்பி உலுக்கல். அவன் தெரு வழியே நடந்து போனால் 'இந்த ஆள் சரியில்லை' என்று ஒரு லௌகீகன் சொல்லிவிடுவான். அவன் மிதமிஞ்சிக் குடிப்பான். ஆனால், நான் ஒரு குடிகாரன் அல்ல என்று சொல்வான். 'எனது குடி தற்காலிகத் தற்கொலை' என்பான். 'நான் உயிர் வாழ அவ்வப்போது தற்கொலைகள் அவசியமாகின்றன' என்பான். அவனுடைய பிரச்சினைகளை அவன் விரித்துப் பேசும்போது யாருடைய மனத்தையும் அவை சங்கடப்படுத்திவிடும். ஆனால் செய்வதற்கு ஒன்றுமில்லை. காலங்காலமாக மனக்குட்டை களில் தேங்கி, பின்வரும் சந்ததிகளைத் தொற்றிக்கொண்டு, பின்னகர்ந்து பதுங்கி, மீண்டும் முன்வரும் அந்தப் பெரும் துக்கம் அவனைப் பற்றிக்கொண்டுவிட்டதா? அதன் உறைவிடம் எது? அந்த விஷ ஊற்று எங்கிருந்து கிளம்புகிறது? அந்தத் துன்பக் கேணியைத் தூர்த்துவிட முடியாதா? அல்லது அதன் விஷத் தன்மையை மாற்றி, பயிருக்கு உரியதாகவோ அல்லது பருகுவதற்கு ஏற்றதாகவோ மாற்றிவிட முடியாதா? எத்தனையோ மகான்களின் உழைப்பையும், கவலைகளையும், மூளைச் சுடர் களையும் வாங்கி அடிவயிற்றில் ஏந்திக் கொண்டு, மீண்டும் குரூரமாக அது விஷத்தைக் கக்கிக்கொண்டிருக்கிறதே. எத்தனை ஜே. ஜேக்கள் இதில் பலியாகியிருக்கிறார்கள்!

பேராசிரியர் மேனன் ஒரு சிகரெட் பற்றவைத்துக்கொண்டார். முல்லைக்கல் சாய்வு நாற்காலியிலும், ஜே. ஜே. தரையில் விரித்த 'மனோரமா' பத்திரிகையின் மேலும் படுத்துக்கொண்டிருக் கிறார்கள். இருவருடைய இமைகளும் மூடித்தான் இருக்கின்றன. ஆனால் என்ன வித்தியாசம்! ஒன்று உலையில் கொதிக்கும் நீர். மற்றொன்று, பானையில் பிடித்த தண்ணீர். மனிதன் இது வரையிலும் மேற்கொண்டிருக்கும் பயணத்தைப் பற்றி அவர் யோசிக்க ஆரம்பித்தார். மிக நீண்ட பயணம் அது. வழி நெடு கிலும் எவ்வளவோ வெற்றிகள். அதிலும் சமீப காலமாக வெற்றி களைக் குவித்தவண்ணம் இருக்கிறான் மனிதன். விஞ்ஞானக் குதிரையில் அவன் தாவி ஏறிப் பாய்கிற பாய்ச்சல் ஆச்சரியத்தி லும் ஆச்சரியமாயிருக்கிறது. ஆனால் இன்றும் அவன் சந்தோஷ மானவன் இல்லை. உள்ளூர ஒரு கஷ்டம் அவனைச் சங்கடப் படுத்திக்கொண்டிருக்கிறது. சொல்லத் தெரியாத கஷ்டம்.

ஜே. ஜே. ஒரு முடிச்சோடு வந்தான். அதை அவிழ்த்து, நூலை விரல்கள் தங்கு தடையற்று உருவிக்கொண்டிருக்க அவனுக்கு ஆசை. உன்னதமான ஆசைதானே அது? முல்லைக்கல், அவனது பருத்ததும் குட்டையானதுமான விரல்களால் அந்த முடிச்சை இறுக்கிவிட்டான். அதோடு அவன் பங்குக்கு ஒன்றிரண்டு புது முடிச்சுகளையும் போட்டான். அதன் பின் ஆளுக்கொரு

பக்கமாகப் பிடித்துக்கொண்டு இழுத்தார்கள். இழுத்தால் முடிச்சுகள் அவிழுமா? முடிச்சைச் சுருக்காக மாற்றுவதுதான் விவாதத்தில் தர்மம். ஆனால் இது வரையிலும் நடந்திருக்கும் விவாதங்களில் முடிச்சுகள் மேலும் இறுகியிருக்கின்றனவே தவிர, சுருக்காக மாறினதே இல்லை. விடைகளைத் தேடிப் போகலாம். தொடர்ந்து தேடிக்கொண்டிருக்கலாம். நாம் சற்றும் எதிர்பாராத நேரத்தில் அவை வெளிப்பட்டு நம்மைப் பரவசத்தில் ஆழ்த்தக்கூடும். ஆனால் முன்தீர்மானங்கள் பயணத்தைத் தொடர விடுவதில்லை. காத்திருக்க விடுவதில்லை. தேட விடுவதில்லை.

முல்லைக்கல்லைப் பற்றியும், அவனையொத்த பிற எழுத்தாளர் களைப் பற்றியும், அவர்கள் ஆற்றிவரும் பங்கு பற்றியும் எத்தனையோ தடவை பேராசிரியர், ஜே.ஜேயிடம், வேறு கோணத்தில் விளக்க முயன்றிருக்கிறார். ஆனால் முல்லைக்கல் ஒரு மடையன் என்ற அபிப்பிராயத்தை ஜே.ஜேயிடம் மாற்றவே முடியவில்லை. உண்மையில் முல்லைக்கல் மடையனல்லன். அவன் ஒரு எழுத்தாளன். அவன் படிப்பாளியாக இல்லாமல் இருக்கலாம். ஆனால் வேறு படிப்பாளிகள் என்ன சாதித்துவிட் டார்கள்? சமீப காலம் வரையிலும், இலக்கிய உலகில் பெரும் படிப்பாளிகளுக்குக் குறைவில்லை. எத்தனை சமஸ்கிருதக் கடல்கள். வியாகரணப் புலிகள். இலக்கண அச்சுகளில் அவர்கள் வார்த்தெடுத்த செய்யுள்கள்தாம் கொஞ்சமா? ஆனால் கவிதை என்பது அறவே கிடையாது. முல்லைக்கல்லுக்கு வாழ்க்கை தெரியும். படிப்பில் மேலான படிப்பு அதுதானே? அவன் அறிந்த வாழ்க்கை இலக்கியத்தில் பிரதிபலிக்கவில்லை என்பதை அவன் கண்டுகொண்டான். பிரதிபலிக்கவில்லை என்பது மட்டுமல்ல; பிரதிபலித்தால் அது இலக்கியம் அல்ல என்றும் சொன்னார்கள். இலக்கியம் சாதாரண உணர்ச்சிகளைப் பற்றிப் பேசாதாம். இந்த மண்ணின் கதையைத்தான் இலக்கிய மாக்க வேண்டுமென்று நான் சொன்னேன். ஆனால் என்னால் அதைச் செய்து காட்ட முடியவில்லையே. நான் என்ன சொல் கிறேன் என்பதே முல்லைக்கல்லைப் போன்றவர்கள் எழுதிய போதுதான் விளக்கம் பெற்றது. இந்த மண்ணில் பிறந்து, வளர்ந்து, உழைத்து, உருக்குலைந்து, சுவடு தெரியாமல் செத்துப் போனவர்களின் உணர்வுகளைப் பற்றி யார் முதலில் பேசினார் கள்? முல்லைக்கல் தானே? எண்ணெய் தேய்த்துக் குளித்து விட்டு, பசியைக் கிளப்ப தசமூலாரிஷ்டம் குடித்துக் கொண்டு, உள்ளங்காலில் அழுக்குப்படாமல் மர ஜோடுகளை அணிந்து, இல்லங்களின் முற்றங்களில் உலாவும் நம்பூதிரிகளுக்கும் நம் இலக்கியத்திற்கும் என்ன சம்பந்தம் என்று அவன் கேட்டான். அது சரிதானே? வாழ்க்கை தெரியாதவன் எப்படி இலக்கியத்தைப் படைக்க முடியும்? 'நான்தான் இலக்கியத்தை இல்லங்களிலிருந்து

தெருவுக்கு இழுத்துக் கொண்டு வந்தேன்' என்று அவன் சொல்வதில் – மேடை தோறும் அதிகமாக மார்தட்டிக்கொள்கிறான் என்றாலும் – உண்மையில்லையா? இந்த உண்மையைப் பார்க்க ஏன் ஜே.ஜே. தவறுகிறான்? இன்று முல்லைக்கல்லைப் பின்பற்றி ஒரு பெரும் படை திரண்டதோடு, அவர்கள் எழுத்து இலக்கியம்தான் என்று உறுதிப்பட்டு இலக்கியத்தின் குணங்களும் அணுகுமுறைகளுமே வித்தியாசப்பட்டுவிட்டனவே. இதிலிருந்து ஆழமான படிகளுக்குப் போக முடியாதா? ஜே.ஜே. இதையெல்லாம் ஏன் பார்க்க மறுக்கிறான்?

'இவர்கள் சொந்தம் பாராட்டிக்கொள்வது அனைத்தையும் நான் மறுக்கிறேன்' – ஒரு கலந்துரையாடலில் ஜே.ஜே சொன்ன இவ் வாக்கியம் குறுந்தாடி இலக்கிய இளைஞர்கள் மத்தியில் பிரபலமாகிவிட்டது. இந்த வாக்கியத்தின் பின் ஜே.ஜே. சேகரித்துக் கொண்டிருக்கும் அர்த்தங்களைப் பற்றிச் சிறிதும் உணர்வில்லாமல் கிளிப்பிள்ளைகள் போல் மேடைதோறும் உதிர்க்கிறார்கள். 'என் எதிரிகளை நான் வெறுக்கிறேன். என் சிஷ்யர்கள் என்று சொல்லிக்கொண்டு வருகிறவர்களைப் பார்த்தால் எனக்கு வெட்கமாக இருக்கிறது' என்று ஜே.ஜேயே ஒரு கூட்டத்தில் சொல்லும்படி ஆகிவிட்டது. ஆனால் சிஷ்யர்கள் இதைப் பொருட்படுத்தவில்லை. அவர்கள் கன்னங்களில் செல்லமாகத் தட்டியது போல் எடுத்துக்கொண்டு விட்டார்கள்.

முல்லைக்கல்லுக்கு எதிராக ஜே.ஜே. எவ்வளவோ வாதங்களை வைக்கக்கூடியவன். பிற்போக்குப் போலிகளுக்கு இல்லாத கௌரவம் முற்போக்குப் போலிகளுக்கு என்ன வேண்டிக்கிடக்கிறது என்று அவன் கேட்டான். தோற்றம் எனக்கு முக்கியமில்லை. நம்பூதிரிகள் சிற்றரசர்களைக் காக்காய் பிடித்து, விருதுகள் வாங்கிக்கொண்டனர். முல்லைக்கல் கல்வி டைரக்டரைச் சரிக்கட்டி அரசாங்க விருதுகள் வாங்கிக்கொள்கிறான். வேசைகளைப் பற்றி முல்லைக்கல் அதிகமாக எழுதுவதே பொருளாதாரக் கொடுமைகளை எடுத்துக்காட்ட அல்ல. அவனுடைய மூளையில் தவிர்க்க முடியாத பிரஜைகள் அவர்கள்தாம். அவன் போர்த்திக் கொள்ளும் போர்வையால் என் கண்களைக் கட்டிக் கொள்வது என்னுடைய வேலை அல்ல. வேசைத்தனத்தை அவன் உண்மையாகவே நேசிக்கிறான். கதைகளின் முடிவுகள் மட்டுமல்ல; வெளிப்படும் ஒவ்வொரு வார்த்தையும் எனக்கு முக்கியம். ஒரு பெண்ணைப் பலாத்காரம் செய்துவிட்டு, அவளுடைய கருப்பையைச் சுத்தம்செய்து அனுப்பும் மருத்துவனை நான் மனிதாபிமானி என்று ஒத்துக் கொள்ளமாட்டேன். பிறர் என்னைப் பற்றி என்ன சொல்கிறார்கள் என்பது அல்ல, ஏமாறாமல் இருப்பதும், ஏமாற்றுகிறவர்களை இனங்காட்டுவதும் தான் என் வேலை. திரும்பவும் சொல்கிறேன். முல்லைக்கல்

வேசைத்தனத்தை உண்மையாகவே நேசிக்கிறான். வேசைகள் இல்லாத ஒரு சமூக அமைப்பை அவனால் நினைத்துக்கூடப் பார்க்க முடியாது. நாம் என்னதான் சொன்னாலும் நம் காலத்தில் அவர்கள் இல்லாமல் ஆகிவிடமாட்டார்கள் என்ற ஆசுவாசத்தில்தான் அவன் எழுதிக் கொண்டிருக்கிறான். பிற் போக்காளர்களை நான் மதிக்கிறேன். அதாவது அவர்களுடைய உண்மை உணர்ச்சியை. அவர்கள் வேஷம் போடவில்லை இவர்களைப் போல். சமூகம் முற்றாக ஒதுக்கித்தள்ளியபோதும் அவர்கள் தங்கள் நம்பிக்கையைச் சார்ந்து நிற்கிறார்கள்.

முல்லைக்கல்லின் மனைவிக்கு ஈழவ எழுத்தாளர்கள்கூடத் தன் வீட்டுக்கு உணவருந்த வருவதில் விருப்பமில்லை. அரிஜனங் களைப் பற்றிச் சொல்லவே வேண்டாம். அந்த அம்மாள் ஒரு புத்தகம் படித்தவள் இல்லை. ஆனால் அவளுக்குக் கன்னியாகுமரியிலிருந்து காசர்கோடு வரையிலும் உள்ள எழுத்தாளர்கள் அத்தனை பேருடைய ஜாதியும் தெரியும். ஜாதியின் உட்பிரிவுகள் தெரியும். கலப்பு மணத்தில் பிறந்த எழுத்தாளன் என்றால் அது பற்றியும் தெரியும். அவளுடைய விரல் நுனியில் புள்ளிவிவரங்கள் நடனம் புரிகின்றன. நம்பூதிரி கள் அவளுடைய வீட்டுக்கு வரும்போது அவள் விழுந்து விழுந்து உபசாரம் செய்வதையும் பல்லைக் காட்டுவதையும் பார்த்தால் அலகைத் திருப்ப வேண்டும் போலிருக்கும்.

பாதிரியார்களை அவள் வணங்கும்போது பக்தி ரசம் சொட்டும். முல்லைக்கல்லில் நீங்கள் போய், ‘வட்டிக்குக் கடன் கொடுக்கும் பார்க்கவி அம்மாளின் வீடு எது?’ என்று கேட்டால்தான் சுலபமாகத் தெரியும். நமது ஆசிரியர் பெருந்தகையின் பெயரைச் சொன்னால் தெரியாது. முந்திரித் தொழிற்சாலைகளுக்குச் செல்லும் பெண்களுக்கு அவள் கடன் கொடுத்து வாங்கும் ஈவிரக்கமற்ற தன்மையைப் பார்த்தால் ஈட்டிக்காரர்கள் வெட்கம் தாங்காமல் தற்கொலை செய்து கொண்டுவிடுவார்கள். இதைப் பற்றி நான் முல்லைக்கல்லிடம் கேட்டபோது, தான் இப்போது மனப்பூர்வமாக அவளை வெறுப்பதாகவும், அவளுடன் சகல தொடர்புகளையும் அறுத்துக்கொண்டு வருடங்கள் பல ஆகி விட்டன என்றும் சொன்னான். சுமார் அரை மணி நேரம் கழிந்ததும், இரண்டு ‘பெக்’ உள்ளே போனதும், ‘உனது கடைசிக் குழந்தைக்கு வயசு என்ன?’ என்று கேட்டதற்கு, ‘ஏழு மாதம்’ என்று சொல்லிவிட்டு அது தவழும் அழகைப் புகழ ஆரம்பித்து விட்டான். சதிபதிகள் இன்புற்று வாழ்வதில் எனக்கு ஆட்சே பணை எதுவுமில்லை. நான் சொல்வது அவன் ஒரு பொய்யன் என்பது. மடையன் என்பது. தனது கனவை நிறைவேற்றிக் காட்டியவன் என்ற பரிவில் பேராசிரியருக்கு அசட்டு அபிமானங் கள் அவன் மீது இருக்கும் போலிருக்கிறது. ஆனால் பொய்யை

ஜீரணிக்கக்கூடிய குடல்கள் அல்ல அவருடையவை. இன்று இல்லையென்றால் நாளை அவர் வாந்தி எடுக்க ஆரம்பித்து விடுவார். பேராசிரியரல்ல, வேறு எவர் வந்து சொன்னாலும் சரி, தோற்றங்கள் அல்ல, தோற்றங்களுக்குப் பின்னால் இருக்கும் உண்மையே இலக்கியத்திற்கு ஆதாரமாகும். இதில் ஒருநாளும் மாற்றம் இல்லை. தோற்றம்தான் இலக்கியம் என்றால், தோற்றங்களில் வெளிப்படும் வேற்றுமைகள்தான் இலக்கியம் என்றால், இலக்கியம் வேண்டியதில்லை. உலகமே மாறி மாறித் தோன்றிக்கொண்டுதானே இருக்கிறது. இப்படிப் பேசிக் கொண்டு போவான் ஜே.ஜே.

ஜே.ஜேயின் கருத்துப்படி முல்லைக்கல்லும் சரி, அவனுடைய சக பயணிகளும் சரி, நிலப்பிரபுத்துவ எண்ணங்கள் கொண்டவர்கள்தாம். அவர்கள் கடவுள்களையும் மாற்றிக்கொண்டு சுரண்டலின் வெளித்தன்மையையும் மாற்றிக்கொண்டு வந்துவிட்டார்கள். சமூக அந்தஸ்தைப் பெறுவதற்கு அவர்கள் பின்பற்றும் உபாயங்கள் நிலப் பிரபுக்களைவிடக் கேவலமானவை. இவர்களுடைய உண்மையான ஆசைகள் இரண்டுதான்: புகழ், பணம். இந்த லட்சியங்களை அடைய அவர்கள் தந்திர வேஷம் போடுகிறார்கள். இதற்கு எவ்வித ஆராய்ச்சியும் தேவையில்லை. அவர்களுடைய வாழ்க்கையைப் பார்த்தாலே போதும். ஆனால் இந்த வேஷம் இங்கு செல்லுபடியாகிறது. ஜே.ஜேக்கு இவர்கள் எழுதிய புத்தகங்கள் பற்றியெல்லாம் தெரியும். அவர்கள் வாழ்க்கையைப் பற்றியும் தெரியும். இலக்கியக் கூட்டங்களில் அவன் கலந்துகொள்ளும்போது, கூட்டம் முடிந்த பின் அவனை இளைஞர்கள் சூழ்ந்துகொண்டுவிடுவார்கள். அப்போது அவன் பேச ஆரம்பிப்பான். தோற்றங்களைத்தாண்டி, அழுகிய ஆத்மாக் களைச் சென்று குதறும் அம்புகளைக் குறி தப்பாமல் செலுத்திக் கொண்டிருப்பான். எய்ய எய்ய அவனுடைய அம்பறாத் தூணியில் சரங்களின் எண்ணிக்கை கூடிக்கொண்டே போகும். ஒரு முடிவுக்கு வந்த காரணத்தை அவன் கூறும்போது, ஒவ்வொரு முறையும் புதுப் புதுத் தடயங்களை முன்வைத்துக் கொண்டு போவான். படித்ததையோ, சிந்தித்ததையோ சேர்த்து வைத்துக்கொண்டு அவன் மூட்டை அவிழ்த்ததில்லை. பேசும் நிமிஷத்திய சிந்தனைகளையே வெளிப்படுத்திக்கொண்டு போவான். நேற்று சொன்னதைப் பற்றி இன்று சொல்லும்போது அதற்கு ஒரு புதிய பரிமாணம் வந்திருக்கும். அவன் பேச்சில் தேய்ந்துபோன சொற்றொடர்கள் இல்லை. புதுப் புதுப் படிமங் கள் வந்துசேரும். இதனால்தானோ என்னவோ, பேராசிரியர் மேனன் அவனை ஒரு கவிஞன் என்றார். ‘அவனுடைய பாஷை – பேச்சிலும் சரி, எழுத்திலும் சரி – எனக்கு அதைத் தான் காட்டுகிறது’ என்றார் அவர். ஜே.ஜே. இதை மறுக்க

வில்லை. 'இன்றையக் கவிஞர்கள் என்னைக் கவிதைத் துறையில் புகவொட்டாமல் அடித்திருக்கலாம். நாடகம் இன்னும் புதிய கோஷ்டியினரால் ஆபாசப்படுத்தப் படவில்லை என்பதால் தான் நான் நாடகத்தைப் பற்றிச் சிந்திக்கிறேன். பிரசுர வசதிகள் தான் இவர்களின் எழுத்தின் உருவங்களைத் தீர்மானிக்கின்றன. பத்திரிகைகள் கவிதைகள் போட்டபோது இவர்கள் கவிதைகள் எழுதினார்கள். சிறுகதைகள் எடுபடும் சரக்கானபோது, பத்திரிகை ஆசிரியர்கள் கவிதைகளை விட்டுவிட்டுச் சிறுகதைகளைப் பிடித்துக்கொண்டார்கள். உடனடியாக, சிறுகதை பாக்டரிகள் திறக்கப்பட்டன. இப்போது பத்திரிகைகளின் தேவை தொடர் கதைகள். நூலாலைகள் துணி ஆலைகள் ஆகிவிட்டன. நாளை பத்திரிகை முதலாளிகளுக்கு நாடகம் என்ற பண்டம் நினைவுக்கு வரும். உடனடியாக நாடக பாக்டரிகள் திறக்கப்படுகின்றன. அனைத்தும் இலக்கிய முன்னேற்றத்தைக் கருதித்தான். உடனே முல்லைக்கல் ஒரே இரவில் (சுருங்கிய நேரத்தில் எழுதப்படுவது கலைஞனின் படைப்பு வளத்தைக் காட்டக்கூடும் என்ற எண்ணம்) தான் ஒரு நாடகம் எழுதிவிட்டேன் என்பான். உடனே ஒரு சோட்டா விமர்ச கன், 'முல்லைக்கல் இப்சன் ஆகிவிட்டான்' என்பான். நம் மொழியில் இப்சன்கள் உண்டு. நாடகங்கள் இல்லை. இரண்டு ஷெல்லிகள், மூன்று கீட்ஸுகள், ஏழு வால்ட் விட்மன்கள் இருக்கிறார்கள். கவிதை இல்லை. பெர்ட்ரண்ட் ரஸ்ஸல்களுக்கும் குறைவில்லை. ஆனால் தத்துவ விசாரம் கிடையாது. பாச்சுப் பிள்ளையை யாரோ கருநாகப் பள்ளி லெனின் என்று சொல்லிவிட்டார்கள். உடனே அவன் புரட்சிக்கு ஆயத்தமாகாமல் லெனின் தாடி வளர்க்க ஆரம்பித் தான். இயற்கையும் அவனுடன் ஒத்துழைத்து, அவனுக்கு லெனினைப் போன்ற முன்வழுக்கையை ஏற்படுத்திக் கொடுத் தது. கக்கத்தின் இடுக்கில் ஒரு புத்தகத்தை வைத்துக்கொண்டு, தலையைப் பக்கவாட்டில் சாய்த்து, சிற்றடிகள் எடுத்து வைத்து அவன் மேடை முன்னால் வரும்போது, நீங்கள் கூர்ந்து கவனித்தால் தெரியும், அவன் தன்னை லெனின் என்று நினைத்துக்கொண்டிருப்பது. அவன் வாயைத் திறக்கும்போது ஒரு காலி தகர டப்பாவைச் சுத்தியலால் ஒரு சிறுவன் அடித்துக்கொண்டிருந்தால் எழும் சத்தம்தான் என் காதில் விழுந்துகொண்டிருக்கும். நான் அவனிடம் சென்று, 'நீ லெனின் இல்லை; கருநாகப்பள்ளி பாச்சுப் பிள்ளைதான்' என்று சொன்னேன். அன்றிலிருந்து அவன் என்னுடைய ஜென்ம விரோதியாகிவிட்டான். இப்போது அவன் எழுத்திலும் பேச்சிலும் 'சிலர், சிலர்' என்று சொல்லி ('சிலர் இவ்வாறு சொல்லிவருகிறார்கள்; சிலர் இவ்வாறு எழுதிவருகிறார்கள்' என்றவாறு) திட்டுவதெல்லாம் என்னைத்தான். திருச்சூர்

ஓரியண்ட் புத்தகக் கடையில் நான் அவனை அகஸ்மாத்தாகச் சந்தித்தபோது 'ஒருமைக்கு எதற்குப் பன்மையைப் பயன்படுத்து கிறாய்?' என்று கேட்டேன். அவனுக்கு மிதமிஞ்சிய கோபம் வந்துவிட்டது. 'ஆறு மாதங்களுக்குள் சரித்திரத்தில் உன் பெயர் இல்லாமல் ஆக்கிவிடுவேன்' என்று சவால் விட்டு விட்டுச் சென்றான். சரித்திரமும் அவன் பெண்டாட்டி கார்த்தி யாயினி வைக்கும் மரவள்ளிக் கிழங்குக் கறியும் அவனுக்கு ஒன்றுதான். இவ்வாறு பேசிக்கொண்டே போவான் ஜே.ஜே.

தரையில் 'மனோரமா' பத்திரிகையின் மீது ஜே.ஜே. படுத்துக் கொண்டிருந்தான். கண் இமைகள் மூடியிருந்தன. வலது கையைத் தூக்கி முகத்தின் மீது போட்டுக்கொண்டிருந்ததில் வலது கண்ணும், நெற்றியின் பெரும் பகுதியும் தெரியவில்லை. இடது இமையில் லேசான துடிப்பு. அந்தத் துடிப்பு ஏதோ ஒருவிதத்தில் பேராசிரியரைச் சங்கடப்படுத்திற்று, அவன் முகம் நன்றாக இல்லை. கழுத்தைக் கண்களுக்குப் புலப்படாத கரங்கள் பிசைகின்றன. முகத்தில் ரத்த ஓட்டம் குன்றி, கருமை பூசியிருக்கிறது. கேள்விகளிலும், பிரச்சினைகளின் கூரான ஆணிகளிலும் அவன் தன்னை உரசிக்கொண்டு விடுகிறான். அந்த ஆத்மாவுக்கு ஒருபோதும் நிம்மதி இல்லை. தன் உடல் பற்றி, உணவு பற்றி, தன் ஆடை பற்றி, தோற்றம் பற்றி அதற்குக் கவலை இல்லை. காலத்தின் மோஸ்தர்கள் அதற்குத் தெரிவ தில்லை. சீவவும், பேணவும், கண்ணாடி முன் நிற்கவும் அதற்கு நேரமில்லை. உடம்புச் சோப்புதான் சவரச் சோப்பும். 'என்னைக் கொஞ்சம் கவனித்துக்கொள்ளும்போதுகூடப் பொழுதை வீணாக்குகிறேன் என்று எனக்குத் தோன்றிவிடுகிறதே சார்' என்று அவன் ஒரு தடவை மேனனிடம் சொன்னான்.

பேராசிரியருக்கு இப்போது மற்றொரு சம்பவம் நினைவுக்கு வந்தது. ஜே.ஜேயின் இயல்புக்கு மாறானது என்று நம்பக்கூடிய ஒரு சந்தர்ப்பம். திடீரென்று அவனை ஒரு நாள் காணவில்லை. அவனுடைய திடீர் மறைவு பரபரப்பூட்டும் செய்தியாக நண்பர்கள் மத்தியில் பரவிற்று. ஏற்கெனவே அவனைப் பற்றிச் சில வதந்திகள் அடிபட்டுக் கொண்டிருந்தன. அவற்றில் சில, பேராசிரியர் காதிலும் விழுந்திருந்தன. வி.எம்.பி. நூல் நிலையத்தில் ஓமனக்குட்டி என்ற பெண்ணை ஜே.ஜே. வழக்க மாகச் சந்தித்து வந்தான். அவளுக்கு வெண்குஷ்டம். சருமத்தில் திட்டுகள் விஸ்தரித்து அநேகமாக உடல் பூராவும் வெண்மை பரவியிருந்தது. செம்பட்டைத் தலை, பூனைக் கண்கள். அவளு டைய நாசியும் கண்களும் உதடுகளும் அழகின் பரிபூரணத்தை மிகத் துல்லியமாக உணர்த்தக்கூடியவை. 'இந்தியாவில் இரண்டாவது பேரழகி இவள்தான்' என்று ஜே.ஜே. நண்பர்

களிடம் சொன்னானாம். 'நூர்ஜஹானை நான் நேரில் பார்த்த தில்லை. தில்லியில் பார்த்த ஒரு எண்ணெய்ச் சாய ஓவியத்தை அடிப்படையாக வைத்துத்தான் இப்படிச் சொல்லவேண்டி யிருக்கிறது' என்றானாம். அது ஓரளவு உண்மைதான். ஓமனக் குட்டியுடையது சரித்திர கால முகம்தான். முஸ்லீம் அந்தப்புரம் சம்பந்தப்பட்டது.

இந்தச் செய்தி காதில் விழுந்ததும் பேராசிரியர் உள்ளூர சந்தோஷப் பட்டார்.

ஜே.ஜே. மண வாழ்க்கைக்குத் திரும்பக்கூடும். இது பற்றி அவருக்குத் தனியான, தீர்மானமான எண்ணங்கள் இருந்தன. பல சமயம் ஜே.ஜேயிடம் அவர் சொல்லியிருக்கிறார். அவரு டைய கருத்துப்படி மணவாழ்க்கை இயற்கையானது. நாகரிக மானது. பால் உணர்வுகள், உறவுகள் புனிதமானவை. உன்னத மானவை. உடல் ஆரோக்கியத்தையும், மன ஆரோக்கியத்தையும், மனத்தின் சமநிலைகளையும் காப்பாற்றிவர அவசியமானவை. பிரம்மச்சரியம் செயற்கையானது. அதனாலேயே அநாகரிக மானது. இயற்கை அளித்துள்ள ஒரு பெரும் சொத்தைத் தகுதியற்ற காரணங்களால் இழந்து ஏழ்மைப்பட்டு நிற்பது. ஜே.ஜே. இதை அவ்வளவாகக் காதில் போட்டுக்கொண்டதே யில்லை. ஆக, பிறருக்கு வதந்தியாகத் தெரிந்தது பேராசிரியருக்கு நல்ல அறிகுறியாகப்பட்டது.

ஆனால் இரண்டு நாட்களில் ஜே.ஜே. திரும்பி வந்துசேர்ந்தான். அன்று ரொட்டிக்கடை முக்கில் பேராசிரியர் ஜே.ஜேயைச் சந்தித்தார். ஆச்சரியத்துடன், 'நீ பெங்களூருக்குப் போயிருக் கிறாய் என்றார்கள்?' என்றார் அவர். மனப்பூர்வமாக மாற்றிச் சொன்னார். நண்பர்கள் சொல்லியிருந்தது, 'ஏர்க்காட்டுக்கு' என்றுதான். ஜே.ஜே. பேராசிரியர் முகத்தைப் பார்த்துச் சிரித்தான். செய்திகள் அவருக்கு எட்டியிருக்கக்கூடும் என்பதை யும், அவருடைய தந்திரத்தையும் ஊகித்துக்கொண்டான். கேள்விக்குப் பதில் சொல்லாமல், 'வெண்குஷ்டம் தொற்று நோய் அல்ல சார்' என்றான். 'அது ஒரு நோயே அல்ல. என் மருத்துவ அறிவைப் பற்றித் தெரிந்தால் ஆச்சரியப்பட்டுப் போவீர்கள். ஆண்களை நேசிக்க உருகும் ஒரு பெண்ணை, ஆண்களின் அறியாமை புறக்கணிப்பது ரொம்பக் கஷ்டம்' என்றான். பேராசிரியர் சிரித்துக் கொண்டே அவன் முதுகில் தட்டியவாறே, 'எப்படியும் நீ சந்தோஷமாக இருந்தால் சரிதான்' என்றார். அதற்கு ஜே.ஜே. உரத்த குரலில் 'சந்தோஷமா? ஐயோ! அந்தக் கதையை ஏன் கேட்கிறீர்கள்? கங்காதரனிடம் கேளுங்கள். எல்லாம் அவனிடம் சொல்லியிருக்கிறேன்' என்று சொல்லிவிட்டு, கைகளை லேசாகத் தட்டிக்கொண்டு, தன்

னுருக்கத்திற்கு ஆட்பட்டுக் கரைவதாக நடித்தவாறே, ஒரு மலையாளப் பாடலைப் பாட ஆரம்பித்தான். சுமார் ஐந்தாறு வரிகளைத் திருப்பித் திருப்பிச் சொல்லிவிட்டு, ‘எப்படி இருக்கிறது கவிதை?’ என்று கேட்டான். பேராசிரியர் சிரித்தார். ‘நீ என்ன சொல்கிறாய் என்றே எனக்குப் புரியவில்லை. போட்டுக் குழப்பாதே!’ என்றார். ‘கங்காதரனிடம் கேளுங்கள், எல்லாம் சொல்வான்’ என்று சொல்லிவிட்டு ஜே. ஜே. சைக்கிளில் ஏறிச் சென்றான். சிறிது தூரம் போனதும் பின்திரும்பி, ‘அரபிக்கடலில் சூரியாஸ்தமனம்’ என்று இரண்டு முறை கத்திவிட்டு வேகமாகச் சைக்கிளை மிதித்துச் சென்றான். ‘அசடு, அசடு’ என்று பேராசிரியர், மனத்தில் செல்லமாக முணுமுணுத்தபடி, ‘விபத்துக்கு ஆளாகாமல் இருக்க வேண்டுமே’ என்று நினைத்துக்கொண்டே சென்றார்.

கங்காதரனைப் பார்ப்பதற்கு முன்னாலேயே, டி. எஸ். எலியட்டைப் பின்பற்றிக் கவிதைகள் எழுதிக்கொண்டிருந்த வி. ஓ. கருணாகரனைப் பேராசிரியர் பார்த்தார். ஜே. ஜேயின் ‘தேன்நிலவை’ப்பற்றி கருணாகரனால் பேராசிரியரிடம் சொல்லாமல் இருக்க முடியவில்லை. கங்காதரனைவிடத் தனக்கு அதிக விவரங்கள் தெரியும் என்று அவன் சொன்னான். செய்திகளின் அபசுரத் தன்மைக்குத்தான் எவ்வளவு வேகமாக இறக்கைகள் முளைத்துவிடுகின்றன என்று நினைத்தவாறே கேட்கத் தயாரானார் பேராசிரியர். கடைசிக் காட்சியிலிருந்து ஆரம்பித்து, முன்னகர்ந்தும் பின்னகர்ந்தும் விஷயங்களை மிகுந்த ஆர்வத்தோடு சொல்ல ஆரம்பித்தான் கருணாகரன்.

ஜே. ஜேக்கும் ஓமனக்குட்டிக்கும் ஈரோடு ஸ்டேஷனில் பெரிய வாய்ச் சண்டை ஏற்பட்டுவிட்டது. சண்டைக்குக் காரணம் தெரியாமல் ஈரோட்டுக் கவுண்டர்கள் திண்டாடிப்போனார்கள். ஓமனக்குட்டியுடன் புறப்பட்டுப் போன பின், ‘முதல் முப்பது மணி நேரம் துஷ்யந்தனும் சகுந்தலையும் போல் நாங்கள் இருந்தோம்’ என்று ஜே. ஜே. நண்பர்களிடம் சொன்னானாம். ஒலவக்கோடு ஸ்டேஷனில் விதி புகுந்து விளையாட ஆரம்பித்தது.

ஓமனக்குட்டி அவளுடைய பழைய டிரெங்குப் பெட்டியிலிருந்து ஒரு கவிதைத் தொகுப்பை எடுத்து ஜே. ஜேயிடம் கொடுத்தாள். டிராயிங் பேப்பரில் மணிமணியான கையெழுத்தில் பக்கத்திற்கு ஒரு கவிதையாக அதிக இடைவெளிவிட்டு எழுதி அற்புதமாகத் தோல் பைண்ட் செய்யப்பட்டிருந்த புத்தகம். ஒவ்வொரு பக்கத்திலும் ‘இல்லஸ்ட்ரேட்டட் வீக்லி’யிலிருந்து கத்தரித்த

படங்கள் ஒட்டப்பட்டிருந்தன. குருவிகள், மயில்கள், சூரியோதயம், பௌர்ணமி நிலவு, கன்றுக்குட்டி, பூக்கள் – முக்கியமாகப் பெரிய சூரியகாந்திப் பூக்கள் – இவற்றின் படங்கள். புத்தகத்தின் தலைப்பும், முதல் கவிதையும் 'அரபிக்கடலில் சூரியாஸ்தமனம்' என்பது. அதன் பின் மயில், குயில், சூரியகாந்தி, கன்றுக்குட்டி, பூக்கள், கடல், அருவி, மேகங்கள் இவை பற்றித் தனித் தனிக் கவிதைகள். மற்றொரு தனிப்பகுதி, காதல் பாட்டுகள். இப்பாட்டுகளின் கருக்கள் அநேகமாக ஓமனக்குட்டி தன்னை ஒரு கோபிகா ஸ்திரீயாகக் கற்பனை பண்ணிக் கொண்டிருப்பதும் ஸ்ரீ கிருஷ்ணனின் காதல் அழைப்புகளுக்கு அவளால் உடனடியாகச் செவிசாய்க்க முடியாமல் இருக்கும் தர்மசங்கட நிலைகளை விவரிப்பதும் ஆகும். ஸ்ரீகிருஷ்ணனுக்குப் பொறுமை இல்லை. ஓமனக்குட்டிக்கோ ஆங்கில டைப்ரைட்டிங் பரீட்சை, குமஸ்தாக்கள் தேர்வுக்கான அரசாங்கப் பரீட்சைகள், ரயில்வே பரீட்சை, தபால் தந்தி இலாகா பரீட்சை, பிற சர்வீஸ் கமிஷன் பரீட்சைகள் ஆகியவை நெருங்கிக்கொண்டிருக்கின்றன. இப் பரீட்சைகள் முடிந்துவிட்டால் – முக்கால் பங்கு முடிந்தால்கூடப் போதும் – ஸ்ரீகிருஷ்ணனைக் கல்யாணம் செய்துகொள்வதில் ஓமனக்குட்டிக்கு எவ்வித ஆட்சேபணையும் இல்லை.

கவிதைகளைப் படித்து முடித்ததும் ஜே. ஜே. வாய்விட்டுச் சிரித்தான். 'ஏன் சிரிக்கிறாய்?' என்று கேட்டாள் ஓமனக்குட்டி. அவள் முகம் லேசாகச் சிவந்தது. 'பெட்டிக்குள் வைத்துக்கொள்' என்று சொல்லிக் கவிதைப் புத்தகத்தைத் திருப்பிக் கொடுத்தான். ஓமனக்குட்டி மௌனமாகிவிட்டாள். அதன்பின் இருவராலும் சுதந்திரமாகப் பேசிக்கொள்ள முடியவில்லை. இறுக்கத்தைத் தளர்த்த முயன்று வெளிப்படுத்திய ஒன்றிரண்டு வார்த்தைகளும் தலைகுப்புறக் கவிழ்ந்து, இறுக்கத்தையே வலுப்படுத்தின. ஓமனக்குட்டி உள்ளூரக் கொதித்துக் கொண்டிருக்கிறாள் என்பது ஜே. ஜேக்குத் தெரிந்துவிட்டது. 'நான் ஒன்றும் செய்வதற்கில்லை' என்று ஜே. ஜே. மனத்திற்குள் சொல்லிக் கொண்டான். ஈரோடு ஸ்டேஷனை வண்டி நெருங்கிக்கொண்டிருந்ததும், 'என் கவிதைகளைப் பற்றி அபிப்ராயம் சொல்லாவிட்டால் பயணம் தொடர்வது சற்றுச் சிரமமாக இருக்கும்' என்று ஓமனக்குட்டி ஜே. ஜேயிடம் சொன்னாள். 'அந்தக் கவிதைத் தொகுதியை ஜன்னல் வழியாக வீசி எறிந்துவிடு' என்றான் ஜே. ஜே.

இந்தச் சமயத்தில் கோயம்புத்தூர் ஸ்டேஷனில் இருந்து ஏறியிருந்த ஒரு மிலிட்டரி ஆபிசர் குறுக்கிட்டு, 'எதற்கு அந்தக் கவிதைத் தொகுதியை வெளியே வீச வேண்டும்?' என்று கேட்டார். ஓமனக் குட்டியிடம் அவள் கவிதைகளைப் பற்றி விசாரிக்க ஆரம்பித்தார். இதில் உற்சாகமடைந்த ஓமனக்குட்டி

தன் கவிதைகளைப் பாடிக் காட்ட ஆரம்பித்தாள். 'அவள் கவிதைகளைப் பாடியபோது, அவள் உருகிய உருக்கத்தில் ஐஸ் கட்டியாக பெஞ்சில் வழிந்துபோய்விடுவாளோ என்று சந்தேகப்பட்டேன்' என்றானாம் ஜே.ஜே. நண்பர்களிடம். மிலிட்டரி ஆபிசருக்கு ஓமனக்குட்டியின் கவிதைகள் பிடித்துப் போயின. அற்புதமான கவிதைகள் என்று அவர் பாராட்ட ஆரம்பித்தார். ஆனந்தவல்லி அம்மா*வுக்குப் பின் இது போன்ற ஒரு கவிஞர் – அதாவது பெண் கவிஞர் – மலையாள மண்ணில் தோன்றவில்லை என்று அந்த இடத்திலேயே அவர் சத்தியம் செய்து பேசினார். இதைத் தொடர்ந்து, அந்த மிலிட்டரி ஆபிசரும் ஒரு கவிஞர் என்பது வெளிப்பட்டது. அவரும் சில கவிதைகள் சொல்ல ஆரம்பித்தார். அவர் சொல்லும் முறையை ஆங்கார உச்சரிப்புப் பிரகடனம் என்று சொல்லலாம். ரயில் ஓடும் சத்தத்தை அவருடைய குரல் வெளியே தூக்கி வீசிவிட்டு கன கம்பீரமாக ஒலித்தது. துப்பாக்கிகளின் பல வகைகள், டாங்குகளைப் பற்றிய வருணனைகள், இந்தியச் சிப்பாய்கள் ஏதோ ஒரு கற்பனைப் போர்க்களத்தில் எதிரிகளை முறியடித்து வெற்றிவாகை சூடும் காட்சிகள், வீர மரணங்கள், புல்லரிப்புகள் மிகுந்த கவிதைகள். மலையாள கிராமங்களில் ஒன்றாம் கிளாஸ் இரண்டாம் கிளாஸ் படித்துக்கொண்டிருக்கும் மிலிட்டரி வீரர்களின் குழந்தைகள் தங்கள் தகப்பன்மார்களைக் கொன்ற சத்துருக்களைக் கொன்று குவித்து, பழிக்குப் பழி வாங்குவோம் என வீர சபதம் எடுத்துக்கொள்ளும் காட்சிகளுடன் பல கவிதைகள் முடிந்திருந்தன. மிலிட்டரி ஆபிசரின் முகத்தில் சுண்டிய ரத்தம் உடம்பில் பரவி இதப்படவும், அவருடைய மனக்கொந்தளிப்பு தணிந்து சவுக்கியப்படவும் அரைமணி நேரத்திற்கு மேலாயிற்று. அவருடைய கவிதைகள் எப்படி என்று நண்பர்கள் ஜே.ஜேயிடம் கேட்டதற்கு, 'அவரிடம்

---

* ஆனந்தவல்லி அம்மா : புகழ்பெற்ற ஆத்மீகக் கவிஞர். 'நாலுமணிப்பூ' என்ற பாடல் மூலம் பதிமூன்று வயதில் பிரபலமானார். ராமகிருஷ்ண பரமஹம்ஸரின் சமரஸ சன்மார்க்க வழியால் பெரிதும் ஈர்க்கப்பட்டவர். 'எம்' எழுதியுள்ள 'ராம கிருஷ்ண கதாம்ருத்'தான் இவருடைய பைபிள். பக்தியுணர்வும் இசைத்தன்மை யும் மிகுந்த பாடல்கள் எழுதிக் குவித்திருக்கிறார். மதச் சார்பற்ற ஆத்மீகப் பாடல்கள். மாணவியரின் மனத்தில் அவர் புனிதத்தின் குறியீடாகி, அவர்கள் கால் நூற்றாண்டு இவரிடம் வசியப்பட்டுக் கிடந்தனர். எவ்விதச் சர்ச்சைகளிலும் தன்னை ஈடுபடுத்திக்கொள்ளாமல் ஆசிரியத்துவத்தையும் கவித்துவத்தையுமே பின்பற்றியவர். வேலையிலிருந்து ஓய்வு பெற்றதும் துறவறம் பூண்டார். இவருடைய கவிதைகள் சீரான பதிப்பாகப் பதினைந்து தொகுதிகளில் கதாத் துணி மேலுறையோடு வெளிவந்துள்ளன. சென்ற அரை நூற்றாண்டில் இவருடைய கவிதைகள் இடம் பெறாத பாட புத்தகங்கள் உருவாக்கப்பட்ட தில்லை. 1930க்கும் 50க்கும் நடுவில் பெண்கள் இவரைப் பின்பற்றி எழுதிய பக்திக் கவிதைகள் பிரவாகமாகப் பெருக்கெடுத்தன.

துப்பாக்கி இருந்ததால் நான் வாயைத் திறக்கவில்லை' என்று சொல்லிச் சிரித்தானாம். அவருடைய கவிதைப் பிரவாகம் இரண்டாவது சுற்று மேற்கொள்ளும் என்று தோன்றிய போது, ஜே. ஜே. அடுத்த பெட்டிக்கு நகர்ந்தான்.

ஈரோடு ஸ்டேஷனில் வண்டி நின்றபோது, ஓமனக்குட்டி அவளுடைய கவிதைத் தொகுப்புடன் அவன் முன் வந்து, கைகளை வீசிக்கொண்டு உரத்த குரலில் 'என் கவிதைகள் உன் தவளைகளைவிட ஒன்றும் மோசமில்லை' என்றவாறு, 'தவளைகள்' 'தவளைகள்' என்று வலித்து விட்டுக் கவிதைத் தொகுப்பால் தன் மார்பில் அடித்துக்கொண்டாள். ஜே. ஜே. அவள் கவிதைத் தொகுப்பைப் பிடுங்கி ஸ்டேஷன் பிளாட்பாரத்தில் விட்டெறிந்தான். 'துரோகி' என்று கத்திக்கொண்டே ஓமனக் குட்டி பிளாட்பாரத்தில் குதித்து, எதிர்ப்பட்டவர்களை இடித்துத் தள்ளிக்கொண்டு ஓடிப்போய் அதை எடுத்து, அதன் அட்டையைச் சேலையின் நுனியால் துடைத்துக் கொண்டே ஜே. ஜேயைப் பார்த்துக் கண்டபடி திட்ட ஆரம்பித்தாள். கூட்டம் கூடிவிட்டது. ஈரோட்டுச் சந்தையிலிருந்து திரும்பிக் கொண்டிருந்த கவுண்டர்கள் கூட்டம் சூழ்ந்துகொண்டது. மிலிட்டரி ஆபிசர் ஓடிவந்து ஜே. ஜேயைப் பார்த்துக் கத்த ஆரம்பித்தார். கூட்டத்தில் ஒரு வயதான கவுண்டச்சி ஓமனக் குட்டியைப் பார்த்து, 'புருஷன் பெஞ்சாதிக்குள் ஆயிரம் இருக்கும் அம்மணி, நீதான் தட்டிக்கொடுத்துப் போகோணும்' என்றாள். 'அரபிக்கடலில் சூரியாஸ்தமனம் என்ற என் கவிதைத் தொகுப்பைப் பிடுங்கி வீசி எறிய இந்தப் போக்கிரிக்கு என்ன தகுதி இருக்கிறது என்று கேட்கிறேன்' என்று அந்தக் கவுண்டச் சியைப் பார்த்துக் கேட்டாள் ஓமனக்குட்டி. மிலிட்டரி ஆபீசர், 'நான் சொல்கிறேன். உன்னுடைய கவிதைகள் அவ்வளவும் மிகவும் உயர்ந்தவை. பொறாமை பிடித்த இந்த ராஸ்கலுக்குப் புரிந்துகொள்ளப் புத்தியில்லை' என்றார். ஜே. ஜே. மிலிட்டரி ஆபீசரை இங்கிலீஷில் திட்ட ஆரம்பித்தான். இரண்டு பேரும் மாறிமாறிக் கத்திக்கொண்டார்கள். ரயில் புறப்பட ஆரம்பித்ததும் ஓமனக்குட்டி தொற்றி ஏறிக் கொண்டாள். ஜே.ஜே. பிளாட் பாரத்தில் குதித்தான். மிலிட்டரி ஆபீசர் ஜன்னல் வழியாகத் தலையை வெளியே நீட்டி ஜே. ஜேயைப் பார்த்து 'தவளைகள்' 'தவளைகள்' என்று கத்திவிட்டு முகத்தில் சில வலிப்புகளையும் காட்டிவிட்டுத் தலையைப் பின்னால் இழுத்துக் கொண்டார்.

'எப்படி ஜே. ஜேயின் ஹனிமூன்?' என்று சொல்லிச் சிரித்தான் வி. ஓ. கருணாகரன். இந்தச் சம்பவத்திற்கு மிகவும் பொருந்தி

வருகிற, கூடார்த்தம் தொனிக்கும் எலியட்டின் கவிதையின் ஒரு பகுதியை அற்புதமான உச்சரிப்பில் சொல்லிப் பேச்சை முடித்தான்.

பேராசிரியரின் மனத்தில் கரிய நிழல்கள் படர்ந்தன. அவர் நினைத்தது ஒன்று; நடந்திருப்பது வேறு. எவ்வளவு சங்கடமான நிகழ்ச்சிகள். உண்மை பயங்கரமானது. அது மனிதனைத் தனிமைப்படுத்திவிடுகிறது. உறவுகளை ஈவிரக்கமின்றித் துண்டித்துவிடுகிறது. பாவம் ஜே.ஜே! ஓமனக்குட்டி கவிதை எழுதக்கூடியவளாக இல்லாமல் இருந்திருக்கலாம். ஆனால் அவளும் கவிதை எழுதக்கூடியவளாக இருந்திருக்கிறாள். ஜே.ஜே. மூலம் இலக்கிய ஸ்தானத்தைப் பிடித்து விடலாம் என அவள் கனவு கண்டிருக்கலாம். இந்தச் சம்பவம் சங்கடத்தில் இருந்து மேலும் சங்கடத்திற்கே ஜே.ஜேயைத் தள்ளியிருக்கும். உலகின் விதூஷகக் குணத்தைக் கண்டு சிரிக்கும் நுட்பமான ஹாஸ்ய உணர்வு கொண்டவன் அவன். பெரும் துக்கத்தில் அவன் சிரிப்பான். ஆனால் அது சிரிப்பல்ல. பிறாண்டல்களில் கசியும் ரத்தம். நண்பர்களுக்குக்கூட அந்த ரத்தத்தைத் துடைக்கத் தெரியவில்லை. மோசமான வதந்தியிலிருந்து கிடைக்கும் பரபரப்பையே அவர்கள் அடைகிறார்கள். மறைந்து நிற்கும் துக்கம் எவருக்கும் தெரிவதில்லை.

நம்பிக்கையிலும் சரி, அன்றாட வாழ்க்கையிலும் சரி, ஜே.ஜேக்கும் நிம்மதி இல்லை. தத்துவங்களை அவன் பார்த்துக்கொண்டே போகிறான். அவற்றிலிருந்து ஒரு ஒளிக்கீற்று வெளிப்பட்டு, இந்த உலக வாழ்வின் மீது – மாறிமாறிக் காட்சி தரக்கூடிய சிக்கல்களும் முரண்களும் நிறைந்த, தனது புதிய வெளிப்பாடுகளால் நம் ஆராய்ச்சி முடிவுகளைப் புறம் தள்ளிவிடுகிற, கடல் போல் நிறங்களிலும் கொந்தளிப்புகளிலும் அமைதிகளிலும் விதவிதமான புறத்தோற்றங்களைக் கொள்கிற இவ்வுலகின் மீது – பட்டு விளக்கம் பெற அவன் துடிக்கிறான். உண்மையின் கீற்றுகள். முழுமையாக ஏற்று மனம் ஒப்பிப் பின் தொடர எங்கு அவை குவிந்து கிடக்கின்றன? எங்கு அவை தொகுக்கப்பட்டிருக்கின்றன? தேடியவர்களில் கீற்றுகளை ஸ்பரிசிக்காதவனும் இல்லை; முழுமையாக ஸ்பரிசித்தவனும் இல்லை. ஒரு பகுதி புதிய பரிமாணங்கள். மறு பகுதி மீண்டும் சரிவுகள். இவனிலிருந்து ஒரு பகுதியையும் அவனிலிருந்து ஒரு பகுதியையும் சேர்த்து முழுமைப்படுத்திவிடலாம் என்று கற்பனை செய்கிறோம். முழுமைக்கு அலையும் பேதை மனத்தின் சபலம் இது. மாறுபட்ட அடிப்படைகளை எப்படி இணைக்க முடியும்?

ஓமனக்குட்டி. அவள் எப்படிப்பட்டவள்? அவளுடைய குணங்கள் என்ன? இயல்புகள் என்ன? எவ்வாறு அவளை வகைப்

படுத்தி, மன அறையில் ஒதுக்குவது? அவளுடைய தோற்றம். அந்தத் தோற்றத்தினாலேயே தனிமைப்பட்டவள் அவள். அவள் பேரழகி என்பதை ஜே.ஜேதான் கண்டுபிடித்தான். நண்பர்கள் ஏற்றுக் கொண்டார்கள். வாழ்க்கையை நம்பிக்கை யோடு எதிர்கொள்கிறவள் அவள். கொடி கொடியாகப் படர்ந்துகொண்டிருந்தாள். ஆனால் அவன் சற்றும் எதிர்பாராத ஒன்று அவளிடமிருந்து வெளிப்பட்டது. அவள் எதிர்பாராத ஒன்றாகத் திரும்பினாள். எதிர்பாராத ஒன்றாகத் திரும்பியதாக அவள் ஜே.ஜேயைப் பற்றியும் சொல்லக்கூடும். அவளை அளக்கக் கருவிகள் எதுவுமில்லை. விஞ்ஞானம் இந்தச் சவாலை ஏற்றுக்கொள்ளாது. மனித மனத்தின் கூறுகள் மிகப் பயங்கர மான அடர்த்தி கொண்டவை. பெரிய பள்ளத்தாக்கு. ஆழம். இருட்டு. அடர்த்தி. கண்களுக்குப் புலப்படாத தொலை தூரங் கள். இவற்றை வகைப்படுத்த முடியாத ஒவ்வொரு ஜீவனும் ஒவ்வொரு நிமிஷமும் இந்த உலகை முட்டி மோதிக்கொண் டிருக்கிறது. அந்தரங்கமான காரணங்கள் பல இருக்க, வேறொரு வெளிப்படையான காரணம் சொல்லிக் கொண்டு, இருட்சுவர் களில் சாய்ந்து, ஆயுதங்களை உடலுக்குள் மறைத்து, முகங்களில் புன்னகைகளுடன் பீறிடுகின்றன. கருத்துகளை உற்பத்தி செய் கின்றன. புணருகின்றன. குழந்தைகளை உற்பத்தி செய்கின்றன. இயந்திரங்களை உருவாக்குகின்றன. இவற்றின் ஆணைப்படி இயந்திரங்கள் இடையறாது அசைந்து கத்திக்கொண்டிருக்கின் றன. சிக்கல்களை உற்பத்தி செய்துகொண்டே இருக்கின்றன. வியாக்கியானங்களைப் பிறப்பித்துக் கொண்டே இருக்கின்றன. இந்த அகன்ற இருண்ட காட்டுக்குள் ஒருவன் நுழைந்து எப்படி வெளியே வர முடியும்? எல்லாவற்றையும் அறியவும், குறை நிறைகளைத் தொகுக்கவும் சாத்தியமா? எத்தனை நிலைகள்? எத்தனை எதிர்நிலைகள்? அதன் பின், எதிர்நிலைகளுக்குமான பதில்கள். பெரும் சுமடாய்ச் சுமந்துவிட்ட சிந்தனையின் அச்சுறுத்தலில் மனிதன் கடவுளின் கால்களில் சரணாகதி அடைந்துவிட்டாலும் ஆச்சரியப்படுவதற்கில்லை. பகுத்தறிவுக்குப் பின் எப்போதும் ஒரு நம்பிக்கை ஒளிந்து கொண்டிருக்கிறது. கொள்கை சார்ந்த முடிவுகளுக்குப் பின் தனிநபர் உறவுகள் பல்லை இளிக்கின்றன. ஸ்திதியின் உக்கிரம் மனிதனை வாட்டி வதைக்கிறது. பழைய நம்பிக்கைகள் கழன்று தெறிக்கின்றன. புது நம்பிக்கைகளை, அவற்றின் குறைகளைப் பார்க்கப் பயந்து, சூன்யத்திற்குள் விழப் பயந்து, முழுமையானதாகக் கற்பனை செய்துகொண்டு இழுத்துத் தழுவிக் கொள்கிறான் மனிதன். வாழ்க்கையில் உரசி தத்துவங்களின் முலாம் கழன்றுபோகிறது. வியாக்கியானங்கள் ஆரம்பிக்கின்றன. இட்டுக்கட்டும் வியாக் கியானங்கள். தத்துவத்திற்கு ஒட்டுப் பிளாஸ்திரிகள். மனிதனு

டைய ஆசை, கனவு, லட்சியங்கள். கடவுளை உருவமாகப் பார்க்க, நம்பிக்கையின் வடிவமாகப் பார்க்க, பகுத்தறிவுக்குள் பார்க்க மனிதனின் பிரயாசைகள். பாவம் மனிதன். சத்திய தரிசனங்களுக்கு வெற்றி தேடித்தரும் சிறு பொறுப்பும் வாழ்க்கைக்கு இல்லை. அது சுழன்றுகொண்டிருக்கிறது. அதன் இச்சையும் சுழற்சியும் புத்திக்கு என்றேனும் மட்டுப்படுமா? இவ்வாறெல்லாம் யோசித்துக்கொண்டிருந்தார் பேராசிரியர்.

முல்லைக்கல் ஒரு புதிய தத்துவத்தை அணைத்துக்கொண்டு விட்டான். அணைத்துக்கொண்டானே தவிர, அறிந்துகொண்டானா என்று ஜே.ஜே கேட்கிறான். அந்தப் புதிய தத்துவத்தை உணர்ந்து அதற்கு ஏற்ப ஒழுகுகிறானா என்று கேட்கிறான். அவனைப் பொறுத்த வரையிலும் மதவாதிகளின் உணர்வுகள் தாம் முல்லைக்கல்லிடம் வேலை செய்கின்றன. நம்பி ஏற்கும் நிலை. பிரச்சினைகளை அவனுடைய நம்பிக்கைகளுக்கு ஏற்ப அவன் பார்ப்பான். தத்துவத்தின் இறக்கைகள் இதற்குத் தடையாக இருந்தால் அவற்றைப் பிடுங்குவான். விடைகளிலும் தத்துவ அறிவல்ல, நம்பிக்கைகளே வெளிப்படுகின்றன என்றான் ஜே.ஜே. 'உன்னுடைய தத்துவம் இறகுரித்த கோழி' என்றான் அவன் முல்லைக்கல்லிடம். 'உன்னுடைய நம்பிக்கைகள் என்ன மனமாற்றங்களை உனக்கு ஏற்படுத்தியிருக்கின்றன?' என்று ஜே.ஜே. முல்லைக்கல்லிடம் கேட்டதற்கு, முல்லைக்கல்லின் பதில் சரியாக இல்லை. மனித இயக்கத்தின் தலைமைப் பீடங்களைப் பிடிப்பதற்கான முஸ்தீபுகளைத்தான் இவர்கள் மேற்கொண்டிருக்கிறார்கள் என்றான் ஜே.ஜே. 'மன மாற்றம் நிகழாத தலைமை, நேற்றைய சரித்திரக் கொடுமைகளை அம்பலப்படுத்தி, அதன் மூலமே நற்பெயர் பெற்று அதே கொடுமையை இன்று செய்து, பதவியை உறிஞ்சிக்கொண்டு கிடக்கும்' என்றான். சரி. மனமாற்றத்தை எவ்வாறு நிகழ்த்துவது? மனம் புறவுலகம் சாராத ஒரு கருவியா? மனமும் இந்த மண்ணில் முளைத்த ஒரு செடிதான். ஒரு விசித்திரச் செடி. செடிகளின் நியதிகளை முற்றாக மறுத்துவிட்ட ஒரு செடி. பேய்க் காற்றடிக்கும் திறந்த வெளியில் ஒரு கைக்கடிகாரத்தைப் பழுது பார்க்க முடியுமா? அப்படியாயின், மோசமான சூழலில், மனித மனம் வதைபட்டுத் துன்புறும் சூழலில், மேல்நிலைக்கு அதை எப்படி நகர்த்த முடியும்? எனக்கு இதெற்கெல்லாம் விடை தெரியவில்லை என்று மனத்திற்குள் சொல்லிக்கொண்டார் பேராசிரியர். ஜே. ஜேயின் மனம் சமநிலைக்குத் திரும்பியதும் நான் அவனிடம் கேட்க வேண்டும். அவனுக்கு விடை தெரிகிறதோ இல்லையோ, தன் மூளையால் முட்டி மோதிக் கொண்டுவருவான். அந்த முட்டலும் மோதலும் அற்புதமானவை. நான் ஜே.ஜேயிடம் கொண்டிருக்கும் பிரியத்திற்கு இதுதான்

அடிப்படை என்றுகூடத் தோன்றுகிறது. ஆக, இதுதான் பிரச்சினை. மனித மனத்தை மேல்நிலைப்படுத்துவது. ஒன்று: நேராக மனித மனத்தை மேல்நிலைப்படுத்துவது. இரண்டு: புற உலகை மாற்றி அதன் விளைவாக மனித மனத்தை மேல்நிலைப் படுத்திவிடுவது. ஜே.ஜேயின் பிரச்சினை இதுதான். இந்த இரண்டு பாதைகளில் எந்த ஒன்றிலும் அவனால் போக முடியாது. எதுவும் முற்றாகப் பொய்யுமல்ல; முற்றாக உண்மையுமல்ல. ஆறுதலுக்காக நம்புவது என்னுடைய வேலை அல்ல. அதைவிடவும் மனங் கசந்து இறந்து போகலாம் என்றான் அவன். 'மூன்றாவது பாதை' என்னும் தலைப்பில் அவன் குறிப்புகள் எழுதிவருவதாகச் சொன்னதும் சட்டென விஷயம் புலப்பட்டது பேராசிரியருக்கு.

சாய்வு நாற்காலி வசதியாக இருக்கவில்லை போலும் முல்லைக் கல்லுக்கு. அவன் ஆவேசமாக எழுந்திருந்து ஜே.ஜேயின் பக்கத்தில் அவசரமாக வெறும் தரையில் சரிந்தான். 'பெட்ஷீட்டும் தலையணையும் தரட்டுமா?' என்று கேட்டார் பேராசிரியர். அந்தக் கேள்வி அவன் காதில் விழவில்லை. பேராசிரியர் தன் புத்தக அலமாரியைத் துழாவ ஆரம்பித்தார். சங்கடப்படுகிறபோது அவர் மனம் கவிதைகளை நாடும். யாரை எடுத்துப் படிக்கலாம் என்பதை அவரால் நிதானிக்க முடியவில்லை. இப்போது இருக்கும் மனநிலைக்கு ஒத்தடம் போடக்கூடியவன் யார்? கவிஞனின் துக்கம், துன்பத்தைச் சாந்தியாக மாற்றக் கூடியது. நிதானிக்க முடியாமல் கவிஞர்களின் பெயர்கள் அவருக்கு மாறி மாறித் தோன்றிக் கொண்டிருந்தன. கடைசியில் முழுமையான திருப்தி இல்லாமலேயே வில்லியம் கார்லோஸ் வில்லியம்ஸின் தொகுப்பை வெளியில் எடுத்தார். நவீனக் கவிஞர்களில் அவருக்குப் பிரியமானவன். அவனது ஐந்தாறு கவிதைகளை அவர் மலையாளத்தில் மொழிபெயர்த்திருந்தார். தனது தாய்மொழிக் கவிதையை வேறு பாதைக்குத் திருப்ப வேண்டும் என்ற ஆசை அவனுக்கிருந்தது. பழைய சொற்களை முற்றாகத் தவிர்த்துவிடும் கவிதைகள். அலங்காரம் துறந்தவை. பொற்கொல்லனின் வேலைப்பாடுகள் அற்றவை. சிந்தனையின் படைப்புத் தெறிப்புகள் அழகியல் சார்ந்து வெளிப்படும்போது, கவிதைக்குரிய பரவசத்தை ஏற்படுத்தும். ஜே.ஜேயின் நிலை சற்று வித்தியாசமானது. ஓசையும் உணர்ச்சியும் கவிதையின் தவிர்க்க முடியாத அங்கங்கள் என்று அவன் கருதுகிறான். இந்நிலை தனது நிலைக்கு ஒருபிடி பிந்தியது என்ற எண்ணம் பேராசிரியருக்கு இருந்தது. தன்னைப் போல் தருக்க நிலைகளை அவன் வற்புறுத்தாவிட்டாலும், கவிஞன் சிறு போதையில் லேசாக மிதப்பவன் என்ற எண்ணம் அவனுக்கிருந்தாலும் சுண்டிப் பார்த்துப் போலியை வெளியே வீசுவதில் உறுதியானவன்; ஈவிரக்கம் அற்றவன்.

கவிதைகளைப் படிப்பதிலிருந்து கவிதை பற்றி யோசிக்கும் மன நிலையில் ஆழ்ந்துபோனார் பேராசிரியர். புத்தகம் அவர் மார்பில் பிரிந்து கிடக்க, இமைகள் தாழ்ந்து, கைகளும் தலையைச் சுற்றிப் பின்னகர்ந்து விழுந்தன. பகற் கனவுகளும் சிந்தனைகளும் அடிமனக் காட்சிக் கோலங்களும் குழம்பி இடைகலந்து மயக்க நிலையில் அவர் ஆழ்ந்துகொண்டிருந்தார். அவர் விழித்தபோது, பிற்பகல் மணி இரண்டரை. வந்தவர் களுக்கு ஏதும் உணவளிக்கவில்லையே என்ற அதிர்ச்சியுடன் அவர் திரும்பிப் பார்த்தபோது ஜே.ஜேயைக் காணவில்லை. ‘முல்லைக்கல்’ என்று கூப்பிட்டவாறு அவன் முதுகைத் தட்டி எழுப்பினார். அவனுக்கும் தூக்கம் கலைந்துகொண்டிருந்தது. எழுந்து நின்ற முல்லைக்கல் முதல் கேள்வியாக, ‘ஜே.ஜே. போய்விட்டானா?’ என்று கேட்டான். ‘போய்விட்டான்’ என்றார் பேராசிரியர். ‘சொல்லிக்கொண்டு போனானா?’ என்று கேட்டான் முல்லைக்கல். பேராசிரியர் தலையைக் குறுக்காக அசைத்தார். ‘எப்போதும் அவன் அப்படித்தான் செய்வான். விசித்திரமாகத் தன்னை வைத்துக் கொள்வதில் அவனுக்கு சந்தோஷம். இப்போதெல்லாம் அவனுக்கு என்னிடம் ரொம்பக் கோபம். ஒருகாலத்தில் நாங்கள் எவ்வளவு நெருங்கிய நண்பர் களாக இருந்தோம். இப்போது நினைத்தாலே வருத்தமாக இருக்கிறது. என்னைக் கண்டதும் எரிச்சல் பட ஆரம்பித்து விடுகிறான்’ என்றான் முல்லைக்கல்.

‘கோபமோ எரிச்சலோ ஒன்றும் இல்லை முல்லைக்கல். இப்போதும் அவனுக்கு உன்னிடம் பிரியம்தான். நீ இல்லாத போது அவன் என்னிடம் பேசியிருப்பதிலிருந்து எனக்கு இப்படிச் சொல்ல முடிகிறது. நீ உன்னுடைய நம்பிக்கைகள் பற்றிய ஓட்டைகள் தெரிந்தும் கெட்டிக்காரத்தனமாக அவற்றை மறைக்கிறாய் என்று அவன் நினைக்கிறான். உனக்கும் தத்துவத்திற்குமான உறவு தந்திரபூர்வமானது என்பது அவன் எண்ணம். ஒரு இயக்கத்தில் முழுமையாகப் பங்கு பெற்றவன் என்ற பெயரைப் பெற்று, அதன் ஆதாயத்தை அடைவது தான் உன்னுடைய நோக்கம் என்று அவன் சொல்கிறான். உன்னைப் பற்றி மட்டுமல்ல, வேறு பல எழுத்தாளர்களைப் பற்றியும் அவன் எண்ணம் இதுதான். சரி, அவனை விட்டுவிடுவோம். உண்மையைச் சொல்லு. உன் கட்சி செய்யும் தவறுகள் உனக்குத் தெரியாதா? அவற்றை நீ வெளியே சொல்கிறாயா? வெளியே சொல்லவில்லை என்றால் அது அறிவு நிலையா? அல்லது நம்பிக்கையா? ஆதாரம் இன்றி நம்பும்படி நீங்கள் வற்புறுத்தப்படுகிறீர்கள் அல்லவா? சந்தேகங்களுக்கு உள்ளாகிறவன் என்ற பெயரைப் பெறப் பயந்து கேள்விகளை நீங்கள் எழுப்பாமல் இருந்ததில்லையா?

ஜே. ஜேக்கு உங்களைப் பற்றி எவ்வளவோ சொல்ல இருக்கிறது. உங்களில் யாரேனும் அவன் சொல்வதைக் காதுகொடுத்துக் கேட்டிருக்கிறீர்களா? தற்காப்பு, எதிர்த் தாக்குதல் இரண்டு மனநிலைகளையும் முற்றாக ஒழித்துவிட்டு, புரிந்துகொள்ளும் மேலான மனநிலைகளில் நின்று அவனுக்குச் செவிசாய்த்திருக் கிறீர்களா? தத்துவ உலகில் எதிரிகளும் இல்லை, நண்பர்களும் இல்லை. புரிந்துகொண்டு ஏற்றுக்கொள்ளப்பட வேண்டியவர்கள், புரிந்துகொண்டு புறக்கணிக்கப்பட வேண்டியவர்கள். இதுதான் முக்கியம். உங்களுடைய செவிட்டுத்தனம் அவனைப் பொறுமை யிழக்கச் செய்கிறது. அவன் உணர்ச்சிவசப்படக் கூடியவன். பலஹீனங்கள் கொண்டவன். அவன் இப்படித்தான் எதிர்வினை கொள்வான். குறைந்தபட்சம் புரிந்துகொள்ளப்படுகிறோம் என்ற ஆசுவாசத்தையேனும் நாம் அவனுக்குத் தர வேண்டாமா?' என்றார் பேராசிரியர்.

முல்லைக்கல் பேச ஆரம்பித்தான்: 'சார், ஜே. ஜேயின் நட்பை இழந்துவிடுவேனோ என்று எனக்குப் பயமாக இருக்கிறது. நான் எழுத ஆரம்பித்த காலத்தில் அவன் என்னை ரொம்ப ஊக்குவித்தவன். எனக்குப் பெரிய மானசீக பலம் தந்தவன். இப்போது என்னை அவன் விமர்சிக்க ஆரம்பித்துவிட்டான். மிகக் கடுமையாக, ஈவிரக்கமில்லாமல் விமர்சிக்கிறான். காலம் அவனுக்கு அனுகூலமாகத் திரும்பிக்கொண்டிருக்கிறதோ என்று எனக்குப் பயமாக இருக்கிறது. இளைஞர்களில் என்னு டைய ஆதரவாளர்களையும் அவனுடைய ஆதரவாளர்களை யும் ஒப்பிட்டுப் பார்க்கும்போது, என்னுடையவர்கள் அசடு களாகவும், அவனுடையவர்கள் புத்திசாலிகளாகவும் இருக் கிறார்கள். என் காலத்திலேயே நான் விழுந்துவிடுவேனோ என்ற பயத்தை இது எனக்கு ஏற்படுத்துகிறது. சார், உங்களிட மிருந்து தான் இலக்கியம் என்றால் என்ன என்பதை நான் தெரிந்துகொண்டேன். என்னுடைய அனுபவங்கள் இலக்கியமா காது என்றும், நம்பூதிரிகள் படிப்பிலிருந்தும் புலமையிலிருந்தும் தான் இலக்கியத்தை உருவாக்கமுடியும் என்றும், அவ்விதப் படிப்பும் புலமையும் அற்ற நான் எதற்கும் லாயக்கற்றவன் என்றும் நினைத்துக்கொண்டிருந்த போது, உன்னுடைய அனுபவத் திலிருந்தே மகத்தான இலக்கியத்தை உருவாக்க முடியும் என்ற கருத்தை நீங்கள் என் மனத்தில் ஊன்றினீர்கள். வெளிநாட்டு ஆசிரியர்களின் காரியங்களையெல்லாம் திரும்பத் திரும்பச் சொல்லி என்னிடம் பெரும் நம்பிக்கையை ஏற்படுத்தினீர்கள். நான் உங்களைச் சந்தித்திருக்கவில்லையென்றால் இந்த மண்ணில் ஏதோ ஒரு ஆரம்பப் பாடசாலையில் இன்றும் ஆசிரியராக இருந்து கொண்டிருப்பேன். என்னையே நான் நினைத்து வெட்கப்பட்டுக் கொண்டிருப்பேன். நான் எதுவும் எழுதியிராத

காலத்தில் நீங்கள் என்மீது வைத்த நம்பிக்கையும் அந்த நம்பிக்கையிலிருந்து பிறந்த பேச்சுகளும் எப்போது நினைத்துப் பார்த்தாலும் எனக்குப் புல்லரிக்கும்' என்றான் முல்லைக்கல்.

பேராசிரியருக்கு ரொம்பக் கூச்சமாக இருந்தது. அவர் வலது கையை உயர்த்திக் குறுக்கிட்டுக்கொண்டே, 'முல்லைக்கல், என்ன பேசுகிறாய்? நாம் பேச வேண்டியது என்ன? விஷயத்துக்கு வா' என்றார்.

முல்லைக்கல் மனத்தை உதறிக்கொண்டு மீண்டும் பேச ஆரம்பித் தான்: 'ஜே. ஜேயின் எல்லா விமர்சனங்களையும் நான் ஏற்றுக் கொள்ளாவிட்டாலும் ஒரு சிலவற்றை ஏற்றுக்கொள்கிறேன். அவனைப் போலவே எனக்கும் பல சந்தேகங்கள். அவற்றை நான் வெளியே சொல்வதில்லை. எப்படி சார் சொல்ல முடியும்? சொன்னால் எதிரிகள் பயன்படுத்திக் கொண்டுவிடமாட்டார் களா? என் தத்துவம் முழுமையடைய வேண்டும் என்று அவர்களுக்கு ஆசையா? அதில் குறைகளைக் கண்டுபிடித்து அந்தத் தத்துவத்தையே உருக்குலைத்துப் புதைத்துவிட வேண்டும் என்று அவர்களுக்கு ஆசையா? புரிந்து கொள்ளுதல் என்ற மேலான மனநிலை அவர்களுக்கு இருக்கிறதா? என் எதிரிகளின் தந்திரங்களுக்கு நான் பலியாகிவிடக் கூடாது. இதற்கு முன்னால் நான் ஜே. ஜேயைச் சந்தித்தபோது, அவன் ஆல்பெர்ட்டைப் பற்றிக் கடுமையாக விமர்சித்தான். ஆல்பெர்ட், முதலாளி அல்லாமல் வேறு யார் என்று கேட்டான். கட்சியின் அங்கத்தினர் சீட்டு கைவசமிருந்தால் முதலாளி தொழிலாளியாகிவிடுவானா என்று கேட்டான். சார், ஆல்பெர்ட்டை உங்களுக்கும் தெரியும். தேயிலைத் தோட்டத் தொழிலாளர்களை ஒன்றுபடுத்தி இணைப்பதில் அவன் ஆற்றியுள்ள பங்கு, தியாகம், அனுபவித் துள்ள உடல் வலி, மன வலி தொழிற்சங்கச் சரித்திரத்தின் பொன்னெழுத்துகள். அந்த நாட்களில் நான் அவனோடு சுற்றியிருக்கிறேன். இலை கிள்ளும் பெண்கள், பேறு காலங்களில் ஒரு ஆயா கிடைப்பதற்கு மூன்று வாரங்கள் கடுமையாகப் போராடினார்கள். இதற்குத் தடியடிப் பிரயோகமும் துப்பாக்கிச் சூடும் நடந்தன. அந்த நாட்களில் எந்த நிமிஷமும் ஆல்பெர்ட் வெட்டிப் புதைக்கப்பட்டிருக்கலாம். மலங் காட்டுச் சரிவுகளில் திறந்த வெளிகளில் இந்தப் பெண்கள் பிரசவிப்பார்கள் என்றால், நான் துப்பாக்கிக்கு இரையாகிவிடுவதே தர்மம் என்று ஆல்பெர்ட் பேசினான். இன்று அவர்கள் ஒவ்வொருவரும் அவர்களுக்குச் சொந்தமான வீடுகளில் குடியிருக்கிறார்கள். பேறு காலத்திற்குப் பின் அரசாங்க டாக்டர் மருத்துவ அத்தாட்சி கொடுத்தால்தான் அவர்களை வேலைக்குக் கூப்பிட முடியும். இன்று அவர்கள் குழந்தைகள் படிக்கத் தனிப் பள்ளிக்

கூடங்கள் உண்டு. கைக்குழந்தைகளைப் பார்க்க ஆயாக்கள் அமர்த்தப்பட்டிருக்கிறார்கள். இந்த மாற்றத்தை உருவாக்கியவன் யார்? ஆனால் துரதிருஷ்டவசமாக ஆல்பெர்ட் ரொம்பவும் மாறி விட்டான். இந்த உண்மை எனக்குத் தெரியாமல் இல்லை. இன்று ஆல்பெர்ட்டுக்குச் சொந்தமான பங்களா, கார், வேலை யாட்கள், தொலைபேசி எல்லாம் வந்துவிட்டன. இன்று அவன் தனியாக ஒரு தோட்டத்தை பினாமி பெயருக்கு வாங்கி வைத்திருக்கிறான் என்றுகூட ஜே. ஜே. சொல்கிறான். நான் அதைக்கூட மறுக்கவில்லை. இருக்கலாம். அப்படியே இருக்க லாம். எவ்வளவோ தியாகங்கள் செய்தவன். தன் வாழ்க்கையின் கடைசிக் காலங்களில் சற்று சந்தோஷமாக இருக்கட்டுமே சார். என்ன குடிமுழுகிப்போய்விட்டது? கார்களும் பங்களாக் களும் தொலைபேசிகளும் முதலாளி வர்க்கத்திற்கு மட்டும்தான் சொந்தமா? பெரும் மாற்றங்கள் நிகழ்வதைக் கணக்கிலெடுத்துக் கொள்ளாமல் தனி மனிதனின் பலஹீனத்தைப் பற்றிப் பேசுவதில் என்ன சார் அர்த்தம்?'

பேராசிரியர் சொன்னார்: 'ஜே. ஜே. தனிமனிதனின் நம்பிக்கை களைப் பற்றி அல்லது அவர்களுடைய பலஹீனங்களைப் பற்றிச் சொல்கிறான் என்று நான் நினைக்கவில்லை. அவனு டைய வாதங்களை நீ ரொம்பவும் எளிமைப்படுத்திவிடு கிறாயோ என்று தோன்றுகிறது. ஆல்பெர்ட் ஒரு சாதாரண மனிதன் அல்ல. ஒரு புதிய தத்துவத்தில் நம்பிக்கை வைத்தவன். இதற்கான ஒரு தளத்தைத் தேர்ந்தெடுத்து அவன் வேலையில் ஈடுபடுகிறான். இப்போது ஆல்பெர்ட் ஏற்றுக்கொண்டிருக்கும் தத்துவம் அவனை எந்த அளவுக்கு மாற்றியிருக்கிறது என்று ஆராய்கிறான் ஜே. ஜே. மாற்றிவிடவில்லை என்பதற்கு ஜே. ஜேக்குச் சில தடயங்கள் கிடைக்கின்றன. முதலாளிகளும் ஆல்பெர்ட்டும் ஏறத்தாழ ஒரே மனநிலையிலுள்ளவர்கள் என்பது ஜே. ஜேயின் வாதம். தொழிற்சங்க இயக்கத்திலேயே அவனுக்கு எதிராக உருவான பல தொழிலாளர்களை ஆல்பெர்ட் மிக மோசமாக ஒழித்துக் கட்டினான் என்று சொல்லப்படுகிறது. இது சம்பந்தமாக அவன் மீதுள்ள குற்றச்சாட்டுகள் மிகவும் பயங்கரமானவை. இந்த நடவடிக்கைகளில் முதலாளிகளின் அணுகல் முறையையே ஜே. ஜே. பார்க்கிறான். மூலதனம் இல்லாமல் முதலாளி ஆக இன்று இரண்டு முக்கியமான வழிகள் உள்ளன என்றும், அவற்றில் ஒன்று தொழிற் சங்கம் என்றும், மற்றொன்று பாஷை என்றும் ஜே. ஜே. சொல்கிறான். இவ்வார்த்தைகளுக்கு அவனது கண்ணோட்டத்திற்குரிய விரிவான அர்த்தங்களைக் கொடுத்துப் பேசுகிறான். பாஷை என்பது மொழி மூலம் மக்களின் உணர்ச்சியை – முக்கியமாக மேடைகளில் – தூண்டுவதற்கான ஆற்றல். மக்களின் மனத்

தேவைகளைப் பெரும் மாளிகைகளாக எழுப்பி அவர்கள் முன் காட்டும் காரியம். சென்ற வாரம் ஜே.ஜேயுடன் பேசிக் கொண்டிருந்தபோது ஸ்ரீகாரியம் நாராயண குறுப்பின் உதார ணத்தைச் சொன்னான். ஸ்ரீகாரியம் யார்? பத்மனாப ஸ்வாமி கோவிலில் உமியை ஏலத்தில் பிடித்துக் கொண்டிருந்த பார்க்கவி அம்மாளின் பிள்ளை. பள்ளிக்குப் போக அவனுக்கு வசதி யிருக்கவில்லை. ஆனால் அவன் சிறு வயதிலேயே பெரிய வாயாடி. செய்யுள் ஈடுபாடுள்ளவன். குஞ்சன் நம்பியாரின் பாடல்களை மனப்பாடம் செய்து, கோவில் திருவிழாக்களில் பெண்கள் முன்னால் அபிநயத்துடன் பாடி, காசு பிரிப்பான். பின்னால் தேசியவாதி ஆனான். காந்தி குறுப் என்று அவனுக்குப் பட்டம் கிடைத்தது. ஜெயிலுக்குப் போனான். சுதந்திரம் கிடைத்த பின் கிளைக்குக் கிளை தாவும் குரங்கு போல் கட்சி கள் தாவினான். பெரிய பக்திமான். கோவில் கலாசாரத்தைக் காக்கக்கூடியவன் என்றும், ஒரு குறிப்பிட்ட ஜாதியின் குரல் என்றும் அவனுக்குப் பெயர் கிடைத்தது. அரசியல் பேரங்கள் நிகழ்த்துவதிலும், தேர்தல் சூதாட்டங்களில் காய்களை நகர்த்து வதிலும் கில்லாடி. ஜே.ஜேயின் கணக்குப்படி அவனுடைய சொத்து ஒரு கோடி ரூபாயாம். மீன் பதனப்படுத்தும் தொழிற் சாலையிலிருந்து நேந்திரங்காய் வறுவல் மொத்த வியாபாரம் வரை இன்று அவன் கையில் இல்லாத தொழில் இல்லை. மற்றொரு காரியமும் அவன் செய்துதருவதாக ஜே.ஜே. சொன்னான். அதை நான் சொல்ல விரும்பவில்லை. ஆனால் அவன் முற்போக்குவாதி. இதற்கான அடையாள வார்த்தை களை அவன் பயன்படுத்துகிறான். அத்துடன் அவன் பின்னால் ஒரு பெரும் கூட்டமும் இருக்கிறது. இவனை விட்டுவிட்டு, சைக்கிள் வாடகைக்கு விடும் கடைக்காரனை ‘சுரண்டுகிறவன்’ என்று நீங்கள் சொன்னால் அதற்கு என்ன அர்த்தம்? மார்க்ஸை இந்திய அரசியல்வாதிகள் ஏமாற்றிவிட்டார்கள் என்று ஜே.ஜே. சொல்லிச் சிரிப்பான். மூலதனம் இல்லாமல் சுரண்டிக் கொழுத்தவன் இன்று ஊருக்கு ஊர், கிராமத்திற்குக் கிராமம் இருந்துகொண்டிருக்கிறான். இவர்கள் அவ்வளவு பேரும் அரசியல் பின்னணி உள்ளவர்கள். அரசியல் கட்சிகளின் பணப்பெட்டி இவர்கள்தாம். ‘முதலாளியின் கையிலிருந்து ஆட்சியை இவர்கள் கைகளுக்கு மாற்றிவிட்டால் சோஷலிஸம் மலர்ந்துவிடுமா?’ என்று ஜே.ஜே. உன்னிடமே கேட்டானே. ஒரு தத்துவம் ஏற்றுக் கொள்ளப்பட்டு விட்டது போன்ற பாவனையை இவர்கள் நமக்குத் தரலாம். ஆனால் பாவனை களிலிருந்து உண்மையான காரியம் பிறக்காது. தனக்கு ஏற்படக் கூடிய பெரும் பாதிப்பைப் பற்றிச் சிறிதும் கவலைப்படாமல் ஒருவன் எதிர் நிலையிலிருந்து பேச முற்படும்போது அவன்

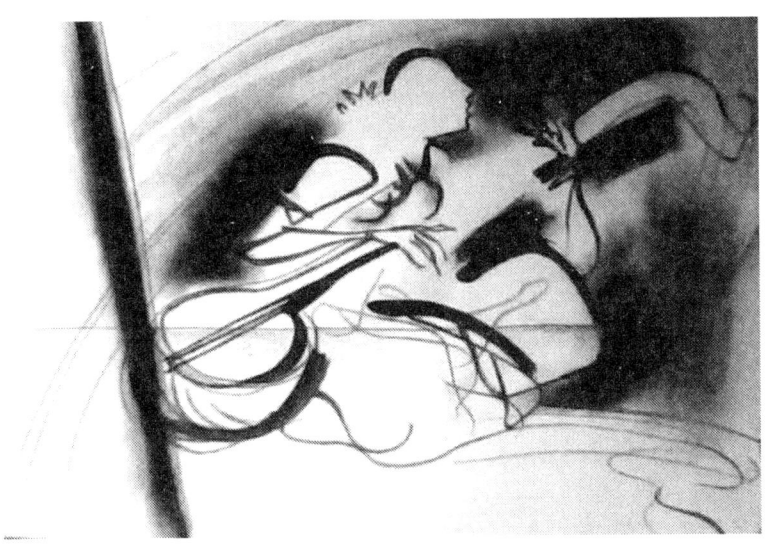

பேச்சை நாம் கூர்ந்து கவனிக்க வேண்டும். நீயும் ஆல்பெர்ட்டும் ஸ்ரீகாரியமும் ஆட்சியைப் பிடித்துக்கொள்ளும் போது, "நான் இறந்திருக்காவிட்டால் என்னைக் கொன்றுவிடுவார்கள்" என்று ஜே.ஜே. சொன்னான்.' இவ்வாறு சொல்லிவிட்டுப் பேராசிரியர் பெரிதாகச் சிரித்தார்.

முல்லைக்கல் உணர்ச்சிவசப்பட்டு, 'நான் ஜே.ஜேயை ஒரு நாளும் கொல்லமாட்டேன். நான் அவன் மீது வைத்திருக்கும் பாசம் வார்த்தைகளால் அளவிட முடியாதது. அவ்வாறு ஒரு காலம் உருவானால் நான் எனது நாற்காலியை எட்டி உதைத்து விட்டு உங்கள் வீட்டுக்கு வந்து ஆனந்தமாக உட்கார்ந்து கொண்டிருப்பேன்' என்று கூறிக்கொண்டே பக்கத்திலிருந்த முக்காலியைக் காலால் உதைத்தான்.

முல்லைக்கல்லின் கண்கள் கலங்கின. பேராசிரியர், 'உணர்ச்சி வசப்படாதே முல்லைக்கல்' என்று கூறிக்கொண்டே அவன் முதுகைத் தட்டியவாறே தன் உடலோடு அவனை அணைத்துக் கொண்டார். 'வா, ரொம்ப நேரமாகிவிட்டது. வெளியில் போய் ஏதாவது சாப்பிட்டுவிட்டு வருவோம்' என்றார்.

6

ஜே. ஜேயைப்பற்றி இக்குறிப்புகள் எழுதும் பொருட்டு, 1975, 76, 77 ஆகிய வருடங்களில் நான் பலரைச் சந்தித்தேன். சிலருடன் கடிதத் தொடர்புகள் கொண்டேன். ஜே. ஜே. இறந்து பதினைந்து வருடங்கள் தாண்டிக் காலம் ஓடிக்கொண்டிருந்தது. ஜே. ஜேயின் சமகாலச் சிந்தனையாளர்களுக்கும் அவனுடைய நண்பர் களான எழுத்தாளர்களுக்கும் இக்காலம் புது ஒப்பனை கள் போட்டு அழகு பார்த்துக் கொண்டிருந்தது. சில சமயங்களில் ஒரு ஒப்பனை போட்டு மறு ஒப்பனை போட இடைவெளி குறைவாக இருந்ததனால் தத்தளித் ததுகூட உண்டு.

எம். கே. அய்யப்பனை நேரில் சந்தித்தபோது, இக்காலப் பகுதியை, அதாவது 1960க்குப் பின் வந்த வருடங்களை, இருபதாம் நூற்றாண்டின் மிக மோசமான காலப் பகுதி என்று குறிப்பிட்டார். இதற்கு மிக விரிவான காரணங்கள் அவருக்கு இருக்கும் என்பதில் சந்தேகமே இல்லை. சமூக சத்தியங்களை உணர, பொருளாதாரம் கலாச்சாரம் ஆகிய தளங்கள் வழியாகவும், இத்தளங் களில் உட்பிரிவுகள் வழியாகவும் ஓய்வற்ற பயணத்தை மேற்கொண்டு வருகிறவர் அவர். மூன்று வெவ்வேறு நாட்களில், எனக்காக நாள் ஒன்றுக்கு அரைமணி நேரமே அவரால் ஒதுக்க முடிந்தது. இடையறாது கால் நூற்றாண் டாகச் சிந்தித்தும் எழுதியும் வரும் அவரது நிலை, மேலான ஒரு தளத்தை எட்டியிருந்தது. தனது தாய்மொழியில் பேச ஆரம்பித்த அவர், இன்று உலக சபையை நோக்கிப்

பேசிக்கொண்டிருக்கிறார். எழுதும் மொழி முற்றிலும் ஆங்கில மாக மாறிப் பதினைந்து வருடங்கள் ஆகிவிட்டிருந்தன. உலகச் சிந்தனையாளர்களுடன் அதிக அளவு நேர்ப் பழக்கமும் கடிதப் போக்குவரத்தும் கொண்ட இந்தியராக அவர் மாறியிருந்தார். அவர் எழுத்தை ஆழ்ந்து படிக்கும் வாசகர்கள் இன்று பல தேசங்களிலும் பல மொழிகளிலும் தோன்றிவிட்டனர்.

ஜே.ஜேயைப் பற்றிய தன்னுடைய மதிப்பீடு, காலத்தின் கதியில் தேய்ந்துகொண்டுவருகிறதே தவிர, வளரவில்லை என்று அவர் சொன்னார். உள்ளுணர்வின் ஒளிக்கீற்றுகளில் தன்னை ஏமாற்றிக் கொண்டவன் ஜே.ஜே. என்றார் அவர். பிரச்சினைகளால் தன்னை வருத்திக் கொண்டவன். அவனுடைய உணர்வுகள் மிகவும் மென்மையானவை. தன் நிலையில் விட்டுப்போன பகுதி ஒன்று இருக்கும் எனவும், எதிர்நிலையில் உண்மையின் பகுதி இருக்கும் எனவும், எப்போதும் எண்ணி, பாதைகளில் குழம்பி, சந்தேகங்களில் தத்தளித்து, முடிவுகளில் ஊசலாடிக் கொண்டிருந்தவன் என்றார். ‘மதி நுட்பம் மிகுந்தவன். அவனது அழகியல் உணர்வுகள் அற்புதமானவை. ஆனால் கட்டுப்பாடில் லாதவை. தத்துவ உலகில் தொழிற்பட அவசியமான அடித் தளங்களைப் போட்டுக்கொள்ளத் தவறியவன். நம் இந்தியச் சிந்தனையாளர்களைப் பொதுவாகப் பார்க்கிறபோது, அவர் களைத் தத்துவ உலகின் சோம்பேறிக் குழந்தைகள் என்று சொல்லலாம். தனது பதினாறு அல்லது பதினேழாவது வயதில் அகில உலக டென்னிஸ் போட்டியில் கலந்துகொள்ளும் ஒரு விளையாட்டு வீரனின் உழைப்போடு நம் சிந்தனையாளர்களின் உழைப்பை ஒப்பிட்டுப் பாருங்கள். இங்கு ஒவ்வொரு எழுத் தாளனுக்குமே அவன் சரஸ்வதி கடாட்சத்துக்கு ஆட்பட்டவன் என்ற எண்ணம் இருக்கிறது. சமூக அமைப்பு பூதாகரமானது. சிக்கலானது. அனந்தகோடி உறுப்புகள் கொண்டது. இதன் ஏதோ ஒரு உறுப்புடன் ஏதோ ஒரு நிமிஷம் உறவுகொண்டு, அதிலிருந்து திருப்தி அல்லது அதிருப்தி என்ற மனநிலைகளுக்குச் சரிந்து, இச்சரிவுகளை ஆதாரமாக வைத்துத் தத்துவத்தை உருவாக்க முடியாது. இந்த அமைப்பின் மொத்த உருவம் எப்படிப்பட்டது? உள்ளார்ந்து நின்று அதனை இயங்கவைக்கும் பொறிகளின் கூறுகள் என்ன? குணங்கள் என்ன? இவற்றைக் கண்டடைய இயற்கையான வலுக்கள் கொண்டிருந்தாலும், ஆழ்ந்த ஒழுக்கமும் கடின உழைப்பும் வேண்டும். ஓவியத்தி லிருந்து கருத்துலகிற்கு அவனைத் திருப்பியது பேராசிரியர் மேனனின் பாதிப்பு என்கிறார்கள். அவ்வாறு நிகழ்ந்திருக்க வில்லையென்றால் நன்றாக இருந்திருக்குமோ என்று நான் நினைப்பதுண்டு. வர்ணங்கள் வேறு. தத்துவ விசாரங்கள் வேறு. வார்த்தைகள் வேறு. வார்த்தைகளே, கவிதை உலகில்

ஒன்று; சிந்தனை உலகில் மற்றொன்று. பகுதிகளில் பெரும் ஆற்றல் படைத்தவன் ஓவியனாக, கவிஞனாக, பெரும் சாதனை களை நிகழ்த்த முடியும். மலைமீது விரைந்து ஏறும், ஏறிக்கொண் டேயிருக்கும் சிறு பையனுடைய சக்தியின் வற்றாத ஊற்று நம்மை ஆச்சரியத்தில் ஆழ்த்தும். ஆனால் அச்சிறுவனால் ஒரு பள்ளியை நிர்வாகம் பண்ண முடியாது. சிந்தனை உலகு, முழுமையைக் கேட்டுநிற்கிறது. அதற்காகத் தன்னை ஆயத்தப் படுத்திக்கொள்கிறவர்கள் நம்மில் மிகவும் குறைவு. ஜே. ஜே. அந்தச் சிறுவனை ஒத்தவன்' என்றார் அய்யப்பன்.

ஜே. ஜேயைப் பற்றி எதுவும் எழுதித் தருவது, அதற்கான நேரத்தை ஒதுக்குவது தன்னுடைய வேலைத் திட்டத்தில்

நுழைக்கக்கூடிய ஒன்றாக இல்லை என்று கூறி எம்.கே. அய்யப்பன் மறுத்துவிட்டார். எம்.கே. அய்யப்பனுடன் ஜே. ஜே. மீனச்சில் ஆற்றங்கரையில் தங்கியிருந்த காலத்தில் அவன் எழுதிய குறிப்பு களிலிருந்து சில பகுதிகளை (திருமதி சாராம்மாவின் உதவியால் கையெழுத்துப் பிரதியிலிருந்து நகல் எடுக்கப்பட்டது) நான் படித்துக் காட்டினேன். ஆழ்ந்து கேட்டு விட்டு அய்யப்பன் சொன்னார்: 'இக்குறிப்புகளில் தகவல் ரீதியாகப் பிழைகள் எதுவுமில்லை. அந்நாட்களில் ஜே.ஜே. பிரபலம் ஆகாது இருந்த தாலோ என்னவோ வேறு பல எழுத்தாளர்களிடம் நான் உணர்ந்திருக்கிற, பின்னால் அச்சேறும் என்ற முன்னுணர்வுடன் எழுதப்பட்ட தன்மையை, ஜே.ஜேயின் குறிப்புகள் காட்ட வில்லை. ஜே. ஜே. என்னுடன் தங்கியிருந்த நாட்கள், வாழ்வில் நான் ஒருநாளும் மறக்க முடியாத காலப்பகுதியைச் சார்ந்தவை. அவனுடைய தோழமையை நான் பெரிதும் விரும்பினேன். சுற்றுச் சூழ்நிலைகளில் நான் கவனமின்றித் தாண்டிப் போய்க் கொண்டிருந்த எவ்வளவோ நுட்பமான அழகுகளை அவன் எனக்கு உணர்த்தினான். இயற்கையுடன் நான் கொண்டிருந்த அல்லது கொள்ளத் தவறியிருந்த உறவுக்கு உயிர் ஊட்டியவன் அவன்தான். சதா ஜன்னல் வழியாகப் பார்த்துக் கொண்டே யிருப்பான். 'யானையின் கரும்புள்ளிகள் தட்டுப்படுகின்றனவா என்று பார்க்கிறேன்' என்பான். 'தென்படும் கரும்புள்ளிகள் கொட்டகை வாசலில் யானைகளாக விகசித்து நிற்பது மெய் சிலிர்க்க வைக்கிறது' என்பான். மீண்டும் யானைகள் புள்ளிகள் ஆவது வரையிலும் பார்த்துக்கொண்டிருப்பான். 'தூரத்தின் இடைவெளியில், புள்ளிகள் என்னை நோக்கி நகர்ந்து வந்து யானை என்பதைக் காட்டிக் கொண்டு போய்விட்டது. காலத்தின் இடைவெளியில் புள்ளிகள் என்னை நோக்கி நகர்ந்து வருமா? வராது. நானும் புள்ளிகளை நோக்கி நகர முடியாது. புள்ளி இருந்த காலத்தையும் சூழலையும் ஆராய முற்பட்டு, அறிந்தும் அறியாமலும் புள்ளியை அளக்க முற்படுகிறோம். சரித்திரம், முக்காடு போட்டுக்கொண்டிருக்கும் பெண்ணைப் போன்றது.' இவ்வாறு ஒருநாள் அவன் பேசிக்கொண்டிருக்கும்போது சொன் னான். எவ்வளவோ பொறிகள் அவனிடமிருந்து வெளிப்படும். இப்பொறிகள் இருளில் பறக்கும் மின்மினி போல் பரவசம் ஏற்படுத்தும். ஜே.ஜேயிடம் பிறர் பெற்றது இதுதான்.

ஜே.ஜேயின் வாழ்க்கைக் குறிப்பைத் தயாரிப்பதில் இயற்கை யாகவே அதிக விவரங்களைத் தந்தவர் திருமதி சாராம்மா. ரொம்பவும் வித்தியாசமான விதத்தில், ரொம்பவும் வித்தியாச

மான தளத்தில் திருமதி சாராம்மா, எம். கே. அய்யப்பனைவிடவும் அலுவல் மிகுந்தவராக இருந்தார். மீண்டும் காலத்தின் கைவண்ணம் காட்டும் ஒப்பனைதான் நினைவுக்கு வருகிறது. இன்று அவர் புகழ் பெற்ற அரசியல்வாதி. வீராங்கனையின் படிமம் பெற்றுக்கொண்டிருப்பவர். மீண்டும் மீண்டும் மக்களால் தேர்ந்தெடுக்கப்படுகிறார். ஒன்று, சட்டசபைக்கு. அல்லது நாடாளுமன்றத்துக்கு. பிற அரசியல்வாதிகளைப் போலவே தேர்தலுக்குத் தேர்தல் இவருக்கும் கட்சி மாற ஏற்பட்டுவிடுகிறது. கொடிகள் மாறுகின்றன. தொண்டர்கள் மாறுகிறார்கள். ஆனால் கொள்கையில் மாற்றம் இல்லை. எப்போதும் ஜனநாயக சோஷலிஸம். மக்களுக்கு உணவு, உடை, வீடு, கல்வி, சிகிச்சை வசதிகள் இவை கொடுக்கப்பட வேண்டும். உடனடியாக அளிக்கப்பட வேண்டும். சுதந்திரம், சமத்துவம், சகோதரத்துவம் இவையும் வாழ்க்கையில் கரைந்திருக்க வேண்டும். முற்போக்கான எண்ணங்கள்தானே இவை எல்லாம்? சரி. இவற்றை அமல்படுத்த என்ன கொள்கை, என்ன திட்டம் என்ற கேள்வி எழலாம். இக்கேள்விக்குச் சாராம்மாவின் சுருக்கமான பதில் 'ஆட்சியைத் தாருங்கள், செய்து காட்டுகிறேன்' என்பதுதான்.

சாராம்மாவின் அரசியல் ஜாதகம் சற்று விசேஷமானது. தேர்தலில் எப்போதும் வெற்றி. ஒரு பத்திரிகை நிருபர் கணக்குப் போட்டுத் தந்திருந்தபடி சென்ற பதினைந்து வருடங்களில் சராசரி இரண்டு வருடங்கள் மூன்று மாதங்களுக்கு ஒரு கட்சியாக மாறிக்கொண்டு வந்திருக்கிறார். எவ்வளவோ கட்சிகள் இருந்தும், ஒரு கட்சியே பிளவுபட்டு இரண்டும் மூன்றுமாக வெடித்திருந்தும்கூட, இரண்டாவது சுற்றாகப் பழைய கட்சிகளுக்கு அவர் வந்து சேரவும் நேர்ந்திருக்கிறது. இவ்வளவு மாற்றங்களிலும் அவர் எப்போதும் சட்டசபையில் எதிர்க்கட்சியிலேயே இருந்திருக்கிறார். ஆளுங்கட்சிக்கு வரவே முடியவில்லை. தான் தொடர்ந்து மக்களுக்காகப் போராடிக் கொண்டிருக்கிறேன் என்பதற்கு இதைவிட வேறு என்ன நிரூபணம் வேண்டும் என்று அவர் கேட்டார். அதிகாரத்தின் சொகுசுகளுக்கு அலைவது தன்னுடைய வேலை அல்ல என்றும் அவர் சொல்வார். அரசியல் விமர்சகர்கள் அவரைக் குறை சொல்லலாம். சொல்கிறார்கள். ஆனால் அவருடைய திறமையை யாரும் குறைத்து மதிப்பிட்டது இல்லை.

நான் அவருடன் நேர் சந்திப்புக்கு வசதி செய்துகொள்ள நாலைந்து நாட்கள் ஹோட்டலில் தங்கும்படியாகிவிட்டது. இத்தனைக்கும் முன்கூட்டி அவருக்கு எழுதியிருந்தேன். அவர் குறித்த தேதியில்தான் போய்ச் சேரவும் சேர்ந்திருந்தேன். ஹோட்டலில் அறையெடுத்து என் வருகையைத் தெரிவித்துவிடலாம்

என்ற எண்ணத்தில் தொலைபேசியில் தொடர்புகொண்டபோது, 'மன்னியுங்கள், இன்னும் நான்கு நாட்களுக்கு என்னைப் பார்க்க முடியாது' என்றார். 'எனக்குத் தேதி குறித்துத் தந்திருக் கிறீர்களே' என்று நான் கேட்டதற்கு, 'நீங்கள் காந்தியவாதியா?' என்று என்னிடம் கேட்டார். எனக்கு விளங்கவில்லை. 'நீங்கள் குறித்த நேரத்தில் உங்களைப் பார்க்கலாம் என்று நான் வந்ததற்கும் காந்தியத்துக்கும் என்ன சம்பந்தம்?' என்று நான் கேட்டேன். 'இல்லை, அவர்கள்தான் குறித்த நேரத்தில் காரியங் கள் ஆற்றுவதைப் பற்றிப் பெருமையடித்துக்கொள்வார்கள். எங்களுக்கு மக்களுடைய பிரச்சனைகள்தான் முக்கியம். எங்களுடைய சகல காரியங்களையும் அவர்கள்தான் தீர்மானிக் கிறார்கள். சுமார் தொண்ணூறு கிலோமீட்டர் தொலைவிலுள்ள ஒரு கிராமத்தில் பதின்மூன்று குடிசைகள் தீக்கிரையாகிவிட்டன. நான் புறப்பட்டுக்கொண்டிருக்கிறேன். கட்சித் தோழர்கள் ஜீப்பில் காத்துக்கொண்டிருக்கிறார்கள். இது ஒரு பெரிய சதித் திட்டம். நான் போகப் பிந்தினால் போலீஸும் முதலாளிகளும் ஒன்றாக இணைந்துகொண்டு அவர்களுக்குச் சாதகமாக எஃப். ஐ. ஆர். தயாரித்து விடுவார்கள். நான் போய்விட்டுவந்து சி. எம்மைச் சந்திக்க வேண்டும். நீங்கள் நான்கு நாட்கள் தங்க வேண்டும்.'

'நான்கு நாட்கள் தங்குவது என்றால் சற்றுச் சிரமம் அல்லவா?' என்று நான் கேட்டேன்.

'சற்றுச் சிரமம்தான். ஆனால் அதில் ஒரு லாபம் இருக்கிறதே' என்றார்.

'என்ன?' என்று கேட்டேன்.

'நான்கு நாட்கள் கழித்து நான் சென்னைக்குப் போகிறேன்' என்றார்.

'அப்படியானால் நீங்கள் சென்னைக்குப் போய்விட்டு வந்து தான் நான் உங்களைப் பார்க்க முடியுமா?' என்று கேட்டேன்.

சாராம்மா சிரிப்பது தொலைபேசியில் கேட்டது.

'நான் சென்னையிலிருந்து திரும்பிவந்த பின்பு நீங்கள் மட்டுமல்ல, இந்திரா காந்தி நினைத்தாலும் என்னைப் பார்க்க முடியாது. பட்ஜெட் செஷன் ஆரம்பமாகிறது. என் பட்ஜெட் விமர்ச னத்தைத் தயாரிக்க நான் யூ. ஜியில் போய்விடுவேன்' என்றார்.

'அப்படியானால் உங்களைப் பார்க்கவே முடியாதா?' என்று கேட்டேன்.

தொலைபேசியில் மீண்டும் சிரிக்கும் ஒலி.

'என்னுடைய ஐடியா உங்களுக்குப் புரியவில்லை. நான் சென்னைக்குப் போகும்போது நீங்களும் என்னுடன் வரலாம் என்கிறேன். ஒருநாள் சென்னையில் தங்குகிறேன். திரும்பவும் என்னுடனேயே வாருங்கள். விமானத்திற்குப் பதிவு செய்திருந்த டிக்கெட்டை ரத்து செய்துவிட்டு, ரயிலில் முதல் வகுப்பு எடுக்கச் சொல்லியிருக்கிறேன். எனக்கு ஓய்வு தேவை என்பதற்காக. நீங்கள் நான்கு நாட்கள் ஹோட்டலில் தங்கி, என்னிடம் கேட்க வேண்டிய கேள்விகளை எல்லாம் ஆற அமரத் தயார் செய்துகொள்கிறீர்கள். சுமார் முப்பத்தாறு மணி நேரம் நாம் ஒன்றாக இருக்கப்போகிறோம். இதில் தூங்கும் நேரம் பதினாறு தள்ளினால் மீதி இருபது மணி நேரம் உங்களுக்குச் சொந்தமாயிருக்கிறது. பெரும் வாய்ப்பு இது. மற்றபடி நான் நினைத்தாலுங்கூட உங்களுக்காக அரை மணி நேரத்துக்கு மேல் ஒதுக்க முடியாது. என் கண்மணி ஜே. ஜேயைப் பற்றி நீங்கள் எழுதும் புத்தகம் வெற்றியடைய வேண்டும் என்பதற்காகத்தான் இந்த அளவு முன்வந்து ஒத்துழைக்கிறேன். டிக்கெட் செலவைப் பற்றி ஒன்றும் நீங்கள் கவலைப்பட வேண்டாம். அதற்கு நான் ஏற்பாடு செய்து தருகிறேன். நாம் சென்னை சேர்ந்ததும் நீங்கள் தனியாகப் போய்விடுங்கள். என்னுடன் நீங்கள் தங்குவதைப் பற்றி எனக்கு அசௌகரியம் ஒன்று மில்லை. கட்சித் தொண்டர்கள் வந்து மொய்த்துக்கொண்டே இருப்பார்கள். அதற்குத்தான். உங்களுடைய இனிஷியல் என்ன?' என்றார்.

நான் 'எஸ்' என்றேன்.

சில கணங்கள் இடைவெளி. மௌனம்.

'பெயர்?' என்றார் மெல்லிய குரலில்.

என் பெயரை மறந்துவிட்டாரா? எத்தனை கடிதங்கள் எழுதி யிருக்கிறேன். எத்தனை முறை ஜே. ஜேயைப் பற்றி விசாரித்திருக் கிறேன்.

நான் என் பெயரைச் சொன்னேன்.

நான் மன ஆயாசத்துக்கு ஆட்பட்டுக்கொண்டிருப்பது தொலை பேசி வழியாக அவருக்கு எப்படித்தான் தெரிகிறதோ?

'மிஸ்டர் பாலு, நான்கு நாட்கள் ஹோட்டல் அறையில் கழிப்பது கஷ்டமாக இருக்கும் இல்லையா?' என்றார்.

குரலில் என்ன நெகிழ்வு!

'கொஞ்சம் கஷ்டந்தான்' என்றேன்.

'தோமாக் கண்ணுவை அனுப்பட்டுமா?' என்று கேட்டார்.

'தோமாவா, அது யார்?' என்று கேட்டேன்.

'என் மூத்த பிள்ளை, அவனோடு இருந்தால் நேரம் போவதே தெரியாது' என்றார் சாராம்மா.

என்ன காரணத்தாலோ தோமா அப்பாவைக் கொண்டிருக்க மாட்டான் என்றும் அம்மாவைத்தான் கொண்டிருப்பான் என்றும் தோன்றிற்று.

'வேண்டாம், அவனைச் சிரமப்படுத்த வேண்டாம். சிறு பையன், பாவம்' என்றேன்.

'சிறு பையனா! பெரிய தடியன். ஐம்பது கிலோவைத் தாண்டி விட்டான்' என்று சொல்லிவிட்டுப் பெரிதாகச் சிரித்தார்.

நானும் சிரித்தேன். என்னைச் சரிக்கட்டிவிட்டதாக அவருக்குத் தோன்றியிருக்க வேண்டும். அப்படியானால் மேலும் சற்றுக் குஷிப்படுத்தலாமே.

'மிஸ்டர் பாலு, உங்களுக்குக் கலைப்படங்கள் பார்க்கப் பிடிக்குமா?'

'பிடிக்குமே.'

'சத்யஜித் ராய்?'

'ரொம்பப் பிடிக்கும்.'

'ஓ! யூ ஆர் லக்கி. நீங்கள் எந்த ஹோட்டலில் தங்கியிருக்கிறீர்கள்?'

நான் ஹோட்டலின் பெயரைச் சொன்னேன்.

'மார்வலஸ். உங்கள் ஹோட்டலுக்கு நேர் பின்பக்கம் 'ராய் ஃபெஸ் டிவல்' நடக்கிறது. நான் இப்போது என்ன செய்யப் போகிறேன் தெரியுமா? பிலிம் கிளப் காரியதரிசியுடன் தொடர்பு கொள்ளப் போகிறேன். அவர் என்னுடைய நண்பர். இன்னும் ஒரு மணி நேரத்தில் அவர் உங்களை வந்து பார்ப் பார். நீங்கள் ஆனந்தமாகப் படங்கள் பார்த்துக்கொண்டிருங் கள். ஏழாம் தேதி சென்னை மெயிலில் நாம் ஒன்றாகப் போகிறோம். தம்பானூர் ஸ்டேஷன் வாசலில் என்னைப் பதினொன்றரைக்குச் சந்திக்கிறீர்கள். பேட்டை ஸ்டேஷன் தாண்டியதும் பேட்டி ஆரம்பமாகிறது. ஓ.கே?' என்றார்.

மீண்டும் சிரிப்பு. ரிசீவர் வைக்கப்படும் சத்தம்.

சாராம்மா ஜே.ஜே. திறமைசாலி என்று பெயர் பெற்றிருப்பது எவ்வளவு நியாயமானது.

நான் அரவிந்தாட்ச மேனனைச் சந்தித்தபோது, அவருக்கு வயது எண்பது. அப்போது அவர் எர்ணாகுளம் சித்தூர் ரோட்டில் குடியிருந்தார். அவருடைய மூத்த மகன் மோகன்தாஸ் ஐ. ஏ. எஸ். அதிகாரி. பெரிய பங்களா. மாடியில் தனி அறை. இந்த வயதிலும் அவருடைய ஆர்வம் சற்றும் தணிந்திருக்க வில்லை. எழுத்துலகிற்குள் நுழையும் எழுத்தாளர்களை ஐம்பது வருடங்களுக்கு முன் அவர் கவனித்துவந்தது போலவே ஏறத்தாழ அப்போதும் கவனித்துவந்தார். தலைப்புகளின் பெயர் மறக்காத நினைவாற்றல் அவருடையது. இளம் எழுத் தாளர்களைச் சந்திக்கும்போது, அவர்கள் எழுதியவற்றில் தான் படித்துள்ளவற்றைச் சிரமமின்றி நினைவுக்குக் கொண்டுவந்து பேசுவார். அத்துடன் ஒரு கல்லூரி ஆசிரியராக அவர் பெற்றிருந்த படிமம் ஆழமானது. அவரிடம் கற்றவர்கள் யார் என்றாலும் சரி, கல்லூரி வாழ்க்கையைப் பற்றி அவர்கள் நினைத்துப்பார்க்கும் போது அவருடைய முகம் மனதில் நிழலாடாமல் இருக்காது.

மோகன்தாஸும் அவனுடைய மனைவி சுதாமினியும் தன்னை நன்றாகக் கவனித்துக்கொள்வதாக மேனன் என்னிடம் சொன் னார். நன்றாகப் பாடக்கூடிய பெண் தனக்கு மருமகளாக வர வேண்டும் என்ற தனது ஆசையும் நிறைவேறிவிட்டது என்றார். 'இசைத்தட்டு சேகரம் அதிகமாகிப் பராமரிப்புப் பிரச்னைகளை ஏற்படுத்திக் கொண்டிருக்கிறது' என்றார். எழுபது அடி ரோட்டில் ஒரு ஹோட்டலில் தங்கியிருந்து கணிச மான நேரத்தை நான் மேனனுடன் செலவழித்தேன். அவருடன் பொழுதைக் கழிப்பதிலும், அவருடைய பேச்சைக் கேட்பதிலும், அந்தக் கால நிகழ்வுகளைப் பகிர்ந்துகொள்வதிலும் எனக்கு சந்தோஷம் ஏற்பட்டிருந்தது. என் வருகையின் நோக்கம் பின்ன கர்ந்துபோய்விட்டிருந்தது. பொழுது விடிந்த பின்பும் வெகு நேரம் குழந்தை மாதிரி தூங்குவார். அதன் பின் இசைத்தட்டு களைப் போட ஆரம்பிப்பார். வெகு கவனமாகத் தேர்ந்தெடுத்துப் போடுவார். ஒரு பெரிய ரோஜா ஆரத்தைத் தொடுப்பது போல் அவருடைய தேர்வுகள் ஒன்றுக்கு மற்றொன்று வெகு இசைவாக இருப்பதை உணரும்போதும் அதன் சூட்சுமம் எனக்கு சரிவரப் புலப்படவில்லை. நுட்பமான பிரக்ஞையைத்தான் உணர முடிந்தது. மத்தியான உணவுக்குப் பின் நண்பர்களுக்குக் கடிதம் எழுதுவார். மூன்றரை மணிக்கு மோகன்தாஸ் அலுவலகத்துக்குப் போகும் போது, அவரைக் காரில் அழைத்துச்சென்று நூல்நிலையத்தில் விட்டுவிட்டுப் போவான். ஏழு மணி வாக்கில் கடற்கரை வழி யாக வீட்டுக்கு நடந்து வருவார். அப்போது சுதாமினி விளக்கு முன்னால் அமர்ந்து வீணை வாசித்துக்கொண்டிருப்பாள். சாய்வு நாற்காலியில் சாய்ந்தவாறு அதைக் கேட்டுக்கொண் டிருப்பார் மேனன். வீணை வாசித்து முடிந்ததும் இசையைப்

பற்றி மாமனாரும் மருமகளும் கொஞ்சம் பேசிக்கொள்வார்கள். எட்டு மணியிலிருந்து ஒன்பது மணி வரையிலும் மாடியில் பேரக் குழந்தைகளுக்குப் பாடம் சொல்லிக்கொடுப்பார். அவர் அமைதியுடனும் சந்தோஷத்துடனும் இருந்தது பெரும் நிம்மதியை எனக்கு ஏற்படுத்திற்று. அவரைப் போன்றவர்களைத் தோன்றச் செய்யத்தான் மகான்கள் எல்லோரும் கவலைப்பட்டார்கள் என்று தோன்றிற்று.

ஜே.ஜேயின் பழைய நண்பர்களில் மேனன் ஒருவர்தான் அதிக சாவகாசத்துடன் இருந்தார். நான் மேற்கொண்டிருந்த முயற்சியில் அதிக அக்கறை காட்டியவரும் அவர்தான். பிறர் என்னைப் பாராட்டிச் சொன்னார்கள். ஆனால் அவர்கள் தந்த ஒத்துழைப்புக் காணாது என்ற குறை எனக்கிருந்தது. மேனன் என்னைப் பாராட்டி எதுவும் சொல்லவில்லை. அவரால் முடிந்த அளவுக்கு என் முயற்சியைப் பகிர்ந்துகொண்டார். அவருடைய நினைவாற்றல் சிறிதும் மங்கியிருக்கவில்லை. ஆனால் காலத்தின் அடுக்கு சற்றுக் குழம்பியிருந்தது. முன் நிகழ்ந்தவை பின் நிகழ்ந்தவை போலவும், பின் நிகழ்ந்தவை முன் நிகழ்ந்தவை போலவும் மயக்கங்கள் கொண்டிருந்தார். இவ்வாறு தனக்குக் காலம் சற்றுக் குழம்பிப்போனது பற்றி அவருக்குத் தெரிந்திருக்கவில்லை.

டாக்டர் பிஷாரடியும் எஸ். ஆர். எஸ்ஸும் பார்த்த ஓவியம் சம்பத்திடம் இப்போதும் இருக்கிறது என்று சொன்னார். சம்பத்தின் கனவு பற்றி, ஆங்கிலத்தில் இருந்த அவருடைய வாழ்க்கைக் குறிப்பிலிருந்து ஒரு பகுதியை மொழிபெயர்த்து என் நூலில் சேர்க்கலாம் என்று சொன்னவர் மேனன்தான். நான் ஜே.ஜேயின் ஆரம்பகால ஓவியங்களைப் பற்றி மேனனிடம் கேட்டேன்.

மேனன் சொன்னார்: 'அந்த ஓவியங்களைப் பார்க்க முடியாத நிலையில் அவற்றை வார்த்தைகளால் விவரிப்பது எவ்வளவு பெரிய மடத்தனம். ஏதோ ஒரு நிமிஷத்தின் ஆவேசத்தில் அவ்வளவையும் அழித்துவிட்டான். எனக்குத் தெரிந்திருந்தால் நான் தடுத்திருப்பேன். அந்தத் தொடர் முழுவதிலுமே இரண்டு காட்சிகள் தாம் மாறி மாறி வந்துகொண்டிருந்தன. கால்பந்தாட்ட மைதானங்கள். வெவ்வேறு பருவ காலங்களையும், கால நிலைகளையும் சூட்சுமமாகக் காட்டும் மைதானங்கள். உச்சக் கட்டங்களில் விளையாட்டு வீரர்கள் பாய்ந்தோடிச் செல்வது போலவோ அல்லது 'கோல்' அடித்ததினாலோ, 'கோல்' பிசகிச் சென்றுவிட்டதினாலோ, ஆட்டக்காரர்கள் தங்கள் அணிகளுக்குத் திரும்புவது போலவோ, அவர்கள் சூழ்ந்து நிற்க ரெஃபரி மைதானத்தைச் சோதிப்பது போலவோ, பல்வேறு காட்சிகள்.

ஆனால் எதிலும் பார்வையாளர்கள் இல்லை. இதற்கு அடுத்த தொடரில் கால்பந்தாட்ட மைதானத்தில் நூல்நிலையக் காட்சிகள் பிசையப்பட்டுள்ளன. விளையாட்டு நடந்துகொண்டிருக்கும் போதே மைதானத்தில் பெரிய புத்தகக் குவியல்கள். சில ஓவியங்களில் பந்துக்குப் பதில் புத்தகங்கள். சில ஓவியங்களில் 'கோல்' தூண்களை அரைப்பனை உயரத்தில் புத்தகங்கள் மறைத்திருக்க, அவற்றிற்கு மேல் 'கோலி' உட்கார்ந்துகொண்டிருக்கிறான். இது போல் எண்ணற்ற காட்சிகள். வர்ணங்களைத் தேர்ந்தெடுப்பதில் அவன் காட்டிய ரசனை அற்புதமானது. தத்துவச் சிந்தனையிலும் இலக்கியத்திலும் அவன் கொண்டிருந்த ஈடுபாடும், இலக்கியத்தில் எனக்கிருந்த பரிச்சயமும், ஓவியக்கலையில் போதிய புலமை எனக்கு இல்லாமல் இருந்ததும், வர்ணங்களை விட்டு வார்த்தைகளுக்குத் திருப்ப நான் அவனைத் தூண்டிய காரணிகளில் சிலவாக இருக்கலாம். எழுத்துத் துறையில் மிக நன்றாக அவன் தன்னை வெளிப்படுத்திக்கொண்டு வந்தான். மிகச் சிறிய காலப் பகுதியில் எவ்வளவு பெரிய பாதிப்பை ஏற்படுத்தினான்! போகப்போக அவனுக்கு என்ன ஆயிற்று என்று எனக்குச் சொல்லத் தெரியவில்லை. தன்னையே அழித்துக்கொள்வது போன்ற காரியங்களில் ஈடுபட ஆரம்பித்தான். மனிதர்கள் மீது பயங்கரமான அவநம்பிக்கை அவனுக்கு ஏற்பட்டுவிட்டது. 'காசநோய் மருத்துவமனையில் எக்ஸ் – ரே பிரிவில் வேலை செய்யும் டாக்டர் போல் நான் ஆகிவிட்டேன். என் அலமாரியில் ஆரோக்கியமான நுரையீரலின் படம் ஒன்றுகூட இல்லை. மேகம் கவிழ்ந்த நுரையீரல்கள். துவாரங்கள் கொண்ட நுரையீரல்கள். ஒற்றை நுரையீரல். படத்தின் ஈரம் காயும் முன் இயக்கத்தை முடித்திருக்கும் எனக் கருதத்தக்க நுரையீரல்கள்' என்றான் அவன் ஒரு தடவை.'

ஜே.ஜேயைப் பற்றி ஒட்டுமொத்தத்தில் அவருடைய அபிப்பிராயம் என்ன என்று நான் அரவிந்தாட்ச மேனனிடம் கேட்டேன். அவர் சொன்னார் :

'அவன் ஒரு பெர்ஃபெக்ஷனிஸ்ட். பெரிய சங்கீதம் அண்டவெளியில் வெகு நேரம் கவிழ்ந்திருந்து கீழ் ஸ்தாயியில் தேய்ந்து தேய்ந்து மறைந்த பின் கிடைக்கும் அமைதியின் பரவசம் இடையறாது நிரம்பிக் கொண்டிருக்க வேண்டும் என அவன் விரும்பினான். எவ்வளவு பெரிய எதிர்பார்ப்பு இது. அல்லது சுருதியின் மீட்டலில் இந்த உலகமே கரைந்து, மீட்டல் மட்டும் கேட்டுக்கொண்டிருக்கவேண்டும் என்பது போல். ஆனால் உலகமே குரங்குகளின் வாத்திய இசை போல் இருக்கிறது. அவை எழுப்பும் கர்ண கடூரமான அபசுரங்களைத் தாங்கிக் கொள்ள முடியாமல் கத்திக்கொண்டிருந்தான் அவன். அவனு

டைய எழுத்துக்குள்ளேயே போக வேண்டாம். தனி அறையில் பேசிக்கொண்டிருக்கும்போது, தெருக்களில் சுற்றிக்கொண்டிருக்கும்போது, அவன் கேட்கும் கேள்விகளே போதுமானவை. அவன் எழுத்தைவிடவும் அதிகமும் இவைதாம் என் நினைவில் நிற்கின்றன. ஒரு சமயம் எங்கள் முன்னால் நடந்து போய்க் கொண்டிருப்பவனைச் சுட்டி, 'இவன் நிமிஷத்துக்கு சராசரி மூன்று முறை துப்புகிறான். ஏன் சார்? எதற்கு? ஒரு காரணமும் இல்லையே. இப்படிச் செய்துகொண்டிருக்கிறோம் என்பது அவனுக்குத் தெரியாது. மிருகங்களுக்கோ பட்சிகளுக்கோ இந்தப் பழக்கம் இல்லையே' என்றான். மற்றொரு நாள், 'யாருக்குமே பேனாவில் மையூற்றத் தெரியவில்லை' என்றான். 'ஒருவன் கைமாற்றி வைத்த பொருளைத் தேட ஆரம்பிக்கும் போது, என்னால் அந்த இடத்தில் இருக்க முடியவில்லை' என்றான். ஒருநாள் ஒரு பிரபல கம்யூனிஸ்ட் தலைவரிடம், 'பெண்கள் தங்கள் தலையில் உள்ள பேன்களை நீங்கள் ஆட்சிக்கு வந்தபின்தான் அகற்ற வேண்டுமா, அல்லது இப்போதே அந்தக் காரியத்தில் ஈடுபடலாமா?' என்று கேட்கவும், தொண்டர்களுக்கும் அவனுக்கும் வாய்ச்சண்டை முற்றிவிட்டது. ஜே. ஜே. ஐந்தாம் வகுப்பு படித்துக்கொண்டிருக்கும்போது நடந்த சம்பவம் இது : அவனுடைய ஆசிரியை வகுப்பெடுக்கும்போது வாயில் குண்டூசியைப் போட்டுத் குதப்பிக்கொண்டே இருப்பாளாம். 'அந்த ஒரு வருடமும் கலவரத்துடன் அதைத்தான் கவனித்துக்கொண்டிருந்தேன். அந்த இள வயதில் இதனால் நான் எவ்வளவு பாதிப்படைந்தேன் என்பதைச் சொல்லவே

முடியாது' என்றான். கடுமையான வெயிலில் குடையைப் பிரிக்காமல் நடந்து போகிறவர்களை அவன் அடிக்கடி காட்டித்தருவான். நான் அவனுக்கு ஆசிரியராக இருந்தபோது, ஒரு மாணவி வந்து அவன் தன்னிடம் தரக்குறைவாக நடந்து கொண்டதாகப் புகார் கூறினாள். என்ன என்று விசாரித்தபோது, வெளியே தெரிந்துகொண்டிருந்த அவளுடைய உள்ளாடையின் நாடாவை அவன் சரி செய்துகொள்ளச் சொன்னானாம். 'இது பெரிய உதவியல்லவா! அவன் சொல்லவில்லையென்றால் தெரு வழியாக அப்படியே நீ போயிருக்கமாட்டாயா?' என்று நான் கேட்டதற்கு, 'ஜோசஃப் என்ன செய்தாலும் உங்களுக்குச் சரிதான்' என்று சொல்லிவிட்டு, முகத்தை வலித்துக் கொண்டு போய்விட்டாள். இவை எல்லாம் இப்போது நினைவுக்கு வருகின்றன.'

7

நான் எனது ஏழாவது அல்லது எட்டாவது வயதில் சம்பத் மாமாவைப் பார்த்திருந்ததுதான். அதன் பின் எனக்கு அவரைப் பார்க்கக் கிடைக்கவே இல்லை. இப்போது அவர் வடக்கே சென்றுவிட்டதையும் கடிதத் தொடர்பு விட்டுப்போய்விட்டதையும் அரவிந்தாட்ச மேனன் என்னிடம் சொன்னார். சம்பத் ஆங்கிலத்தில் எழுதியுள்ள முழுமையடையாத சுயசரிதைக் குறிப்புகளின் கையெழுத்துப் பிரதி தன்னிடம் இருப்பதாகவும், அதி லிருந்து ஒரு பகுதியை மொழிபெயர்த்து எனது நூலில் சேர்ப்பது பொருத்தமாக இருக்கும் என்றும் யோசனை சொன்னார். மேனன் அடையாளப்படுத்திய பகுதியை நான் ஹோட்டலில் தங்கி மொழிபெயர்த்து என் ஆத்ம திருப்திக்காக அவரிடம் படித்துக் காட்டினேன். இப் பகுதியைச் சேர்த்துக்கொள்ள அனுமதி கேட்டு, மேனன் தந் த விலாசத்திற்கு எழுதியதற்கும், நினைவுறுத்தி எழுதிய கடிதங்களுக்கும், எவ்வித பதிலும் சம்பத்திடமிருந்து கிடைக்காததில், மேனனின் யோசனையைப் பலமாகக் கொண்டு இப்பகுதியை இங்கு சேர்த்திருக்கிறேன்.

நான் மொழிபெயர்த்த பகுதிகள் :

> இதற்கு முன்னும் கனவுகள் கண்டிருக்கிறேன் என் றாலும் இப்படி இல்லை. இப்படி பாதிக்கப்பட்டது இல்லை. கனவுகளுக்கான விளக்கங்கள் கூறும் புத்தகங் களைப் படித்துப் பார்த்தேன். ஒன்றும் தெளிவாக இல்லை. நனவுகள் பற்றிய விளக்கங்களே குழம்பிக் கொண்டிருக்கும்போது கனவுகள் பற்றிச் சொல்வா

னேன். எனக்கு நானே யோசித்துப்பார்த்துக்கொள் கிறேன். ஏதோ கொஞ்சம் புரிவது போல் இருக்கிறது. புரிந்தது பற்றிக்கூடச் சந்தேகமாக இருக்கிறது. கண்ட கனவைப் பாதுகாத்து வைக்க வேண்டும் என்று எண்ணினேன். அது ஒன்றுதான் மீண்டும் மீண்டும் தீர்மானமாகத் தெரிந்தது.

. . . வீதி வழியாக பயங்கரமாக ஓடிக்கொண்டிருக்கிறேன். மை இருட்டு, மண்ணெண்ணெய் விளக்குகளும் அவிந்து விட்டன. இரு பக்கங்களிலும் பூதாகரமாகத் தெரிவன கடைகள்தாம். சாத்திக்கிடக்கும் கடைகள். முன்னிரவில் லேசாகத் தூறல் போட்டிருக்க வேண்டும். செம்மண்ணில் பாதங்கள் சதக் சதக் என்று அழுந்துவது மிகுந்த அருவ ருப்பைத் தந்தது. அவிழ்ந்துகொண்டி ருந்த வேட்டியைப் பிடித்துக்கொண்டே தலைதெறிக்க ஓடினேன். இதனால் ஓட்டம் தடைப்படுகிறது. அவிழும் வேட்டியைக் கட்டிக் கொள்ள நின்றால் அகப்பட்டுக்கொண்டு விடுவேன். ரொம்பவும் நெருங்கி வந்துவிட்டார்கள், பயங்கரமான அந்த ஆயுததாரிகள். இவ்வளவு கொடுமை நிறைந்த முகங் களை நான் பார்த்ததே இல்லை. பத்மனாபபுரம் அரண் மனையில் நான் பார்க்க நேர்ந்த புகழ் பெற்ற ஓவியத்தில் சதி ஆலோசனை செய்யும் கொடுமைக் காரர்கள்தாம் இவர்கள். அவிழ்ந்து கிடக்கும் குடுமிகள்; காதுகளில் கடுக்கன்; கண்களில் குரூரம்; வாயோரம் மிகுந்த அருவருப்பைத் தரும் அசட்டுச் சிரிப்பு. அதே கோஷ்டிதான் என்னைப் பிடிக்கத் துரத்திக்கொண்டு வருகிறது. மார்த் தாண்ட வர்மா மகாராஜாவை இவர்கள் என்ன பாடு படுத்தினார்கள்! கடைசிவரையிலும் கையில் சிக்காமல் தப்பித்துக்கொண்டார் அவர். இப்போது அவரை விட்டு விட்டு என்னைத் துரத்துகிறார்கள். என்னை ராஜாவாக நினைத்துத் துரத்துகிறார்களோ என்னவோ. அப்படி என்றால் ‘நான் ராஜா இல்லை. என்.கே.சம்பத்’ என்று கெஞ்சிச் சொல்ல வேண்டும். நம்பமாட்டார்கள் பாவிகள். மார்த் தாண்ட வர்மா பூசாரி வேஷம் போட்டுக்கொண்டு இவர் களை ஏமாற்றித் தப்பித்துக்கொண்டார். இந்தச் சரித்திர உண்மை எனக்குப் பெரும் தடையாக வந்து சேர்ந்துவிட்டது. இப்போது ராஜா, என்னுடைய வேஷம் போட்டுக்கொண் டிருப்பதாகத் தவறாக நினைத்து என்னைக் கொன்றுவிடு வார்கள். நான் ஆங்கிலம் பேசிக்காட்டினால், ராஜாவுக்கு ஆங்கிலம் தெரியாது என்பது இவர்களுக்குத் தெரியும் என்றாலும், ஆங்கிலம் இவர்களுக்குத் தெரியாததினால், நான் பேசுவது ஆங்கிலம் என்பது இவர்களுக்கு எப்படித் தெரியும்? பெரிய பிரச்சினையாக வந்துசேர்ந்துவிட்டது.

அவர்களுடைய ஆயுதங்களும் பயங்கரமானவை. விசித்திர மாகவும், இந்த மண்ணுக்கே சம்பந்தமில்லாமலும் இருக்கின்றன. இதனைச் செய்து கொடுத்தது டிலனாய்* ஆக இருக்குமோ? இருக்காது. அந்நியன் என்றாலும் டிலனாய் ராஜ விசுவாசம் கொண்டவன். ஆனால் இந்தப் பாவிகள் வேவு பார்த்துத் தெரிந்துகொண்டிருப்பார்கள். சப்பாத்திக்கள்ளி மாதிரி ஒரு தகடு. ஆள்காட்டி விரல் நீளம் ஆணிகள் அதில் அறையப் பட்டிருக்கின்றன. சதையை நார் நாராகக் கிழித்துவிடும். இந்த ஆயுதத்தை நான் ஒரு ஆங்கில சினிமாவில் பார்த்திருக் கிறேன். அதே சினிமாவை இந்தப் பாவிகளும் பார்த்திருப் பார்கள் போலிருக்கிறது. ஆங்கிலம் தெரியாது என்றாலும் திரியாவரத்துக்கு நவீன யுக்திகள் ஏதேனும் கிடைக்கும் என்ற எண்ணத்தில் இவர்களும் பார்த்திருப்பார்கள். அல்லது அந்தப் படத்தைப் பார்த்து டிலனாய் அந்த ஆயுதத்தைக் காப்பி அடித்துக் கொண்டானோ என்னவோ. அவன் காப்பி அடித்த ஆயுதத்தை இவர்கள் வேவு பார்த்துக் காப்பி அடித்துக்கொண்டிருக்கக்கூடும்.

காலடியோசை மிகவும் நெருங்கிவிட்டது. அகப்படத்தான் வேண்டும். எனக்கு மூச்சு வாங்க ஆரம்பித்துவிட்டது. அவர்கள் சிறிதும் சோர்வடைந்ததாகத் தெரியவில்லை. 'ஹா!ஹா!' என்று ஆர்ப் பரித்துக்கொண்டே ஓடி வருகிறார் கள். வெகு உற்சாகமாக, அழுகிய கால்நடைகளின் மீது உட்கார இறங்கும் கழுகைப் போல் எக்களிப்புடன் வரு கிறார்கள். பந்தங்களின் ஒளியில் என் முன் நீளும் நிழலைத் தாண்டிவிட்டேன் என்றால் பிழைத்தேன். அப்படித் தாண்டி விட்டேன் என்றால் பாதுகாப்பு ரேகைக்குப் போய்விட்டேன் என்று அர்த்தம். அதன் பின் அவர்கள் ஒன்றும் செய்ய முடியாது. எனக்கு வெகு அருகே வந்து நிற்பார்கள். ஆயுதங் களைக் கோடு தாண்டி நீட்ட முடியாது. ஆனால் என் முன்னால் நீளும் நிழலைத் தாண்ட வெகு விரைவாக ஓடியும், அடிவயிற்றிலிருந்து மிஞ்சியிருந்த முழு சக்தியையும் எக்கி எடுத்து என் கால்களுக்கு அனுப்பி வைத்தவாறு ஓடியுங்கூடத் தாண்ட முடியவில்லை. தீப்பந்தங்களின் உஷ்ணத்தை என் முதுகில் உணர ஆரம்பித்துவிட்டேன்.

---

* டிலனாய் : யுஸ்ஸஸியுஸ் பெனடிக்தூஸ் டிலனாய் : திருவிதாங்கூர் ராஜா வீர மார்த்தாண்ட வர்மா குளச்சலில் டச்சுப் படையை முறியடிக்க, அப்படையின் தலைவனான டிலனாய் உதயகிரிக் கோட்டையில் சிறை வைக்கப்படுகிறான். பின் அரசரின் நம்பிக்கைக்குப் பாத்திரமாகித் திருவிதாங்கூர் சேனையில் சேர்ந்து அதற்குத் தலைவனாகி மேல் நாட்டுப் போர்ப் பயிற்சிகளை அளிக்கிறான்.

அந்த வினாடியில், அதுவரையிலும் என்னிடம் ஒட்டிக் கொண்டிருந்த, ஒட்டி இறுகிப்போயிருந்த வெட்கம் தெறித்தது. அகந்தை உள்ளே வைத்துச் சுருட்டிக்கொண்டிருந்த போலித்தனம் வெளியே தெறித்தது. அன்றுவரையிலும் இல்லாத பிரார்த்தனை என்னுள் எழுந்தது. என் கற்பனை யில் அந்த மேலான சக்தியை முடிந்த மட்டும் கூவிய ழைத்துக்கொண்டு ஓடினேன். அந்த சக்தி மனம் வைத்தால் மட்டுமே நான் பிழைக்க முடியும். அந்த சக்தி மனம் வைத்தால் நான் என் நிழல் தாண்டிப் பாதுகாப்பு ரேகைக்குப் போய்விடக்கூடும். அப்போது எதிரிகள் என்னை ஒன்றுமே செய்ய முடியாது.

இருட்டு நரைக்க ஆரம்பித்துவிட்டது. கோட்டை வாசல் புலப்படுகிறது. நெடிதுயர்ந்த கோட்டை. அந்தக் கோட்டைக் குள் புகுந்துவிட்டேன் என்றால் நான் தப்பித்துக் கொண்டு விட முடியும். ஆச்சரியப்படும்படி ஏதேனும் ஒரு காரியம் அந்தக் கோட்டைக்குள் நிகழும். அந்த அற்புதம் என்னைக் காப்பாற்றிவிடும். அந்தக் கோட்டை எனக்குப் பரிச்சயமான இடம்தான். அதன் சந்து பொந்துகள் எல்லாம்கூட எனக்குத் தெரியும். கிழக்கு வாயிலில் மணி அடிக்கும் கூண்டு. அதற்குள் நான் ஒளிந்துகொள்வேன். மணி அடிப்பவன் எனக்கு முகப் பரிச்சயம் உள்ளவன். நிச்சயம் இடம் தருவான். அவன் இல்லை என்றாலும் நான் ஏறிவிட்டு, ஏணியை மேலே தூக்கிக்கொண்டு விடுவேன். அப்போது இந்தப் பாவிகள் ஒன்றும் செய்ய முடியாது. அதிக பட்சம், எரியும் பந்தத்தைத் தூக்கி வீசி எறிவார்கள். அவ்வளவு தூரம் அவர்களால் வீச முடியுமா என்ன!

மணிக்கூண்டுக்குள் ஏற, மர ஏணியில் காலை வைத்தேன். கால் வைத்ததும் படி இற்று விழுந்தது. சரேரென்று இரண்டாவது படியில் கால் வைக்க அதுவும் முறிந்தது. மேல்படிகளில் ஒன்றைப் பற்றினேன். சிலந்தி வலைபோல் அதுவும் கையோடு வந்துவிட்டது. மண்ணில் முகம் குத்தி விழுந்தேன். இந்த வீழ்ச்சியை நான் எதிர்பார்க்கவே இல்லை. அந்த நிமிஷத்தில் ஆயுதத் தாக்குதல் ஆரம்பமாகிவிட்டது. ஏதோ ஒரு புனிதமான மதச்சடங்கைச் செய்வதுபோல் மந்திர உச்சாடனம் செய்துகொண்டே ஆயுதங்களால் தாக்கினார்கள். என் உடலிலுள்ள சதை எல்லாம் கிழிந்து விட்டது. ரத்தம் பீறிட்டுக்கொண்டு அவர்கள் முகங்களின் மேல் வீசி அடிக்கிறது. மிகுந்த ஆனந்தத்தோடு ஆளுக்கொரு பகுதியாக என்னைக் கூறுபோட்டுத் தாக்குகிறார்கள். என் உடலிலிருந்து என் சதையெல்லாம் பிய்த்து நாலாபுறமும் வீசியாகிவிட்டது. நொறுக்க எலும்புகள் ஒன்றுகூட இனி

பாக்கி இல்லை. எரி பந்தத்தால் என் கண்களை அவித்தார்கள் பாவிகள். என் உயிர் மட்டும் மின்மினிப் பூச்சி போல் பளிச் பளிச் என்று ஒரு புல் நுனியில் போய் ஒட்டிக் கொண்டது. பாதங்களால் அதையும் அரைத்துத் தேய்த்தார் கள். நான் இறந்துவிட்டேன். அவர்களுடைய காரியம் கைகூடிவிட்டது. எந்த சக்தியும் என் துணைக்கு வந்து சேரவில்லை. நான் நம்பிய சக்திகளெல்லாம் என்னைக் கைவிட்டுவிட்டன. கைகழுவிவிட்டுவிட்டன. அவற்றை நான் இன்னும் ஆழமாக நம்பியிருக்க வேண்டும். நெருக்கடி யின்போது, அவசரமாக நான் நம்ப ஆரம்பித்தது அந்த சக்திகளுக்குப் பிடிக்கவில்லையோ என்னவோ! அது சரிதான். நிரந்தரமாக நம்பிக்கொண்டிருப்பவர்களையே காப்பாற்ற அந்த சக்திகள் தத்தளித்துக்கொண்டிருக்கின்றன. பாதி காப்பாற்றியும் பாதி காப்பாற்றாமலும் தத்தளித்துக்கொண் டிருக்கின்றன. அப்படியிருக்க, கடைசியில் வந்து ஒட்டிக் கொண்ட என்னை அவை தட்டிவிட்டதில் ஆச்சரியம் என்ன இருக்கிறது.

நான் அழிந்துவிட்டேன். இனிமேல் ஒன்றுமே இல்லை. ஒன்றுமே நான் செய்ய முடியாது. எவ்வளவோ ஆசைப்பட் டேன். எவ்வளவோ கனவுகள் கண்டேன். அந்தக் கனவுகள் நிறைவேற அனுசரணையாக என் வாழ்க்கையைச் சிறுகச் சிறுகக் கட்டி வளர்த்திக்கொண்டு வந்தேன். விலகி வித்தியாச மாக வந்ததினாலேயே பிறரிடம் எவ்வளவு வெறுப்பைச் சம்பாதித்துக்கொண்டேன்! முப்பது வயதில் உலகப்புகழ் பெறக் குறிவைத்தேன். அதற்காக நான் செய்த தியாகங்கள், எனக்கு நானே விதித்துக் கொண்ட தடைகள் கொஞ்சமா! நான் பெண்களை ஸ்பரிசித்ததே இல்லை. அவர்கள் கண் களைச் சந்திக்காமலே வெகு விரைவாகப் போய்க்கொண் டிருக்கிறேன். சதா தொடர்ந்து இதைச் செய்து கொண்டிருப் பது எவ்வளவு சிரமமானது என்பது கற்பனை செய்துபார்த் தால் தெரியும். அவர்கள் மூலம் என் அழகுணர்ச்சி அழிந்து விடும் என்று நம்பினேன். அந்த ஆழமான நம்பிக்கையை வெளியே சொன்னால், தருக்க பலத்தால் ஏதும் சொல்லி யாரேனும் என்னைக் குலைத்துவிடுவார்களோ என்ற பயத்தில் வெளியே சொல்லவே இல்லை. அழகுணர்ச்சியின் என் அரிய சேமிப்பைப் பெண்கள் சூறையாடிக்கொண்டு போக நான் ஒருநாளும் விட மாட்டேன். இப்போது எல்லாம் நாசமாகிவிட்டது. பாழ்பட்டுப் போய்விட்டது. ஆனால் ஒன்று நிச்சயம். இப்போதும் நான்தான் அழிந்து இருக்கிறேனே தவிர, என் கனவுகள் அழியவில்லை. அவை ஒருநாளும் அழியா. மற்றொரு ஜீவன், இதே கனவுகளைச் சூலுற்று,

பேணி வளர்த்து, அவற்றை இந்த மண்ணில் அர்ப்பணித்து அவற்றைச் செம்மைப்படுத்தித் தன்னையும் விகசித்துக் கொள்ளும். என்னிலிருந்து மற்றொருவனிடம் தொற்றும் கனவை எந்த ஆயுததாரிகளாலும் அழிக்க முடியாது. நான்தான் ராஜா என்ற எண்ணத்தில் இவர்கள் என்னை அழித்தால் நான் அழிந்து போவேன். ஆனால் நான்தான் என் கனவு என்று நினைத்து என்னை அழிக்க முற்பட்டால் ஏமாந்துபோவார்கள். இதில் சிறிதும் சந்தேகம் இல்லை. ஒரு மாட்டைக் கொல்வதற்கும் ஒரு மனிதனைக் கொல்வதற்கும் வித்தியாசம் இதுதான். இருந்தாலும் துக்கம் தொண்டையை அடைத்தது. என்னால் என் கனவை நிறைவேற்ற முடியாமல் போய்விட்டதே என்று வருந்த ஆரம்பித்தேன். எனக்குக் கொடுத்துவைக்கவில்லை. ஏங்கி அழ ஆரம்பித்தேன்.

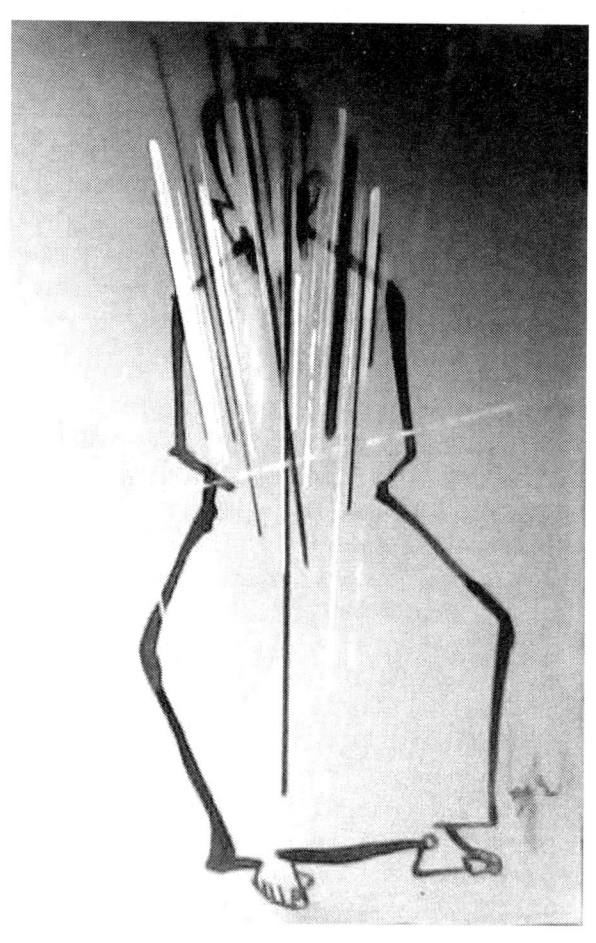

தொலை தூரத்தில் ஏதோ ஓசை கேட்கிறது. ஜால்ரா தட்டும் ஓசை. சுருதிப்பெட்டியின் கார்வை. விடியற்காலை பஜனை வருகிறது போல் இருக்கிறது. என்ன அற்புதமான குரல்! யார் இப்படிப் பாடுகிறார்கள்? பின்பற்றிப் பாடும் குரல்கள், கார்வை குறைந்தும் கரடுமுரடாகவும் இருக்கின்றன. கட்டுப்பாட்டுக்கு அடங்காத அவர்களுடைய குரல்கள் இழுத்துக்கொண்டுபோகின்றன. ஆனால் அந்தக் குரல்கள் ஆத்மார்த்தம் கொண்டவை. எல்லா இசைக்கும் எது முக்கி யமோ, புலமையையும் குரல் வளத்தையும்விட எது முக்கியமோ, அது அவர்களிடம் இருக்கிறது. இந்தக் கரடுமுரடான தன்மையிலுங்கூட ஆத்மார்த்தம் அதனை வெளிப்படுத்திக் கொள்கிறது. எவ்வளவு மோசமான நிலையிலும், ஆத்மார்த் தத்தின் அழகை மறைக்க முடியாது என்பது எனக்கு முன்ன தாகவே தெரிந்ததுதான். இப்போது மேலும் அது உறுதிப்பட் டது. இசை நெருங்கி வந்துகொண்டிருக்கிறது. ஜால்ரா கணீர் கணீர் என்று நாதத்தை எழுப்புகிறது. தன்னை மறந்து, முற்றாக மறந்து, பாடுகிறான் அவன். அவனது இசையிலிருந்து பரவும் பரவசம் அவனுடைய ஆத்மாவைக் குளிர்வித்து, அந்தப் பரவசமே பாட ஆரம்பிக்கும் அற்புத மான நிமிஷத்தை அவன் நெருங்கிக் கொண்டிருக்கிறான்.

நான் கண்களைத் திறந்து பார்த்தேன். லாந்தரின் மஞ்சள் ஒளி தெரிந்தது. என்ன இது! என்ன ஆச்சரியம்! முன்வரிசை யில் மையத்தில் விரைந்து வந்துகொண்டிருப்பவர் யார்? காந்தியா? என்னால் நம்பவே முடியவில்லை. சுற்றி வந்து கொண்டிருப்பவர்கள் யார்? காந்தி இங்கு எங்கே வந்தார்? ஓ, எனக்கு எல்லா விஷயமும் தெரிந்துவிட்டது. நான் 'லண்டன் மெயிலு'க்கு எழுதி அனுப்பிய செய்திக்குறிப்பை நானே பார்க்க இங்கு வந்து சேர்ந்திருக்கிறேன். ஆச்சரியத் திலும் ஆச்சரியமாக இருக்கிறது. எனக்கு இந்த யோசனை தோன்றவே இல்லையே. எவ்வளவு அரிய சந்தர்ப்பத்தை வீணாக்க இருந்தேன். அதுவும் இவ்வளவு பக்கத்தில் இருந்துகொண்டு. எவ்வளவு அறிவுகெட்டவன் நான். எனது மதியீனம் எட்டுவீட்டுப் பிள்ளைமார்க்குத்* தெரிந்தபோது தான் அவர்கள் ஆயுதம் தாங்கி என்னை விரட்ட ஆரம்பித் திருக்கிறார்கள். எட்டுவீட்டுப்பிள்ளைமார்களே, உங்களுக்கு நான் நன்றி செலுத்துகிறேன். உங்களை நான் ரொம்பவும்

---

* எட்டுவீட்டுப் பிள்ளைமார் : ராஜா மார்த்தாண்ட வர்மாவின் எதிரிகள். ராஜா விடமிருந்து பதவியைப் பறிக்கப் பல சூழ்ச்சிகள் செய்தவர்கள். மதி நுட்பத் தாலும் சமயோஜித புத்தியாலும் அரசர் தப்பினார். இவர்கள் அனைவரையும் அரசர் ஒழித்துக்கட்டித் தனது பதவியை உறுதிசெய்து கொண்டார்.

தவறாக நினைத்து விட்டேன். 'பாவிகள்' என்று உங்களை நான் திட்டிவிட்டேன். உண்மையில் நீங்கள்தான் தெய்வ தூதர்கள். நான் உயிரோடு இருந்தால் இதையெல்லாம் சரிவரப் பார்க்க முடியாது என்று தெரிந்து என்னைக் கொன்றிருக்கிறீர்கள். உங்கள் பாதங்களைப் பிடித்து நன்றி சொல்கிறேன். இப்போது நான் கனவாக மட்டும் இருப்பதினால் எனக்கு எல்லாவற்றையும் சரிவரப் பார்க்க முடிகிறது. உடலோடு இருந்தவரையிலும் நான் சரிவர ஒன்றையும் பார்க்கவில்லை என்பதும், சரிவரப் பார்ப்பதாகக் கற்பனை செய்துகொண்டிருந்தது தவறு என்பதும் இப்போது துல்லியமாக எனக்குத் தெரிகிறது. நான் உயிரோடு இருந்தபோது உடல் திமிரை அழித்துக்கொண்டுவிட்டதாகப் போலி சந்தோஷத்தில் மாய்ந்துகொண்டு இருந்தது எவ்வளவு தவறு. நீங்கள் செய்திருப்பது எனக்குப் பெரிய உபகாரமாக இருக்கிறது. இப்போது மனம்விட்டுப் பேச முடிகிறது.

பஜனை கோஷ்டி, கோயில் முகம் நெருங்கிக்கொண்டிருக்கிறது. எனக்குக் கண்கள் கூசின. அந்தப் பொன்மேனியிலிருந்து பிரகாசம் என் கண்களில் பட்டுக் கூசியது. என்ன அற்புதமான முகம். சாந்தி அலையடித்துக் களிநடனம் புரிகிறது. தவத்தில் ஒடுங்கிய மார்பு. எல்லோரும் கோவில் முன்படிக் கட்டில் உட்காருகிறார்கள். மேல்படியில் லாந்தர் விளக்கு. சுற்றிவர ஆண்களும் பெண்களும் குழந்தைகளும் உட்கார்ந்து கொண்டிருக்கிறார்கள். நான் இருந்த இடத்திலிருந்து பார்ப்பதற்கு ஒரு மகோன்னதமான ஓவியம் போல் இருக்கிறது. நான் அந்த ஓவியத்தைப் பாதுகாத்து வைத்துக் கொள்ள வேண்டும். அதுதான் செய்யவேண்டியது. கோவில் மணி அடிக்க ஆரம்பித்துவிட்டது. மணியின் நாதத்தை ஓவியத்தில் காட்ட முடியாதே என்று நினைத்தபோது மீண்டும் வருத்தம் ஏற்பட்டது. அப்படியானால், நான் பாதுகாக்க நினைக்கும் ஓவியம் உண்மையை முழுமையாகச் சொன்னது ஆகுமா? ஆகாது. ஒரு நாளும் ஆகாது. மீண்டும் ஏங்கி அழ ஆரம்பித்தேன்.

இந்த இடத்தில் விழித்துக்கொண்டேன். கனவு கலைந்துவிட்டது. என் இருப்பிடத்தை ஞாபகப்படுத்திப் பார்த்தேன். நாற்புறமும் இருட்டு. சுவர்கள் லேசாகத் தெரிந்தன. ஜன்னல் வழியாகக் குளிர்காற்று வந்துகொண்டிருக்கிறது. நெற்றிப் பொட்டிலும் கழுத்தோரங்களிலும் பட்டுக் குளிர்விக்கிறது. நன்றாக வியர்த்திருக்கிறது. ரொம்பவும் பயந்துவிட்டேன் போலிருக்கிறது. போர்வையை உதறி எறிந்துவிட்டு அவசரமாகக் கீழே இறங்கினேன். விளக்கைப் போட முயன்றேன். மின்சாரம் இல்லை. எப்போது தடைப்பட்டதோ. நடுநிசியில்

அநேக நாள் இப்படி ஆகிவிடுகிறது. புகார் மனுக்கள் எவ்வளவோ எழுதிவிட்டேன். ஆசிரியர்களுக்குக் கடிதங்கள் எழுதிவிட்டேன். ஒன்றும் பிரயோசனம் இல்லை. தலையணைக்கு அடியிலிருந்து டார்ச் விளக்கை எடுத்துக் கொண்டு நாலு கட்டுத் தாண்டி, சாப்பாட்டு அறை தாண்டி, பின்கட்டுக்குச் சென்றேன். டார்ச்சை அடித்தேன். அந்த மங்கிய இருளில் பின்பக்கம் அற்புதமாக இருந்தது. இரவில் மரங்கள் வேறுவிதமான சாயல்களும் அழகுகளும் கொள்கின்றன. ரகசியங்களின் உறைவிடங்கள் ஆகிவிடுகின்றன. ஆனால் துளசி மாறவில்லை. அதன் மீது கவிழ்ந்திருக்கும் இருட்டிலிருந்து எவ்வித ரகசியத்தையும் எடுத்துக்கொள்ளாமல், அந்த இருட்டையும் சேர்த்துக் கொள்ளாமல், அதை விலக்கவும் பிரயாசைப்படாமல் அது பாட்டுக்குக் குலுங்குகிறது. சிமிண்டுத் தொட்டியின் பக்கத்தில் திறந்த வெளியில் வேலுக்குட்டி போர்த்தி மூடிக்கொண்டு தூங்குகிறான். முகத்தை மூடிக்கொண்டு. எனக்குக் கொஞ்சமும் பிடிக்காது இந்தப் பழக்கம். ஆனால் அது அவனுடைய பழக்கம். ‘வேலுக்குட்டி’ என்று கூப்பிட்டேன். அவனுடைய உறக்கம் சத்தங்களைப் பொருட்படுத்தக்கூடியது என்பது முன் அனுபவம் மூலம் எனக்குத் தெரியும். மனிதக் குரலை அவ்வளவாகப் பொருட்படுத்தாது என்பதும் தெரியும். கதவில் லேசாகத் தட்டினேன். விழித்துக் கொண்டுவிட்டான். ‘வேலுக்குட்டி, கார் ஷெட்டின் கதவைத் திற’ என்றேன். ஒரு சில வினாடிகளில் கிளம்ப ஆயத்தமானேன். மனம் படபடத்துக்கொண்டிருந்தது. அந்த நேரத்தில் நான் புறப்பட்டது வேலைக்காரர்களுக்கும் வேலைக்காரிகளுக்கும் மிகுந்த ஆச்சரியத்தை ஏற்படுத்தியிருக்கும் என்பதில் சந்தேகம் இல்லை. ‘பால் வரவில்லை. சிறிது தேநீர் சாப்பிட்டுவிட்டுப் போகலாமே’ என்றான் வேலுக்குட்டி. ‘வெறும் வயிற்றோடு . . .’ என்று இழுத்தாள் பங்கஜாக்ஷி. நான் சரிவர அவர்களுக்குப் பதில் சொல்லவில்லை. நான் கிளம்பி வந்த காரணத்தைச் சூட்சுமமாகவேனும் அவர்களுக்குச் சொல்லியிருக்கலாம். அவர்களுக்குப் புரியாவிட்டாலுங்கூடச் சொல்லிவிட்டு வருவதற்கும் சொல்லாமல் வருவதற்கும் வித்தியாசம் இருக்கிறது. அவர்கள் மனித உயிர்கள் என்பதால், அன்பு நிறைந்த ஆத்மாக்கள் என்பதால் புரிந்துகொள்ள முடியாதவர்கள் என்றாலுங்கூட அவர்களுக்கு அளிக்க வேண்டிய மதிப்பை விடாது அளித்துக்கொண்டே இருக்க வேண்டும். மனக் குழப்பம் சூழ ஆரம்பித்துவிட்டது.

நாட்டகம் குன்றில் கார் விரைந்துகொண்டிருந்தது. செம்புழுதிப் புகை மண்டலம், தூக்கிய கண்ணாடிகளின் இடுக்கு

வழியாக உள்ளே வருவதை வாசனையால் தெரிந்துகொண் டேன். அப்போது கிழக்கே சூரியனின் விளிம்பு தெரிந்தது. நகத்தைப் பிய்த்துக் கொண்ட விரலிலிருந்து ரத்தம் கசி வதைப் போல் சூரியன் வருகிறது. ரத்த வெள்ளம். ஆனால் அது உருக்குலைந்த உருவம் அல்ல. எட்டுவீட்டுப்பிள்ளை மார் தாமிரச் சப்பாத்தி முள்ளாணி ஆயுதத்தால் சூரியனைத் தாக்கியிருக்க முடியாது. நீளம் பற்றாது அவர்கள் கைகளுக்கு. ரத்தத்தை வழியவிட்டுக்கொண்டுவருவது சூரியனின் திடகாத்திர நிலைதான். கோயில் படிக்கட்டில் காந்தி மகான் காத்துக்கொண்டு நிற்கிறார். இந்த சூரியோதத்துக்காகத் தான். கோயில் மணி அடித்த பின்பும் சூரியோதயம் ஆகட்டும் என்று காத்துக்கொண்டிருந்தார் அந்த மகான். அவருடன் அவர்களும் காத்துக்கொண்டிருந்தார்கள். இதற் காக அவர் காத்துக் கொண்டிருப்பது அவருடைய இயல்புக்கு ஏற்றதுதான். அவர் இப்போது எழுந்திருந்து உள்ளே போகக் கூடும். அவர்களும் அவரது உடலை ஒட்டி உள்ளே விரைவார்கள்.

காரை ஓரங்கட்டி நிறுத்திவிட்டு, கீழே இறங்கி, பாதை விளிம்பில் நின்றுகொண்டு சூரியோதயத்தைப் பார்த்தேன். உள்ளங்கால் கூசும்படி விளிம்புக்குச் சென்றேன். முன்னால் அதல பாதாளம். அற்புதத்திலும் அற்புதமான அந்தக் காட்சியைப் பின்னகராமல் பார்த்துக்கொண்டிருந்தேன். மனித ஜென்மங்களுக்குக் கிடைத் திருக்கும் வரப்பிரசாதம் இது. அதிகாலையிலும், ஒவ்வொரு நாளும், ஒரே மாதிரி யாகவும், அதே சமயம் வெவ்வேறு விதமாகவும், கணங்கள் தோறும் மாற்றிக்கொண்டும், முடிவற்ற அழகுகளை அள்ளி இறைத்துக்கொண்டும் கடவுள் மனிதன் முன் வருகிறார். தனது விசுவரூபத்தை மனிதனுக்குக் காட்டக் கடவுள் வருகிறார். இருந்தும் மனிதன் பார்ப்பது இல்லை. பழக்கத் தில் அறிவையும், அற்புதங்களையும், அதிசயங்களையும் முற்றாக இழந்து, தரித்திரத்திலும் பரம தரித்திரனாக நிற்கிறான். ஒவ்வொரு நாளும் இந்த விசுவரூப தரிசனத்தி லிருந்து நாம் பெறக்கூடியவற்றில் மேலான ஞானம் லகுவாக வும் பக்குவமாகவும் நமக்குக் கிடைக்கும். வேறு எதிலிருந்தும் பெற முடியாத ஞானம் இதிலிருந்து பெற முடியும். இவ்வளவு நாட்களும் இதற்கு ஆட்பட மறுத்து ஏழ்மைப்பட்டுப் போனதை நினைத்து மிகுந்த வருத்தமடைந்தேன். இனி யேனும் எனக்கு இந்த நித்தியப் பரவசம் கிடைக்கட்டும். மனித ராசிக்குரிய விசேஷ சொத்துக்களை நான் சேர்த்துக் கொள்ளாவிட்டால் என் பிறப்பு அர்த்தமற்றது.

ஜே. ஜே : சில குறிப்புகள் 145

கணத்துக்குக் கணம் அசைவின்றி மேலெழுந்து வருகிறது அது. புன்னை மரங்களிடையே ரச்மிகள் ஊடுருவி, சிதறிய கண்ணாடித் துண்டுகள் உருகி வழிகின்றன. அந்த உருகி வழியும் கண்ணாடிதான் என் கனவுகள் என்று நான் சொல்லிக்கொள்கிறேன். கனவுகளில் ஆத்மா கொள்ளும் ஆனந்தத்தில் பலம் பெற்று நடமாடிக்கொண்டிருக்கிறான் மனிதன். அந்த ஆனந்தங்களைக் கல்லிலோ வர்ணங்களிலோ மரத்திலோ பாட்டிலோ தேக்கிவைக்க முற்படுகிறான். ஒரு கனவைச் சொல்ல முற்படும்போது எப்போதும் அவன் தெரிந்துகொள்வது கனவைச் சொல்ல முடியவில்லை என்பதுதான். இதனால் அவனுக்கு ஏற்படும் விசனம் சொல்லுந்தரமன்று. உடல் கூடித் திளைப்பவர்களிடங்கூடச் சொல்ல முடியாத இந்தச் சங்கடத்தை அவன் உலகுக்கு எப்படி எடுத்துச் சொல்ல முடியும்? இருந்தாலும் அவன் சொல்ல முற்படுகிறான். மீண்டும் கனவைச் சொல்ல வந்தவன் கனவைச் சொல்ல முடியவில்லை என்பதை மீண்டும் சொல்லிவிட்டுப் போகிறான். மீண்டும் சொல்ல முற்படுகிறான். சொல்லாமல் அவற்றைப் புரியவைக்க ஏன் அவனுக்குத் தெரியவில்லை? புரியவைக்கச் சொல்லப் பட வேண்டுமா? இந்தத் தவறான எண்ணம் எப்போது அவனுக்கு ஏற்பட்டது? எப்படி ஏற்பட்டது? இன்னும் கனவுகளின் விளிம்புகள்கூடச் சொல்லில் வகைப்பட்டு வரவில்லை. இந்தக் கனவுகள் அவற்றின் அர்த்தத்தை நம்மிடம் சொல்ல நாம் அவற்றை நிம்மதியாக இருக்கவிடுவ தில்லை. நனவுகளையும் நாம் நிம்மதியாக இருக்கவிடுவ தில்லை. நிம்மதியாக அவற்றை விட்டுவிட நம்மால் முடிவ தில்லை. துடுப்புப் பிடிக்கும் நீரில் முகம் பார்க்கத் துடிக் கிறோம். நீச்சலடித்துக்கொண்டே முக்குளிக்க முயல்கிறோம். எப்படிக் கூடும் இது? என்ன இது? என்ன இந்த உலகம்? இது எப்படி ஏற்பட்டிருக்கிறது? 'இப்படிக் கேட்டால்?' என்று கேட்கிறார்கள் என் நண்பர்கள். எப்படிக் கேட்க வேண்டும் என்பது எனக்குத் தெரியவில்லையே. விடை தெரியவில்லை என்பதில்கூட எனக்கு வருத்தம் இல்லை. கேள்விகள்கூட என்னிடம் உருக்கொள்ளவில்லை. இப்போது நான் இங்கு இருந்து கொண்டிருப்பது, என் முன் விரிந்து கிடக்கும் இந்த உலகம், மனித ஜீவன்கள், அவற்றின் அசைவு கள், இயற்கை, இயற்கையின் கோலங்கள் எல்லாவற்றின் மீதும் எனக்குத் திகைப்பு ஏற்படுகிறது. இந்த வித்தை எப்படி சாத்தியம்? அடிப்படையாக இதை ஒப்புக் கொண்டுவிட்ட தாக எடுத்துக்கொள்ள என்னால் முடிவதில்லை. எனக்குப் பெரும் திகைப்பாக இருக்கிறது. ஒரு கணம்கூட இடைவெளி

இன்றித் திகைத்துக்கொண்டு இருக்கிறேன். இந்தத் திகைப்பினால் எனக்குப் பெரும் பரபரப்பு ஏற்படுகிறது. இதைத் தவிர வேறொன்றும் எனக்குச் சொல்லத் தெரியவில்லை.

மற்றொரு பகுதி. சம்பத்தின் நினைவுக் குறிப்புகளில் பல வருடங்களைத் தாண்டி, மீண்டும் ஒரு சூரியோதயத்தில் பரவசமடைந்து பழைய நினைவுகளுக்கு ஆட்பட்டு, தொடர்ந்து நிகழ்ந்தவற்றை எழுதியுள்ளது போல் படுகிறது.

ஜே.ஜே. போல் ஒரு விவேகம் உள்ள ஜீவனின் சினேகம் கிடைத்தது என் அதிருஷ்டம். ஜே.ஜே., உன்னை நான் ரொம்பவும் நேசிக்கிறேன். உனக்கும் இது தெரியும். ஆனால் எந்த அளவுக்கு என்று உனக்குத் தெரியாது. இந்த அளவுக்கு

சாத்தியம் என்று உன்னால் கனவுகூடக் காண முடியாது. இதற்குக் காரணம் வேறொன்றுமில்லை. என் மீது நான் கொண்டிருக்கும் பாசம். என்னைப் போல் நீயும் திகைத்துக் கொண்டிருக்கிறாய். இந்தத் திகைப்பு சகஜப்பட்டுப் பொறி களில் குளிர்ந்து, மந்தம் சுரணைகளில் படிந்து, மனிதராசி பழக்கத்தின் இயந்திரமாகிச் சரிந்துவிட்டது. படைக்கும் தலைவன் நம் இருவரை மட்டும், முதன்முதலாக இந்த நிமிஷம், இங்கு அனுப்பி வைத்துள்ளது போல் நாம் இருவரும் திகைத்துக்கொண்டிருக்கிறோம். ஆகவே உனக்கும் எனக்கும் ஏற்பட்டுள்ளது சினேகமல்ல. முதுகும் நெஞ்சும் ஒரே உடலில் ஒட்டிக்கொண்டிருப்பது சினேகத்தால் அல்ல. திகைப்பின் ஒன்று பட்ட வார்ப்பு அது.

ஜே. ஜே., உனக்கு எதுவும் பிடிக்காமல்போய்க்கொண்டிருக்கிற மாதிரி எனக்குத் தோன்றுகிறது. எனக்கு சகலமும் ஒன்று விடாமல் பிடித்துக்கொண்டிருக்கிறது. எல்லாவற்றின் மீதும் எனக்கு அபரிமிதமான ஆசையும் ஆர்வமும் பிரியமும் ஏற்பட்டுக்கொண்டிருக்கின்றன. இந்நிலைகளில் பொதுவாக இது இப்படித்தான். இப்போது எனக்கு எல்லாம் துல்லிய மாகிவிட்டது போல் ஒரு எண்ணம். உடனடியாக உன்னைப் பார்க்க வேண்டும் என்று துடிக்கிறது. உன்னைத் தேடி வந்துகொண்டிருக்கிறேன். உன் வீட்டைத் தேடிக் கண்டு பிடித்துவிடுவேன். புனித மேரி கோவிலுக்குப் பின்பக்கம் என்று நீ சொன்னாய். வலது பக்கம் சந்தில் இறங்க வேண்டும். அகலம் குறைந்த படிக்கட்டுகள். இடைவெளி விட்டு, மீண்டும் மீண்டும் வந்துகொண்டிருக்கும், ஆழமாக இறங்கிச் செல்லும் படிக்கட்டுகள். அந்தத் தெருக்களில் வெண்கல உருளிகளை வார்க்கும் ஆசாரிமார் இருக்கிறார் கள் என்று நீ சொன்னாய். வெண்கலத்தை உருக்கி வார்ப்பது கண்கொள்ளாக் காட்சி என்று நீ சொன்னாய். எனக்குப் பார்க்கக் கிடைக்கவில்லை.

புனித மேரி கோவிலின் வலது பக்கம் மைதானத்தில காரை ஒதுக்கி விட்டுவிட்டுச் சந்தில் நுழைந்து படிகளில் இறங்க ஆரம்பித்தேன். பட்டறைகள் எதுவும் திறக்கவில்லை. பிற்பகலில் வேலையைத் தொடங்கி நடுநிசிக்குப் பின் முடிப்பார்கள் என்று ஜே. ஜே. சொன்னது ஞாபகத்துக்கு வந்தது. எதிரே ஒரு வயோதிக ஸ்திரீ வந்துகொண்டிருந்தாள். அவளிடம் விசாரிக்கலாம் என்று தோன்றியபோது ஊர்க் காரர்கள் தன்னை டிராயிங் மாஸ்டர் என்று குறிப்பிடுவ தாக சாராம்மா சொல்லியிருந்ததை ஜே. ஜே. சொன்னது நினைவுக்கு வந்தது. அவள் வீட்டைக் காட்டித்தந்தாள்.

மிகச் சிறிய வீடு. முன்பக்கம் ஒட்டுத் திண்ணை. சிறு மேசையின் மேற்பரப்பு அளவு கொண்டது. ஒரு ஓரத்தில், கால் அடி அகலத்தில், ஓரடி எழுப்பிக் கட்டியிருந்தார்கள். அதன் நோக்கம் எனக்குத் தெரியவில்லை. முன்வாசல் சாத்தியிருந்தது. வீட்டின் பின்பக்கம் சாராம்மா கோழிகளுக்கு உணவு கொடுத்துக்கொண்டிருந்தது வேலி வழியாகத் தெரிந்தது. தாழ்ந்து கிளை பிரிந்து தரையை ஒட்டிக் கிடந்த மாமரத்தின் கிளை வெடிப்பில் செம்புப் பாத்திரத்தை வைத்து அதிலிருந்து உணவை எடுத்து விசிறிக் கொண்டிருந் தாள் சாராம்மா. கோழிகளை அழைப்பதற்கு அவள் எழுப்பிய சத்தம் விசித்திரமாக இருந்தது. உதடுகளை இறுக்கிக் கொண்டே அந்த விசித்திரச் சத்தத்தை அவள் எழுப்பினாள். அப்போது அவளுக்குச் சுய ஞாபகம் இருக்க வில்லை. அவள் சம்பந்தப்பட்ட எல்லாமே அழகாக இருந்தது. ஒவ்வொரு சத்தத்திற்கும் அவள் முகம் வேடிக்கை யாக இழுத்துக்கொண்டு போயிற்று. அந்த முகத்தில் ஜே.ஜே. அளித்திருக்கக்கூடிய முத்தங்கள் உன்னதமானவையாகவும் பொருத்தமானவையாகவும் பட்டன. அவளுக்குத் தரப்பட வேண்டியவை அவைதாம்.

'ஜே. ஜே.' என்று நான் கூப்பிட்டேன். திரும்பிப் பார்த்த சாராம்மா என்னைக் கண்டதும் மிகுந்த ஆச்சரியமும் பதற்றமும் கொண்டாள். தூக்கிச் செருகியிருந்த வேட்டி நுனியைக் கீழே இழுத்துவிட்டு, பின்கொசுவத்தைச் சரிசெய்த வாறே வீட்டின் பின்வாசலை நோக்கி வேகமாக ஓடினாள். முன்வாசல் கதவைத் திறந்தபோது அவள் மார்பில் மேல் முண்டு கிடந்தது. கதவைத் திறந்ததும், வேகமாகப் பின்னால் ஓடி முக்காலியைக் கொண்டுவந்து மேல் முண்டால் துடைத் தாள். கதவின் பின்னால் நின்று கொண்டு, 'பேபி இன்னும் எழுந்திருக்கவில்லை, எழுப்புகிறேன்' என்றாள். 'இரவு வெகு நேரம் கழித்துத்தான் அவன் வந்தான்' என்றாள். இதில் சூசகமான ஒரு குறிப்பு இருப்பது போல் எனக்குப் பட்டது. எழுப்பும் சத்தங்கள் எனக்குக் கேட்காமல் அவனை எழுப்பி விட வேண்டும் என்று அவள் எண்ணியது போல்பட்டது. ரகசியமாகவும் அழுத்தமாகவும் அவள் குரல் வெளிப்பட்டது.

நான் உள்ளே சென்றேன். கால்களற்ற நார்க்கட்டிலில் ஜே. ஜே. படுத்துக்கொண்டிருந்தான். சிறிய காரியங்களுக்காக சாராம்மாவின் உசுப்பலில் எழுந்துவிடக் கூடாது என்பது அவன் எண்ணம் போலும். நான் அவன் முதுகைத் தட்டிக் கொண்டே, 'ஜே. ஜே. ஒரு முக்கியமான விஷயம். இல்லை யென்றால் நான் உன்னைத் தொந்தரவு செய்வேனா?'

என்று கேட்டேன். மின்சார அதிர்ச்சிக்கு ஆளானது போல் ஜே. ஜே. எழுந்து உட்கார்ந்துகொண்டு, 'நீங்களா?' என்று கேட்டான். முக்காலியைத் தூக்கிக்கொண்டு வந்து போட்டாள் சாராம்மா. நான் அதில் உட்கார்ந்துகொண்டேன்.

'ஜே. ஜே. மறுபடியும் நான் ஒரு அற்புதமான சூரியோதயத்தைக் கண்டேன்' என்றேன்.

பாகம் இரண்டு

1

ஜே. ஜே. 1921ஆம் வருடம் செப்டம்பர் மாதம் 12ஆம் தேதி அதிகாலை நாலரை மணிக்குப் பிறந்தான். இவனுடைய குடும்பத்தினர் மாதா கோவிலில் தொன்று தொட்டுத் தச்சுவேலை பார்ப்பவர்கள். முக்கியமாக அலங்கார வேலைகள். ஒன்பது குடும்பத்தினருக்கே இதற்கான உரிமையைச் சபை அளித்திருந்தது. இவர்கள் 'நோவக்காரர்கள்' * என அழைக்கப்பட்டார்கள். நோவக் காரர்களில் பெரிய மூப்பன் என்று அழைக்கப்பட்டவர் (ஜே. ஜேயின் பாட்டனாரின் ஒன்றுவிட்ட தம்பி) கிறிஸ்தவ சபையுடன் மனஸ்தாபங் கொண்டார் என்றும், இதன் காரணமாகச் சபையின் உத்தரவினால் இவர் வேலையி லிருந்து விலக்கப்பட்டார் என்றும், இவரது குடும்பத்தினர் கோவில் வேலையை விட்டு அரண்மனை வேலைக்குத் திரும்பினர் என்றும் சொல்லப்படுகிறது. இந்தக் குடும்பத் தில் தோன்றியவனே ஜே. ஜே.

ஜே. ஜே. ஒன்பதாவது வகுப்பு வரையிலும் மாவேலிக் கரையில் அவனுடைய தாய்மாமன் வீட்டில் நின்று படித்தான். ஜே. ஜேயின் சிறு வயதிலேயே, வேலைக்குப் போக அல்ல, படிக்கப் பிறந்தவன் இவன் என்ற எண்ணம் அவனைப் பற்றி அவன் குடும்பத்தினருக்கு ஏற்பட்டிருந்த தாம். மாவேலிக்கரை, இந்துக்களின் பின்னணி கொண்ட இடம். அங்கு அரசாங்கப் பள்ளியில் ஜே. ஜே. படித்தான். வகுப்பில் அமைதியான மாணவன் என்றும், தெரிந்த விடைகளுக்கும் தெரியாதவன் போல் முகத்தை வைத்துக்கொண் டிருப்பான் என்றும் அவனுடைய ஆசிரியர்கள் சொல்லியிருக் கிறார்கள். அரசாங்கப் பள்ளியில் அப்போது தலைமை ஆசிரிய ராக இருந்தவர், பின்னால் பெரும் புகழ்பெற்ற கவிஞரான ஆனந்த வல்லி அம்மா. அவர் நடத்திய மரத்தடி பஜனைகளில் ஜே. ஜே. உற்சாகமாகக் கலந்துகொண்டிருக்கிறான்.

---

* நோவக்காரர்கள் : நவ குடும்பத்தினர் என்பதன் மரூஉ.

ஜே. ஜே. பத்தாம் வகுப்புத் தேறியதும், மதத் தொண்டு செய்யும் பொருட்டு அவனைக் கிறிஸ்தவ சபைக்குத் தத்தம் செய்துவிட வேண்டும் என்ற யோசனை அவன் குடும்பத்தினருக்கு ஏற்பட்டது. இதை ஜே. ஜே. ஏற்க வில்லை. 'அப்பாவுடன் ஏசுவின் தொழிலை வேண்டு மென்றாலும் மேற்கொள்கிறேன். பிதாவின் மகிமையைப் பரப்ப எனக்குத் தெம்பில்லை' என்றானாம். நடுவில் ஒரு வருடம் படிப்பை நிறுத்திவிட்டு, தகப்பனாருடன் அவன் வேலைக்குச் சென்றான். ('ஏற்றுமானூர் வலிய ராணியின் அரண்மனையில் கொச்சு ராணியின் கட்டில் என்னால் செய்யப்பட்டது. தலைமாட்டில் அம்பு பட்டுத் துடிக்கும் மானின் செதுக்கலைக் கூர்ந்து கவனியுங்கள். குட்டி ராணிக்கு யாருக்கும் தெரியாமல் நான் அளித்த பரிசு இது. சரித்திரம் இதைத் தெரிந்துகொள்ளட்டும்' – ஜே. ஜே. கூற்று.)

புனித ஜோசப் கல்லூரியில் ஜே. ஜேயை இலவசப் படிப்பில் சேர்க்க முடியும் என்று ஃபாதர் முரிக்கன், சந்தைக்குப் போய்விட்டுத் திரும்பிக்கொண்டிருந்த ஜே. ஜேயின் தாயார் திரேசம்மாளிடம் கூறினார். திரேசம்மா தன் கணவனான அவுசேப்பிடம் இதைக் கூற, 'என்ன வேண்டு மென்றாலும் செய். என்னிடம் ஒரு காசு கேட்கக் கூடாது' என்றாராம் அவுசேப்பு. 'என் மகன் வக்கீலாகிச் சிறகுகள் கொண்ட கறுப்புக் கோட்டு அணிந்து கோர்ட்டுக்குப் போவதைக் கண்ணால் காண நான் உயிரை வேண்டு மென்றாலும் விடுவேன்' என்றாளாம் திரேசம்மா.

சம்பத்தின் தச்சுப் பட்டறைக்கு ஜே. ஜேயின் தகப்பனார் வேலைக்குப் போனதன் மூலம் ஜே. ஜேக்கும் சம்பத்துக் கும் நெருங்கிய தொடர்பு ஏற்பட்டது.

1940இல் ஜே. ஜேயின் முதல் கட்டுரை, 'கிரேக்கத் துன்பியல் நாடகங்கள்' 'பூர்ண சந்திரோதய'த்தில் (தினசரியின் ஞாயிறு இதழ்) வெளிவந்திருக்கிறது. திரேசம்மாளின் ஒன்றுவிட்ட மாமன் 'பூர்ண சந்திரோதய'த்தில் பிழை திருத்துபவராக இருந்தார். அவர்தான் பத்திரிகையின் ஆசிரியர் என்ற திரேசம்மாளின் எண்ணத்தை மாமன் கலைக்காமல் காப்பாற்றியும் வந்தார். தெருவில் ஒரு முறை திரேசம்மா தனது மாமனைச் சந்திக்க நேர்ந்தது. திரேசம்மா, 'பேபியின் சாகித்தியத்தை உம்முடைய பத்திரிகையில் போடக் கூடாதா? ராத்தூக்கம் இல்லாமல் கஷ்டப்பட்டு எழுதுகிறானே' என்றாளாம். கட்டுரை

பத்திரிகையில் வெளிவந்தது. மறுமுறை மாமனைச் சந்தித்தபோது மிகுந்த சந்தோஷத்துடன் நன்றி தெரிவித்து விட்டு, 'சாகித்தியம் எப்படி?' என்று கேட்க, அதற்கு மாமன், 'சுமாராக எழுதுகிறான். ஆனால் பயலுக்கு இலக்கணம் காணாது. நான்தான் திருத்திக் கொடுக்க வேண்டி இருந்தது. ஓய்வு கிடைக்கும்போதெல்லாம் இலக்கணத்தை நெட்டுருப் போடச் சொல்லு' என்றாராம். (இந்தச் சம்பவத்தை டயரியில் குறித்துள்ள ஜே. ஜே. 'மாமாவின் உபதேசம் கிடைத்து 13 வருடங்கள் ஓடிவிட்டன. இன்னும் எனக்கு ஓய்வு கிடைக்காமலே இருக்கிறது' என்று எழுதியிருக்கிறான்.)

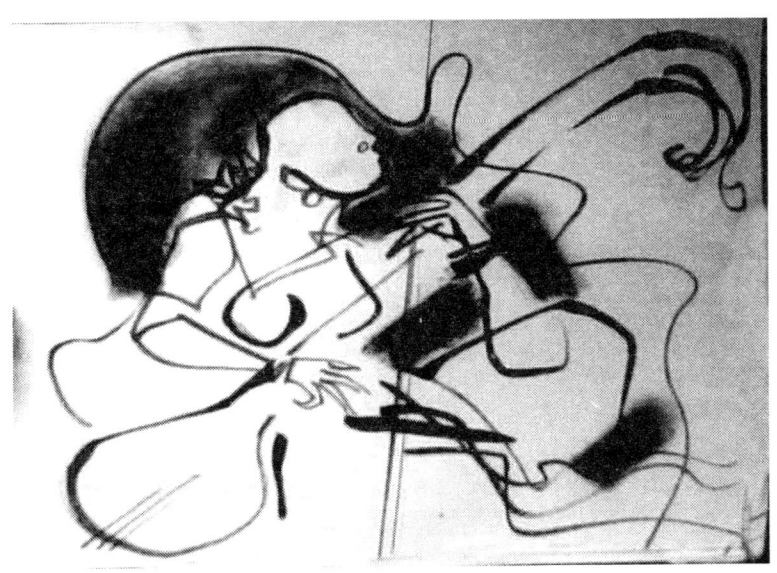

'கலாவேதி' என்ற பத்திரிகையில் 1947 ஆகஸ்டு 15 சுதந்திர மலரிலிருந்து ஜே. ஜே. வாரந்தோறும் குறிப்புகள் எழுதி யிருக்கிறான். கவிதைகள் பற்றி 'உள்ளுணர்வின் அடிச் சுவட்டில்' என்ற தலைப்பிலும், மதத்தைப் பற்றி 'கடவுளிடம் விடைபெற்றுக் கொண்ட பின்னர்' என்ற தலைப்பிலும் இக்குறிப்புகள் அச்சாகியுள்ளன. இதே பத்திரிகையில் ஜே. ஜே. மொழிபெயர்த்துள்ள கீர்கேகாடின் 'இரண்டில் ஒன்று, அல்லது' என்ற வியாசமும் தொடராக வெளி வந்திருக்கிறது. (இன்னும் புத்தக உருவம் பெறவில்லை.)

1951இல் ஜே. ஜேயின் 'சந்நியாசிகள்' என்ற நகைச்சுவை நாடகம் பிரதிபா ஆர்ட்ஸ் கிளப்பினரால் அரங்கேற்றப் பட்டது. முதல் காட்சியைப் பார்த்த 43 பேர்களின் பெயர்களும் விலாசங்களும் பிரதிபா ஆர்ட்ஸ் கிளப்பின ரின் பழைய ஃபைலில் இன்றும் பார்க்கக் கிடைக்கக் கூடியன.

1951இல் ஜே. ஜே. சாராம்மாவைத் திருமணம் செய்து கொண்டான். சாராம்மா திரேசம்மாவின் தூரத்து உறவினள். அந்நாட்களில் ஈ. எஸ். எல். சி. தோற்றுவிட்டு, வீட்டில் வைத்து உள்ளூர் அச்சகமொன்றுக்கு அச்சுக் கோர்த்துக்கொண்டிருந்தாள்.

1940லிருந்து 1952 வரையிலும் எழுதிய ஜே. ஜேயின் எழுத்துகளிலிருந்து அவனே தேர்ந்தெடுத்த கட்டுரைகள் புத்தக உருவம் பெற்றுள்ளன. நூலையும் ஆசிரியரையும் அறிமுகப்படுத்தி முன்னுரை எழுதியிருப்பவர் அரவிந்தாட்ச மேனன். இப்புத்தகம் வெளிவந்த பின் மிக முக்கியமான அறிவாளியின் படிமம் ஜே. ஜேக்கு ஏற்பட்டது.

1938லிருந்து 1943 வரையிலுள்ள ஐந்து வருடங்கள் ஜே.ஜே. கால் பந்தாட்ட வீரனாக, பெரும் புகழ் பெற்றவனாக விளங்கினான். கால் பந்தாட்டத்தில் அவனுடைய பாணி தனியானது. 'கால் பந்தாட்டக்காரனின் நினைவுகள்' என்ற தலைப்பில் அவன் எழுதியுள்ள நூலில், 'தோல்வி களுக்குப் பின் நாம் எப்போதும் காணும் பலவீனம், குழு அல்ல, நான்தான் முக்கியம் என்ற விளையாட்டுக் காரனின் மனோபாவமே. காலடியில் வந்துசேரும் பந்து என்னுடையதல்ல, என் குழுவினுடையது என்று எப்போ தும் நினை. உனக்குக் கொண்டு போவதற்குச் சாத்திய மானதற்கு மேல் ஒரு அங்குலம்கூடப் பந்தைக் கொண்டு போக முடியும் என்று நினைக்காதே. நீதான் 'கோல்' போட வேண்டும் என்று ஒருபோதும் நினைக்காதே. உனக்குப் பெரும் தடைகள் சூழ்ந்துவரும்போது, பந்தை மேலெடுத்துச் செல்ல, வசதியுடன் உன் சக ஆட்டக்காரன் காத்துக்கொண்டிருப்பதை ஒரு கணமும் மறக்காதே' என்றெல்லாம் ஜே. ஜே. எழுதியிருக்கிறான். கால் பந்தாட் டத்தை அடிப்படையாக வைத்து விரிவாக ஜே. ஜே. எழுதியுள்ள குறிப்புகள், கால் பந்தாட்டத்தைப் பற்றியது மட்டும் அல்ல என்று விமர்சகர்கள் மதிப்பீடு செய்திருக் கிறார்கள். எங்கும் பலவீனத்தின் ஊற்றுக்கண் ஒன்று தான் என்றும், இந்த ஊற்றுக் கண்ணுக்கான காரணம்

மனிதன், அவனுக்கும் அவன் ஆற்றும் பங்குக்கும் உள்ள உறவில் கோணல் ஏற்படுத்திக்கொண்டுவிட்டதே என்றும், இந்தக்கோணல் சுய அபிமானத்திலிருந்து தோன்றுகிறது என்றும் ஜே. ஜே. கூறுவதாக விமர்சகர்கள் குறித்திருக் கிறார்கள்.

'பூர்ண சந்திரோதயம்' பத்திரிகையில் ஜே. ஜே. 1955க்குப் பின் ஓராண்டு காலம் வேலை பார்த்ததாக அவனுடைய நண்பர்கள் கூறினார்கள் என்றாலும் பத்திரிகை அலு வலகப் பதிவேட்டில் அவன் பெயர் இல்லை. உட்கார்ந்து எழுத அந்த அலுவலகத்தில் அவனுக்கு இடம் அளித் திருந்ததாகவே கருத வேண்டியிருக்கிறது.

1956இல் மே மாதம் 2ஆம் தேதி அச்சகத் தொழிலாளர் கள் வேலை நிறுத்தத்தில் பங்கெடுத்ததில் ஜே. ஜே. கைது செய்யப்பட்டு ஏழு வாரங்கள் சிறையில் இருந்தான்.

1958இல் ஜே. ஜேயின் 'விருந்தும் விஷமும்' என்ற புத்தகம் வெளிவந்தது. (ஹங்கேரியப் புரட்சியின் விளைவாக எழுதப்பட்டது என்று கூறப்படுகிறது.)

அதே ஆண்டில் 'மூன்றாவது பாதை' வெளிவந்திருக்கிறது.

1958இன் பின்மாதங்களில் ஜே. ஜே. மருத்துவக் கல்லூரி ஆஸ்பத்திரியில் சேர்க்கப்பட்டு, இரண்டு மாதங்கள் சிகிச்சை பெற்றிருக்கிறான். மருத்துவக் குறிப்புகளிலிருந்து 'ப்ளூரசி' என்ற நோய்க்கு அவன் ஆளாகியிருந்தது தெரிய வருகிறது.

ஜே. ஜே. 1960இல் ஜனவரி மாதம் 5ஆம் தேதி எர்ணாகுளம் அரசாங்க மருத்துவமனையில் காலமானான். 'Cirrhosis of the liver.'

2

இங்கு ஜே. ஜேயின் நாட்குறிப்புகளிலிருந்து சில பகுதிகளை மொழிபெயர்த்துத் தந்திருக்கிறேன். ஒரு சில, 'வசந்தம் வராத வருடங்கள்' என்ற நூலிலிருந்தும், மற்றும் சில, சாராம்மா, அரவிந்தாட்ச மேனன், கே.பி. கங்காதரன் ஆகியோர் கையிலிருந்த கையெழுத்துப் பிரதிகளிலிருந்தும் எடுக்கப்பட்டவை. சாராம்மா, அவரைப் பற்றியோ, வேறு தனிநபர்களைப் பற்றியோ குறிப்பிட்டுள்ள பகுதிகளை மொழிபெயர்க்க உரிமை தர மறுத்துவிட்டார். பிறரைவிடவும் அவரைப் பற்றிக் குறிப்பிடப்பட்டுள்ளவை வெளியாவதை அவர் விரும்பவில்லை என்ற எண்ணம் எனக்கு ஏற்பட்டது. தனிநபர்களைக் கடுமையாக விமர்சித்து எழுதியுள்ள குறிப்புகளை மொழிபெயர்க்க முடியாமற் போனதில், என்னுடைய வருத்தம், சமூகச் சீரழிவுகளுக்கு ஜே. ஜே. தந்துள்ள பிரத்தியட்ச உதாரணங்களைத் தவிர்க்கும்படி ஆகிவிட்டதே என்பதுதான். நாட்குறிப்பின் மற்றொரு பகுதி - தேர்வுசெய்து, அடிக்குறிப்புகளோடு அச்சேறத் தயார் நிலையில் அரவிந்தாட்ச மேனனால் உருவாக்கப்பட்டது - அச்சகத்தில் பல வருடங்களாகத் தூங்குகிறது என்றும், தடங்கலுக்குக் காரணம் மிஸஸ் ஜே. ஜே. தான் என்றும் ஜே. ஜேயின் நண்பர்கள் சொன்னார்கள். வெளியீட்டாளரை நான் அணுகியபோது கையெழுத்துப் பிரதியைப் பார்வையிட அவர் ஒப்புதல் தரவில்லை.

1938இலிருந்து ஜே. ஜே. நாட்குறிப்புகள் எழுதிவந்திருக்கிறான். முதல் நான்கைந்து ஆண்டுகள் ஆங்கிலத்திலும், அதன் பின் மலையாளத்திலும் எழுதியிருக்கிறான். தன்னளவில் நமக்கு விளங்கக்கூடியவற்றை மட்டுமே நான் மொழிபெயர்த்துத் தந்திருக்கிறேன். பல பகுதிகள், அக் குறிப்புகள் சார்ந்திருக்கும் பின்னணியைப் புரிந்துகொண்டால் மட்டுமே நமக்குப் புரியக் கூடியவை. தவறான எண்ணங்களை ஏற்படுத்திவிடக்கூடாது என்ற எண்ணத்தில் கூடியவரையிலும் இது போன்ற விஷயங்களைத் தவிர்த்திருக்கிறேன்.

2. 9. 1940

... தன்னம்பிக்கை அற்றவனாகிவிட்டேன். உள்ளூரப் பயந்து கொண்டிருக்கிறேன். பெரிய ஏணிப்படிகளின் முன்னால் போகும் போது மனம் பதறுகிறது. பிறருக்கு இது தெரியாது. என்னைப் போலத்தான் மற்றவர்களும் இருக்கிறார்களோ என்னவோ. முடிவுகளுக்கு வருவது மகா கஷ்டமாக இருக்கிறது. எளிய முடிவுகளுக்கு வருவதுகூட. நல்ல பென்சில் எப்படி வாங்குவது? வியாபார விளம்பரம் தவறான எண்ணத்தை ஏற்படுத்திக்கொண்டே இருக்கிறது. அதன் பின் அரசியல் விளம்பரம். அரசின் விளம்பரங்கள். இலக்கிய விளம்பரங்கள். படிமத்திற்கும் உண்மைக்கும் உள்ள வேறுபாடு அதிகமாகிக்கொண்டே போகிறது. செம்பை உண்மையில் கலக்காமல் படிமம் ஏற்படுமா?

உண்மையை நோக்கி என்னை நகர்த்தப் புறச் சத்த மொன்றை எதிர்பார்த்து நிற்கிறேன். மனக்காதுகளை முடிந்தமட்டும் தீட்டிக் கொள்கிறேன். குகையின் முன்னால் நிற்பது போலிருக்கிறது. குகை வாயிலில் காற்றின் அட்டகாசம். ஒலி கம்பீரமாக இருந்தாலும், மேலான மனநிலைக்குக் கொண்டுபோனாலும், பரவசத்தை ஏற்படுத்துகிறது என்றாலும், அர்த்தம் என்ன? அதனால் குகையிலிருந்து மனசாட்சிக்குச் செல்கிறேன். மனசாட்சியின் குரலை அதன் அடி நுனியில் தெளிவுறக் கேட்கும் பயிற்சியை இடைவிடாது மேற்கொள்கிறேன். இதை மூளை, பாஷை வடிவத்தில் மாற்றிப் பதிவுசெய்து வைத்துக்கொள்ளத் துடிக்கிறது. பொறிகள் சரிவர இயங்குவதில்லை. சதா சலனம்; சஞ்சலம்.

அப்பா வேலைக்குப் போகும்போது கூப்பிட்டார். நான் 'உடம்பு சரியில்லை' என்றேன். சோர்வு முகத்தில் படர, பெட்டியைத் தூக்கித் தலையில் வைத்துக்கொண்டு போனார். பெட்டியை வைத்துக்கொண்ட முறையில் ஏமாற்றமும் சிறு கோபமும் தெரிந்தன. எனக்கு உடம்பு சரியில்லை என்பது உண்மைதான். ஆனால் ஓரளவு வேலை செய்ய முடியும். நோய் சற்றுக் கடுமையாக இருந்திருந்தால் பிரச்சினையே இல்லை. முடிவுக்கு வரக் காரணம் நோயா? அல்லது மற்றொரு காரியத்துக்கு மனம் நோயைப் பயன்படுத்திக்கொண்டுவிட்டதா? அம்மா நெற்றியில் கை வைத்துப் பார்த்தாள். 'எக்காரணம் கொண்டும் வேலைக்குப் போக வேண்டாம்' என்றாள். 'அவர் கோபித்தால் கோபித்துக் கொள்ளட்டும்' என்றாள். அவள் நிரந்தரம் என் கட்சி. இந்த நிரந்தரத் தன்மைதான்

அருவருப்பை ஊட்டுகிறது. அதாவது, அப்பாவுக்கு எதிர்க் கட்சி. மாறிவரும் காலத்திற்கேற்பத் தன் குடும்பத்தை மாற்றத் தெரியாதவராக அப்பா இருக்கிறார் என்பது அம்மாவின் குறை. இந்த இடைவெளி என் மீது தாயாரின் அன்பை அதிகமாக்குகிறது.

காலையில் சிறிது எழுதினேன். சிறிது படித்தேன். வேலைக்குப் போயிருந்தால் சிறிய அளவிலேனும் அப்பா வுக்கு உதவியிருக்க முடியும் என்ற குற்ற உணர்ச்சியுடன் தான். சஞ்சலமின்றி முடிவெடுப்பது; சரியோ தவறோ, அதன் பின் அதில் ஆழ்ந்து விடுவது; அதன் பின் எதிர் நிலைகளைப் பற்றி உணர்வில்லாமல் இருப்பது; உயர்வோ, தாழ்வோ இவை நிம்மதியானவை. மன நிம்மதி எப்போதும் மந்தத்தைப் பார்த்துக் கண் சிமிட்டுகிறது போலிருக்கிறது.

19. 12. 1940

நிம்மதி என்பது துளிக்கூட இல்லை. எப்போதும் ஒரு மனக் கலவரம். பிறரால் ஒதுக்கப்படுகிறேன் என்ற உணர்வு ஏற்படுகிறது. யாருக்குமே என்னைப் பிடிக்க வில்லை என்று தோன்றிவிடுகிறது. முறுக்கப்படும் நூல் கள் போன்றவை என் உறவுகள். முதலில் தளர்ச்சி, தொய்வு, அதன் பின் வலு, அழகு, இறுக்கம். மேலும் முறுக்கத்திற்கு ஆளாகின்றன. இப்போது அறுபட்டுப் போய்விடுகின்றன. வலுவின் உச்சக்கட்டத்தில் முறுக் கேற்றுதல் நிறுத்தப்பட வேண்டும். அந்த நிமிஷம் எனக்குத் தெரிவதில்லை. அப்போது, மேலும் வலுவூட் டும் என எண்ணிச் செய்யப்படுகிற முறுக்கலே அறுபடும் காரியத்தைச் செய்துவிடுகிறது.

என்னை ஏன் உங்களுக்குப் பிடிக்காமற்போய்விட்டது என்று ஒவ்வொருவரையும் பார்த்து ரகசியமாகக் கேட்டறிந்து யோசிக்க வேண்டும் என நினைக்கிறேன். ஆனால் மனிதன் உண்மை பேசத் தெரியாதவன். பேச முற்படும் போதுகூட முடியாதுபோய்விடுகிறது. அவன் பேச ஆரம்பிக் கும்போது அவன் குரலின் சத்தம் அவன் காதில் விழு கிறது. இச்சத்தம் காதில் விழுந்ததும் அகந்தையின் சிறகு கள் விரிகின்றன. உண்மையை அகந்தையால் அளக்க ஆரம்பிக்கிறான். தன்னை நியாயத்துக்கு இட்டுச்செல்லும் உணர்வுகளைத் தேர்ந்தெடுத்துத் தொகுக்க ஆரம்பிக் கிறான். எல்லோரிடமும் எப்போதும் பேரன்புடன் இருக்க வேண்டும் என்று கனவு காண்கிறான். சந்திக்கும் முதல்

மனிதன் எதையோ செய்து, எப்படியோ சீண்டி உணர்வு களை நாசமாக்கிவிட்டுப் போய்விடுகிறான். எப்படியோ கிறீச் சிட்டுவிடுகிறது. பெரும் துக்கம் இது. இந்தத் துக்கத்தைத் தாங்க முடியாமல்தான் மகான்கள் ஓடி ஒளிந்துகொண் டார்கள் போலும். மனித உறவுகளை நேசப்படுத்த முடிய வேண்டும். நேசப்படும் என்றால் கடவுள் சர்வ வியாபியாக இருக்கிறான் என்பது உண்மைதான்.

3. 2. 1941

மாறிவிட வேண்டும் என்ற எண்ணம். மாறி, முற்றாக மாறி, கனவாகிவிட வேண்டும். கனவுக்கும் நடைமுறைக் கும் வித்தியாசம் இல்லாமல் ஆகிவிட வேண்டும். இந்த எண்ணத்திலிருந்து விடுபட முடிவதில்லை. பொய்யாக இருக்கலாம். கற்பனையாக, சாத்தியமற்றதாக இருக் கலாம். ஆனால் விடுபட முடிவதில்லை. என் கனவுகள் உள்ளூர ஓங்கி, திமுதிமுவென்று வளர்ந்துகொண்டிருக் கின்றன. மாறிக்கொண்டிருக்கின்றன. விகசித்துக் கொண் டிருக்கின்றன. அவற்றின் சாயல்கள் வெளியே கசிகின்றன. அவற்றின் ஈரத்தை நான் ஸ்பரிசித்து உணருகிறேன். ஆனால் இந்த உணர்ச்சி ஒரு வடிவத்தைக் கேட்டு வதைக் கிறது. நடைமுறைக்கு வழி கேட்கிறது. எதனை நம்பி ஏற்றால், எதனைப் பின்தொடர்ந்தால், எவ்வகை உபாயங் களை அனுசரித்தால், என்னென்ன அப்பியாசங்களை மேற்கொண்டால் மலை உச்சியை அடைவேன் என்பது தெரிய வேண்டும். எதை எடுத்துக் கொண்டாலும் அதிக அளவுக்குச் சொல்லப்பட்டுவிட்டது. மூல அர்த்தங்களைப் பற்றிச் சிந்தித்த மனிதன், அது பற்றி எழுதி, எதிர்நிலைகள் பற்றி எழுதி, வாதாடி, வியாக்கியானித்து, மீண்டும் எழுதியதில் மூல அர்த்தங்களே சீரழிந்துபோய் விட்டன. இச்சீரழிவில் சரியாத துறைகள் இல்லை.

2. 2. 1942

கல்லூரியில் என்ன ஆதரவு! தலைமைப் பீடத்திலிருந்து அசட்டுப் பிரியம் ஒழுகிய வண்ணம் இருக்கிறது. நான் ஒரு ஏழை. கிறிஸ்தவன். பந்தாட்டக்காரன். மூன்று தகுதி களும் ஒன்றுபட்டுத் திரண்டுவிட்டன. உள்நோக்கம் கொண்ட இலவச அன்பு மிகுந்த அருவருப்பை ஊட்டுகிறது. 'போட்டிகளில் முதலிடத்தைப் பிடித்து மகாராஜா கையி லிருந்து கோப்பையை வாங்கிக் கொடு' என்று உயிரை எடுக்கிறார்கள். இவர்களுடைய மிதமிஞ்சிய உற்சாகம் என்னை உள்ளூரச் சுருங்கவைக்கிறது. விளையாட்டுகளில்

தோல்வி என்பது தோல்வியுமல்ல. வெற்றி என்பது வெற்றியுமல்ல. விளையாட்டே ஒரு வெற்றி. தீவிரமாக, ஆத்மார்த்தமாகத் தன்னை மறந்து விளையாட வேண்டும். இவர்களுக்கோ, இவர்கள் உயர்நீதி மன்றங்களில் நடத்தும் வழக்கைப் போலத்தான் விளையாட்டுகளும். ஒரு போட்டி யில் தோற்றுவிட்டால் ஃபாதர் ஜேக்கப் கண்டபடி திட்டு கிறார். நான் சரியாக ஆடவில்லை என்கிறார். நேற்று அவர் சொன்னதில் உண்மை உண்டு. தோற்க நேற்று உள்ளூர ஆசைப்பட்டேன். இவர்கள் கொண்டாடும் வெற்றி மீது நான் வெறுப்படைகிறேன்.

23. 3. 1942

இம்மானுவேல், என். கிருஷ்ணன் நாயர், சர்மா மூன்று பேரையும் அகஸ்மாத்தாகச் சந்தித்தேன். ஒரு பெரிய வீட்டின் காம்பௌண்ட் சுவரில் பதிக்கப்பட்டிருக்கும் தபால்பெட்டியின் முன், கடிதம் போட வருகிறவர்களுக்கு அசௌகரியத்தை ஏற்படுத்திக்கொண்டு, ஆனால் அது பற்றிக் கிஞ்சித்தும் பிரக்ஞை இல்லாமல், கத்தி வீராவேச மாகப் பேசிக்கொண்டிருக்கிறார்கள். நானும் கலந்து கொண்டேன். பேச்சின் சாராம்சம்:

தலைநகரில் பெரும் கொந்தளிப்பு நிகழ்ந்துகொண்டிருக் கிறது. வங்காளி பாபு சுடச்சுட புரட்சியை ரயிலில் கொண்டு வந்து இறக்கிவிட்டிருக்கிறான். மாணவர்கள் பெரும் எழுச்சிக்கு ஆளாகி விட்டார்கள். வட இந்தியாவிலிருந்து வரவிருக்கும் ஒரு பெரும் தலைவரின் கூட்டத்தைத் தந்திர மாகக் குலைத்துக் குழப்பிவிடுவது முதல் கட்டம். மாணவர் தலைவன் போத்தன் ஜோசஃப் கொழுந்து விட்டு எரிந்துகொண்டிருக்கிறான். மூன்று பேருமே போத்தன் ஜோசஃபாக உடனடியாக மாற ஆவேசங் கொள்ள நினைக்கிறார்கள் என்பது தெரிந்தது. 'டிராட்ஸ்கி, டிராட்ஸ்கி' என்று புலம்பிக்கொண்டிருந்தான் கிருஷ்ணன் நாயர். அவனுடைய சமீபத்தியக் கண்டுபிடிப்பு. 'யாரும் என்னை ஏற்றுக்கொள்ளமாட்டார்கள்' என்று வருந்தினான். இந்த வருத்தத்தில் அவனுக்குச் சந்தோஷம் இருப்பது தெரிந்தது. விதிவிலக்காக இருக்க விரும்புகிறான் போலும். ஆத்மாவை ஜேப்படிக்க ஒரு உடலுக்குள்தான் எத்தனை கைகள்! 'நம்முடைய கிராமம் தூங்கிக்கொண்டிருக்கிறது' என்று மூன்று பேரும் வருந்தினார்கள். 'குறைந்தபட்சம் சுவரொட்டிகளையேனும் எழுதி ஒட்டுவோமா?' என்று கேட்டான் கிருஷ்ணன் நாயர். மூன்று பேரிலும் அதிகக் கொந்தளிப்புடன் இருந்ததும், மிகையாக அதைக்

காட்டிக்கொள்ளத் துடித்துக் கொண்டிருந்ததும் அவன்தான். சமீபத்திய தலைநகர் யாத்திரை அவனைப் படுத்திக் கொண்டிருக்கிறது.

சந்தையிலிருந்து வம்பளப்புகளை வாரியிறைத்துக் கொண்டே விரைந்து போய்க்கொண்டிருக்கிறார்கள் பெண்கள். அந்தி அற்புதமாக மயங்கிக்கொண்டிருக்கிறது. நான் இவர்களைக் கவனித்துக் கொண்டிருந்தேன். நண்பர்களின் பிரச்சினைகளுக்கும் இவர்களுக்குமிடையே உள்ள இடைவெளி என்னை பயங்கரமாக உறுத்திற்று. என்ன செய்ய வேண்டும் என்று தெரியாத தர்மசங்கடத் தினால்தான் புதிய பெயர்ச் சொற்கள் வந்து புகுந்துகொள் கின்றன. இதற்குப் பெண்களுடைய கண்டுபிடிப்பு வம்பளப்பு. உறைந்து போயிருந்த என் உணர்ச்சியை உணர்ந்து, ‘நீ அவநம்பிக்கைவாதி என்பது தெரியும்’ என்றார்கள். இதற்கு சர்மா உபயோகித்த வார்த்தை ‘நிஹிலிஸ்ட்’ என்பது. இனிமேல் இவன் அடிக்கடி இந்த வார்த்தையைச் சொல் வான். துர்க்கனேவுக்கும் இதற்கும் சம்பந்தம் இல்லை. தினசரியின் ஞாயிறு இதழிலிருந்து பொறுக்கிக் கொண் டிருக்கக்கூடும். இவ்வார்த்தையின் மூலப்பொருள் என்ன? எந்தச் சந்தர்ப்பத்தில் என்ன காரணங்களுக்காக இந்த வார்த்தை பயன்படுத்தப்பட்டது? ஒரு கவலை கிடையாது. ஊசிகளின் மேல் வைக்கோல் போர்கள் சரிக்கப்படுகின்றன. ஊசியை மீண்டும் கண்டுபிடிப்பது மற்றொரு உண்மையான ஜீவனின் அவஸ்தை.

7. 11. 1942

பெரும் புகழ் பெற்றுவரும் பவானியை நேற்றுப் பார்த்தேன். கம்யூனிஸ்ட் வீராங்கனை. அலுவலகத்தில் ஒரு வலம்புரிச் சங்கு. தொண்டர்களுக்குப் புல்லரிப்பு. கட்சி அலுவலகத் திலிருந்து அவள் மாலை ஏழு மணிக்கு வீடு திரும்பும் போது தோட்டத் தொழிலாளி ஃபிரான்சிஸ் துணைக்குச் செல்கிறான். காரியதரிசியின் ஏற்பாடு. இடைக்கால ஏற்பாடுதான். புரட்சிக்குப் பின் தேவையிராது. எனக்குத் தெரிந்து பதினேழு தோழர்கள் பவானியைக் காதலித்துக் கொண்டிருக்கிறார்கள்.

பவானி பேசும் கூட்டமொன்றைக் கேட்டேன். நல்ல வீராவேசம். ஆணாகிக் கொண்டிருக்கிறாள். கம்யூனிஸ்ட் ஆகிவிட்டாளா என்பதைச் சொல்லத் தெரியவில்லை. நல்ல சன்னமான குரல். அருமையாகப் பாடுகிறாள். புரட்சி கீதங்கள் மிகப் பயங்கரமானவை. ‘ஜோசஃப்

விஸாரியோனோவிச் ஸ்டாலின் வாழ்க!' என்று அவள் யதுகுல காம்போதியில் பாடுவதை என்னால் தாங்கிக் கொள்ள முடியவில்லை. பெருந் தலைவர் தோழர் மாத்யூ தரகனைச் சந்தித்தேன். 'கட்சி மீது விமர்சனம் வைக்கிறா யாமே, என்ன செய்ய வேண்டும் சொல்லு' என்றார். 'கட்சிச் செலவில் பவானி அம்மாளுக்குக் கர்னாடக சங்கீதம் கற்றுத் தர உடனடியாக ஏற்பாடு செய்ய வேண்டும்' என்று சொன்னேன். 'என் நன்கொடை மாதம் ஒரு ரூபாய்' என்றேன். 'திருவையாறு தியாகராஜ பாகவதருக்கு ஊழியம் செய்வது அல்ல கட்சியின் வேலை' என்றார். 'உள்ளார்ந்து கிடக்கும் மன ஆற்றலை வெளிப்படுத்துவது கட்சியின் வேலை என்ற எண்ணத்தில் சொன்னேன். மன்னிக்க வேணும்' என்றேன்.

11. 1. 1943

அம்மாவுக்கு அவள் விரும்பும் வகையில் நான் சாகித்திய கர்த்தவாக உருவாகவில்லை என்ற கோபம். மத்தாய் மாமாதான் அவளுக்கு அதாரிட்டி. அம்மா மூலம் உபதே சங்கள் வந்தவண்ணமாக இருக்கின்றன. எனது இலக்கியக் கிளைகள் செங்குத்தாக மேலே போகாமல் பக்கவாட்டு களில் வளைந்து திரும்புகிறதோ என்ற சந்தேகம் மாமா வுக்கு. அவிசுவாசி ஆகிவிட்டால் மீட்டு எடுக்கவே முடியாது என்று சொல்லி இருக்கிறார். அத்துடன் வள்ளத்தோள், ஆசான், உள்ளூர் ஆகியோரின் கவிதைகள் முழுவதையும் மனப்பாடம் செய்துவிட வேண்டுமாம். யாப்பை இப்போதே பலமாகப் போட்டுக்கொள்ளாவிட்டால் எதிர்காலம் இல்லை. சங்கம்புழை கிருஷ்ணபிள்ளையின் புத்தகங்களின் வாசனை அடிக்காமல் பார்த்துக் கொள்ள வேண்டும். இடைப் பள்ளி ராகவன் பிள்ளை தற்கொலை செய்து கொண்டதிலும், 'ரமணன்' எழுதப்பட்டதிலும் கருத்து வேற்றுமை என் அருமை மாமாவுக்கு.

24. 2. 1943

கோட்டயம் முனிசிபாலிட்டியில் பெரிய தண்ணீர்த் தொட்டி வைத்துள்ள புதிய லாரி வாங்கிவிட்டார்கள். பூவாளியி லிருந்து வருவது போல் பின்பக்கம் நீண்ட குழாயிலிருந்து தண்ணீர் வெளிவந்துகொண்டிருக்கிறது. மாலை 5-45க்கு இந்த லாரி ரொட்டிக்கடை முக்கைத் தாண்டிப் போகிறது. டிரைவர் எவன் என்றாலும் சரி, காந்தியைவிட சமய நிஷ்டை உள்ளவன். சந்தேகம் இல்லை. பட்டணப் பிர வேசக் கார் போவது போல் ஊர்ந்து போகும். செம்புழுதியை

ஈரம் பண்ணி அமிழ்த்தும். மீண்டும் உலர்ந்து ஆனந்த மாகப் பறக்க ஆரம்பிக்க அரை மணி நேரம் ஆகிறது இந்தப் புழுதிக்கு. ஒவ்வொரு இடத்திலும் இப்போது எங்கள் ஊரில் இருபத்தி மூன்றரை மணி நேரம் மட்டுமே புழுதித் தொல்லை. லாரிக்குப் பச்சை வர்ணம் பூசியிருக்கிறார் கள். செடி - தண்ணீர் - பசுமை என்ற தொடர்பு உணர்வாக இருக்கலாம். சமூகசேவையும் அழகுணர்ச்சியும் அற்புத மாகப் பிணைந்துள்ளன. அபூர்வக் கலவை இது. முற் போக்கு எழுத்தாளர்கள் கவனிக்க வேண்டும்.

1. 3. 1943

அறிய ஆவல் இல்லவே இல்லை. எட்டிப் பார்க்கிறார்கள். ஒட்டுக் கேட்கிறார்கள். எதை எதையோ. திருநக்கரை மகாதேவர் கோயிலில் ஒவ்வொரு வருடமும் திருவிழா வெகு சிறப்பாக நடைபெறுகிறது. எனக்குத் தெரிந்து ஒரு கிறிஸ்துவன்கூட ஆர்வத்தினாலோ, குறுகுறுப்பி னாலோ, அறிந்துகொள்ளும் ஆவலினாலோ, அழகுணர்ச்சி யினாலோ வேடிக்கையுணர்வினாலோ அங்கு போய் எட்டிப்பார்த்ததாகத் தெரியவில்லை.

சம்பார மடம் நாராயண அய்யர் இறந்துவிட்டார் என்ற செய்தி தெருவில் காதில் விழ, பேசிக்கொண்டு போனவர் கள் அளித்த முக்கியத்துவத்திலிருந்து ஏதேதோ கற்பனை கள் மனதில் விரிய, அவர்கள் பின்னாலேயே சென்றேன். சரியான கூட்டம். 250 ஏக்கர் நஞ்சை ஹரிப்பாடில் இருக் கிறதாம். அப்படி என்றால் சட்டுப் புட்டென்று சிதையில் ஏற்ற முடியுமா? காலையில் ஒன்பது மணியிலிருந்து தொடர்ந்து காரியங்கள், மதச் சடங்குகள், மந்திரங்கள், ஹோமப் புகை, தவணை வைத்து அழுகை, ஏழைப் பிராமணர்களின் அட்டகாசம். கொளுத்தும்போது சாயங் காலம் மணி ஆறேகால். அவர்கள் குடும்பத்திற்கென்று தனிச் சுடுகாடு, கற் கோட்டை போல் சுவர் எழுப்பி பெரிய பூட்டுப் போட்டுப் பூட்டி வைத்திருக்கிறார்கள். குழந்தை கள், பேரன் பேத்திகள், பேரனுக்குப் பேரன், பேத்திக்குப் பேத்தி எல்லோரையும் சேர்த்தால் குடும்ப அங்கத்தினர் கள் 96 பேராம். அவரைக் குளிப்பாட்டி முடித்ததும், கால் சிரங்குக்கு என்றும் மருந்து போடும் பேத்தி அன்றும் அழுது கொண்டே களிம்பு போட்டது எல்லோருடைய மனத்தையும் உருக்கிவிட்டது. பாவம், சம்பார மடம் நாராயண அய்யர்! நான் முதல் தடவையாக அவரைப் பார்த்தபோது இறந்துவிட்டிருந்தார். எப்படிப் பேசுவார் என்பதை என்னால் அனுமானிக்க முடியவில்லை.

29. 3. 1943

கால் பந்தாட்டம் ஒரு புனிதமான விளையாட்டு. மைதானம் காலியாகி, மாலையும் மயங்கி இருள் சூழ்கிறபோது, புன்னை மரத்தடியை ஒட்டிப் படிக்கட்டில் படுத்துக் கிடப்பேன். வியர்த்துக் கொட்டுவதும் உடல் சோர்ந்து தளர்ந்து விடுவதும் எத்தனை இதம். இளங்காற்று பிடரியில் அடித்துக் குளிர்விக்க, அமைதியிலும் பேரமைதி. நாற்புறமும் இருள் சூழ்ந்து என் உடலைக் கவ்வுவதை உன்னிப்பாகக் கவனித்த வாறு படுத்துக் கொண்டிருப்பேன். நெற்றிப் பொட்டும், மார்பும், புஜங்களும் கொதித்துக்கொண்டிருக்கும். ரத்தம் பயங்கரமாகக் கொதிக்கும். நேரம் போகப் போகக் கொதிப்பு அடங்கி, உடல் சில்லிட்டுக் குளிர்வது பேரானந்த மான அனுபவம். விளையாட்டு நேரத்தில் பொங்கி வழிந்து கொண்டிருந்த எழுச்சி அடங்கி, மனம் நிர்மலமான ஆகாசம் போல் மாறும். வானத்தில் பறவைகள் விரைவாகக் கூடு திரும்புவதும், காகங்கள் புளியமரங்களில் அடைவதும் தான் லேசான நிம்மதியின்மையையும் சோகத்தையும் ஏற்படுத்தக் கூடியன.

கால்பந்தாட்டத்தில் எவ்வளவோ சவால்கள். கோபமற்ற சவால்கள். பயங்கரமான வெறி. ஆனால் பாதகமற்றது. வெற்றியில் பெரும் எக்களிப்பு. ஆனால் நிறுவன அமைப்பு கள் இந்த விளையாட்டைக்கூடக் கீழ்த்தரமான தளத்திற்குச் சரித்துவிட்டன. நிறுவனங்கள், நோக்கத்தின் அடிப்படை யையே உலரச் செய்து, அமைப்புகளுக்கே உரித்தான முட் களை முளைக்கவைத்துவிடுகின்றன. நோக்கம் பின்னகர்ந்து போய்விடுகிறது. கோபம், கசப்பு, மனிதத்தன்மை துறந்த இறுக்கமான விதிகள், சம்பிரதாயம், மரபு சார்ந்த அடிமைத் தனங்கள் படர்கின்றன. மனித மனம் மூல அர்த்தங்களைப் பழக்கத்தில் கெடுத்துச் சிடுக்கை ஏற்படுத்தி விடுகிறது. இதுதான் வளர்ச்சிக்கு மிகப் பெரிய முட்டுக்கட்டை.

13. 3. 1944

இந்தியா பூராவும் கொந்தளித்துக்கொண்டிருக்கிறது. மாணவர்கள் கிளர்ச்சி செய்கிறார்கள். சுதந்திரம் கிடைத்து விட்டால் எப்படிப் பிரச்சினைகள் தீரும்? ஒரு வீட்டில் பாகப் பிரிவினை நடைபெறும் போது தெரியும் கணக்கு, ஒரு தேசம் சம்பந்தமாக எப்படித் தெரியாமல் போக முடியும்? நினைப்பதை எல்லாம் வெளியே சொன்னால் அடித்துக் கொன்றுவிடுவார்கள். என்ன உணர்ச்சி, என்ன ஆவேசம்! அரசியல் என்பதே கோபத்தை, ஏமாற்றங்களை,

வெறுப்புகளை ஒருமுகப்படுத்தி, ஒரே எதிரியை உருவகப் படுத்துவது என்றாகிவிடுகிறது. 'ஒரே எதிரி' என்ற படிமம் தான் இங்கே முக்கியமானது. சிக்கலற்ற எளிமை. புராண மரபுக் கற்பனையைச் சார்ந்தது. சைத்தான் அல்லது ராவணன். அல்லது கம்சன். அல்லது துரியோதனன். வெள்ளைக்காரன், யூதர்கள் அல்லது சோவியத் யூனியன். ஒழித்துக்கட்டிவிட்டால் சொர்க்கம். அலையடித்துப் புதிய வாழ்வு கரையேறி வரும். நோய்கள் பல கூறாகப் பிரிந்து கிடப்பது பற்றியோ, சிடுக்கும் சிக்கலுமாகக் கிடப்பது பற்றியோ பேச ஆரம்பித்துவிட்டால் ஜனங்களுக்கு எட்டச் செய்ய முடியாது. 'ஒன்றைச் சொல்லு' என்று கத்துவார் கள் அவர்கள்.

13. 9. 1945

மாக்சிம் கார்க்கியின் 'அமெரிக்காவிலே' படித்துக்கொண்டி ருக்கிறேன். என்ன அற்புதமான எழுத்து. என்ன நுணுக்கம். வர்ணித்துத் தீரவில்லை கார்க்கிக்கு. அமெரிக்க முதலாளித் துவத்துக்கு வளைத்து வளைத்துச் சவுக்கடி. மொழிபெயர்ப் பதில் மேனன் கில்லாடிதான். ஆங்கில மொழிபெயர்ப்பு யாருடையது என்று தெரியவில்லை. படித்துப்பார்க்க வேண்டும்.

உலகச் சிந்தனை வளத்தையும், உலக இலக்கிய வளத்தை யும், நம் பின்னணி தெரிந்து, தேவையை உணர்ந்து வாசகனின் கிரகிக்கும் சக்தியைப் பற்றிய பிரக்ஞையுடன் மொழிபெயர்ப்புகள் கொண்டு வந்தால், நம் கருத்துலகில் ஒரு பெரிய மாற்றத்தைச் சிறுகச் சிறுக நிகழ்த்திவிடலாம் என்று மேனன் நம்புகிறார். அவருடைய மொழிபெயர்ப்பு கள் அவருடைய ரசனையைக் காட்டுகின்றன. பிரக்ஞை யையும் பொறுப்புணர்ச்சியையும் காட்டுகின்றன. பலர் இங்கு மொழிபெயர்ப்பது வேறொரு பாஷையும் தெரியும் என்று பயமுறுத்த.

23. 9. 1945

மீனச்சில் ஆற்றில் கழிவுகள் கலப்பதைப் பற்றி எம். கே. அய்யப்பன் எழுதியிருக்கும் கட்டுரை 'சந்திரோதய'த்தில் வெளிவந்திருக்கிறது. எவ்வளவு ஆழ்ந்த நோக்கு! இதன் பின்னுள்ள உழைப்பு எவ்வளவு கடுமையானது! விஷயங் களைச் சேர்ப்பதிலும் தொகுப்பதிலும் பல தளங்களில் விரியும்படி ஒன்றிணைப்பதிலும். நம் படிப்பாளிகள்கூட உழைப்பிற்கும், தரத்திற்கும், ஆழ்ந்த பார்வைக்கும்,

தார்மீக நோக்குக்கும், மதிப்புத்தரத் தெரியாதவர்கள். எதுவும் அதிர்ச்சியாகப் படுவதுமில்லை. அதிர்ச்சிதாங்கி இணைக்கப்பட்டுள்ள மூளைகள். 'காலங்காலமாக இதை மனிதன் குடித்துக்கொண்டிருக்கிறான். என்ன ஆகிவிட்டது?' என்று படித்த கிழவர் ஒருவர் நூல் நிலையத்தில் கேட்டார். இயற்கைத் தாய் எல்லாவற்றையும் ஏதோ ஒரு விதத்தில் சமனப்படுத்திவிடுவாளாம்! 'அம்மைத் தடுப்பு ஊசி போட்டுக்கொண்டிருக்கிறீர்களா?' என்று கேட்டேன். என் கேள்வியைக் காரியார்த்தமாக எடுத்துக் கொண்டு சட்டைக் கைகளைத் தூக்கித் தழும்புகளைக் காட்டினார்.

26. 10. 1945

சுதந்திரப் போராட்டம் தீவிரம் அடைந்துவிட்டது. பத்திரிகைகள் முழங்குகின்றன. காலைப் பத்திரிகைளைப் படித்துவிட்டுத் தெரு வழியாக நடந்து போகும்போது வயிற்றுப் பாட்டுச் சலனங்களில் உலகம் அமிழ்ந்து கிடப்பது தெரிந்தது. ஏழை ஜனங்கள், 'வெள்ளைக்காரன் இருந்தால் போதும்' என்று சொல்வது அடிக்கடி காதில் விழுகிறது. மீன் சந்தைப் பக்கம், மாதா கோவில்களில், ஆஸ்பத்திரிகளில், ஹோட்டல்களில். வெள்ளைக்காரன் இருந்தால் இவர்களுக்கு என்ன? வாழ்க்கை மிக மோசமாக இருக்கிறது. ஏதும் மாற்றத்தால் மேலும் மோசமாகிவிடும் என்று பயப்படுகிறார்களோ என்னவோ. அத்துடன் வெள்ளைக்காரன் ஆட்சி செய்யும் திறமை கொண்டவன் என்று உள்ளூர ஒரு நினைப்பு. நம்மவர்கள் மீது அவநம்பிக்கை. பெண்களிடந்தான் இது அதிகம். அவர்களுக்குத் தங்கள் புருஷர்களைத் தெரியும். குடும்பத்தையே நிர்வாகம் பண்ணத் தெரியாதவன் தேசத்தை எவ்வாறு நிர்வாகம் பண்ணப்போகிறான் என்ற எண்ணம்.

அநேக நாட்களில் மாணவர்கள் பள்ளிகளையும் கல்லூரிகளையும் வெறுத்துவிட்டு, பரம உற்சாகத்துடன் தெருக்களில் ஆர்ப்பரித்துக் கொண்டு போகிறார்கள். நேற்று ஒரு காட்சி பார்த்தேன். மாணவர்கள் சிலர் கூடி, எதிர்ப்படுபவர்கள் அனைவரையும் நிறுத்தி, வற்புறுத்தி, 'பாரத மாதாவுக்கு ஜே', 'மகாத்மா காந்திக்கு ஜே' என்று குரல் எழுப்பச் செய்தார்கள். சிறு பையன்களின் தலையில் குட்டியும், செவியைத் திருகியும் இதைச் செய்யச் சொன்னார்கள். வற்புறுத்தல் இன்றியே பல சிறுவர்கள் ஆர்வமாக உணர்ச்சி வசப்படக் கத்தினார்கள்.

வயதான ஒரு கிழவி கத்த மறுத்துவிட்டாள். 'கொன்றாலும் கத்தமாட்டேன்' என்றாள். கொள்கை காரணம் என்று நான்

நினைக்கவில்லை. வற்புறுத்தலுக்கு இணங்கக் கூடாது என்ற வீம்பு அவளுக்கு ஏற்பட்டுவிட்டது. இந்த மனோபாவம் தான் சுதந்திரத்தை எப்போதும் காப்பாற்றி வந்திருக்கிறது.

9. 12. 1946

எம். கே. அய்யப்பனிடமிருந்து இன்று பதில் வந்தது. நன்றி தெரிவித்து ஒரு வரி எழுதியிருக்கிறார். சிறிதும் உணர்ச்சி வசப்படவில்லை. இவரைச் சந்திக்க வேண்டும். தேடிப் போவதில் எனக்கு நம்பிக்கையில்லை. இயற்கையாகக் கூடும். அதுதான் அழகு.

22. 12. 1946

வீட்டில் பிரச்சினைகள் முளைக்கின்றன. நான் மட்டும் வேலைக்குப் போகாமல் இருக்கிறேனாம். சொகுசாக இருக்கிறேனாம். இவர்களுக்கு உடல் உழைப்பு மட்டுமே உழைப்பு. மூளை உழைப்பு உழைப்பல்ல. அதிலும் வருமானமற்ற சிரம தானம். மர வேலை எனக்குப் பிடிக்கும். மனத்தைப் பரவசப்படுத்தும் நிமிஷங்கள் கொண்டதுதான். படைப்புத் திறனுக்கும் அழகின் வெளிப்பாட்டிற்கும் இடந்தரக்கூடியதுதான். அதிலும் என் செய்நேர்த்தியைக் கண்டு புளகாங்கிதப்படும் தகப்பனாரின் துணை வேறு. 'சிறு வயதில் இவ்வளவு செய்நேர்த்தி கொண்டிருந்தும், பயனற்ற புத்தகங்களில் ஏன் காலத்தை வீணாக்குகிறாய்? கண்களையும் கெடுத்துக்கொள்கிறாயே' என்றார் அவர். 'தச்சு வேலைக்குக் கண்கள் வேண்டிய தில்லையா?' என்று நான் கேட்டால், 'அவ்வளவு சூட்சும மான கண்கள் வேண்டாம்' என்பார். எப்போதும் என் கட்சி பேசும் தாயாரின் அன்பு கஷ்டமாக இருக்கிறது. அவளுக்கு உடல் உழைப்பிலிருந்து மூளை உழைப்புக்குத் தன் குடும்பத்தை உயர்த்திவிட வேண்டும் என்ற எண்ணம். ஒரு குமாஸ்தாவைக் கல்யாணம் செய்துகொள்ளப் போதுமான படிப்பும், அறிவும், அழகும் தனக்கு இருந்துங் கூடப் பெற்றோர்களின் சிரத்தைக் குறைவால் ஒரு தொழி லாளியை மணந்துகொள்ளும்படி ஆகிவிட்டதாம். வீட்டில் உணவு அருந்தும்போது குற்ற உணர்ச்சி ஏற்படும் அளவுக்கு நிலைமை மோசமாகிக் கொண்டிருக்கிறது.

7. 1. 1947

நிஜின்ஸ்கி பற்றி எழுதிய கட்டுரைக்கு ஏழரை ரூபாய் சன்மானம் வந்திருக்கிறது. என்ன கணக்கோ! இக்கட்டுரை

எழுத ஒன்றே முக்கால் ரூபாய்க்கு ஒரு புத்தகம் வாங்கி னேன். நூல் நிலையத்தில் நாற்பது நாற்பத்தைந்து மணி நேரம் படித்திருக்கிறேன். கட்டுரை எழுதி முடிக்க மூன்று நாட்கள். நகல் எடுக்க ஒருநாள். காகிதம், இங்க், பீடி, இத்யாதி எட்டணா. மூளை உழைப்புக்கு ஒரு மணி நேரத் திற்கு அரையணாவுக்கு மேல் சம்பாதித்திருக்கிறேன்.

12. 4. 1947

கொஞ்சமாகத் தெரிந்துகொண்டிருக்கும்போது தெரிந்து கொண்டுவிட்டோம் என்றும், அதிகமாகத் தெரிந்துகொள்ள முற்படும் போது தெரிந்துகொள்ளவில்லை என்ற எண்ண மும் ஏற்படுகிறது. ஒரு கதவு திறக்கும்போது திறக்காத பல கதவுகள் தெரியும் விசித்திரக் கோட்டை இது. அவற் றையும் திறக்கும்போது மேலும் பல கதவுகள் மூடிக்கிடப் பதைப் பார்க்கிறோம். அப்படியானால் இதற்கு முடிவு என்ன? திறப்பதே திறக்காத கதவுகளைப் பார்க்கத்தானா? பெரிய சவால்தான் இது.

அய்யப்பன் வெகு வேகமாக முன்னேறிக்கொண்டிருக் கிறார். கதவுகளை உதைத்துத் திறக்கிறார். 'என் ஜீவன் இருப்பது வரையிலும், கடைசி மூச்சு இருக்கும் வரை யிலும் உதைத்துக் கொண்டே இருப்பேன்' என்கிறார். அந்த வைராக்கியத்தில் இருந்து வெளிப்படும் சுகந்தம் அவரைப் படிக்கும்போது நம் ஆத்மாவைத் தொடுகிறது. ஊரிலுள்ள தெருக்களைப் பார்ப்பது போல் சரித்திர கால நூற்றாண்டுகள் எதை வேண்டும் என்றாலும் அவரால் பார்க்க முடிகிறது. ஆழ்ந்த விஞ்ஞான அறிவு. தேர்ந்த அறுவைச் சிகிச்சை மருத்துவரின் கத்தி போல், அவர் பார்வை, எடுத்துக் கொள்ளும் விஷயத்தின் மேல் இறங்குகிறது. இமயம் போன்ற காலப் பகுதி. எண்ணற்ற ஊடுபாவுகள் நிறைந்த காலப் பகுதி. இங்கு, போலிச் சத்தங்களை உதறிவிட்டு அர்த்த பாவத்துடன் பார்க்க முடிவதை நினைத்துப் பிரமிப்பு ஏற்படுகிறது. வனாந்திரத் தில் ஊடுருவி ஓடும் நதியைத் தாழ்ந்து பறக்கும் ஹெலி காப்டரிலிருந்து பார்த்துக்கொண்டு போவது மாதிரி. ஆனால் நதியோரங்களில் எவ்வளவு காட்சிகள். மரங்கள். அவற்றின் அசைவுகள். அழகுகள். பறவைகள். விலங்குகள். ஈயக்குண்டு போல் மனத்தை அழுத்தும் நிசப்தம். ஆனால் முழு நீளத்தையும் இணைத்து ஓடுவது நதிதான். ஒவ்வொரு பகுதிக்கும் தன்னில் ஒரு பகுதியைக் காட்டிக் கொண்டு, பார்க்கக் கிடப்பவை அனைத்தையும் கவனித்துக் கொண்டு. சங்கமம்கூட யாத்திரையின் முடிவல்ல. மீண்டும் ஒரு

யாத்திரைக்கு ஆயத்தமாக, பெரும் விரிவில் இரண்டறக் கலந்து கொள்வதுதான்.

நானோ நதியைப் பார்க்கிறேன். கரையோரங்கள், ஓடும் நதியை விட அழகானவை என்று சில நேரம் தோன்று கிறது. மனத்தை அழுத்தும் அமைதியை வாரி உண்பதற் காக எதையும் பார்க்காமல் ஒரு மரத்தடியில் உட்கார்ந்து கொண்டுவிடுகிறேன். புற்களின் ஓரங்களில் கட்டி நிற்கும் பனித்துளி மனத்தைக் கவர்ந்துவிடுகிறது. புல் நுனி வைரக்கற்கள் எந்தவிதத்தில் நதியைவிடக் குறைந்தவை? எங்கும் மலை மலையாகக் கொட்டிக் கிடக்கிறது அழகு. அர்த்தம் கண்டு எதைக் கொள்ள, எதைத் தள்ள? அர்த்தங் களை உருவாக்கும்போதோ, அனுபவம் கசங்குவது போல் வருத்தம் ஏற்படுகிறது. ஹிம்சைக்கு ஆளாக்கும் வருத்தம் ஏற்படுகிறது. நாம் கையில் ஏந்தும்போது, ஒரு பகுதியை, மிக முக்கியமான ஒரு பகுதியை, இழந்துவிடுகிறோமோ என்று தோன்றிவிடுகிறது. காட்டில் பைத்தியம் போல் அலைந்து திரிகிறேன். நதியோரங்களிலும் நடந்து போகிறேன். பாதைகள் வசதியானவைகளே தவிர, பார்வையைச் சுருக்கக்கூடியவைகளோ என்று சந்தேகப்பட ஆரம்பித்து விடுகிறேன்.

13. 4. 1947

ஒரு பைசா இல்லை என்ற நிலை. அம்மாவிடம் கேட்டால் தருவாள். என் நெருக்கடியைச் சமாளித்த சந்தோஷத்துடன். எங்கள் உறவு மேலும் நெருங்கும் என்ற சந்தோஷத்துடன். தன் கணவரால் செய்ய முடியாததை, தான் செய்வதான திருப்தியுடன். அப்பாவிடம் இவள் கொண்டிருக்கும் கோப தாபங்கள், எவ்வளவோ நற்காரியங்களைச் செய்யும்படி இவளை இம்சித்துக் கொண்டிருக்கின்றன. நன்மைகள், உதவிகள், தான தர்மம், சமூக சேவை, இவற்றிற்குப் பின்னாலுங்கூட விரோதங்கள், கொடுமைகள், ஆங்காரம், துர்புத்தி, பொறாமை எல்லாம் இருக்க முடியும், மிக மோச மான அகந்தை சோறும் கறியுமாக வெந்து ஆயிரக்கணக் கான ஏழைக் குழந்தைகளின் வயிற்றை நிரப்புவதைப் பார்த்திருக்கிறேன். கற்பு உணர்வற்ற ஆண்கள், கற்பு உணர்வற்ற மனநிலையில், கற்புக்கு எவ்வித ஆபத்தும் ஏற்படாமல் பெண்களுக்கு எண்ணற்ற உதவிகள் செய்து வர, இதன் நாடி அறிந்து பெண்களும் ஏற்றுக் கொண்டு வருகிறார்கள். சமுதாயத்தின் ஆத்மா முற்றாகச் சுத்தமாகி மேலான சமுதாயம் தோன்றுமா? உள்ளும் புறமும் மனிதன் பரிசுத்தம் அடையட்டும். வேண்டாம் என்று

சொல்லவில்லை. மேலான சமுதாயத்திற்கு, இது நிர்ப்பந்த மான நிபந்தனை அல்ல. உறவுகளில் சிறிது நேர்மை. உண்மை மீது கொஞ்சம் மதிப்பு. பொது நன்மை சார்ந்த சில சுய நியதிகளைக் கூடியமட்டிலும் கைப்பிடித்தல். சுத்த ஆத்மாக்களின் சமுதாயம் எப்போதும் சரித்திரத்தில் உருவானது இல்லை. மதிக்கத் தகுந்த சமுதாயங்கள் உருவாகி யிருக்கின்றன. நோயற்ற எவனும் இல்லை. நோயாளியாக ஆஸ்பத்திரியில் இருப்பவனும் மிகக் குறைவு. இந்நிலை சமுதாயத்திற்கும் பொருந்தும். உன்னத மனிதன்தான் உயர்ந்த சமுதாயத்தை ஏற்படுத்துவானா? ஆசாபாசங்கள் அற்ற, போட்டி மனோபாவமற்ற, அகந்தையற்ற, பொறாமை யற்ற மனிதன் உன்னத சமுதாயத்தை உருவாக்குவானா?

என் தகப்பனாரையும் தாயாரையும் எடுத்துக்கொண்டு யோசிக்கிறேன். என் தகப்பனாரைப் பார்த்தால் மக்கு என்ற எண்ணம் ஏற்படும். உண்மையில் அவர் மக்கு அல்ல. இரண்டு விஷயங்களேனும் அவருக்கும் தெரியும். தச்சு வேலையில் அவர் நிபுணர். அவருக்குத் தெரிந்த காலம் மாறிக்கொண்டு வந்திருக்கும் கதையைப் பற்றி அவர் பேசுவது ஊன்றிக் கேட்கும்படி இருக்கும். ஆனால் அவர் ஆசாபாசங்கள் அற்றவர். போட்டி பொறாமை அற்றவர். அவருக்கு நண்பர்கள் இல்லை. குடும்பத்தில் நான்கு வயதுக்குக் குறைவான குழந்தைகளுடன்தான் கொஞ்சிக்கொண்டிருப்பார். ஒவ்வொரு நாள் காலையிலும் அம்மாவிடமிருந்து வெற்றிலை புகையிலைக்காக இரண்டு சக்கரம் வாங்கிக் கொள்வார். இது சற்று அதிகம்தான். அம்மா குறைக்க முயன்றால் சத்தம் போட்டு வாங்கிக் கொண்டுவிடுவார். இது போன்ற ஒன்றிரண்டு விஷயங்கள் தவிரப் பிற விஷயங்கள் எல்லாவற்றிலும் எதிராளிக்குச் சாதகமாகச் சமரசம் செய்துகொள்வார். சிந்தனைகள், கற்பனைகள், எதிர்காலத்தைப் பற்றிய கனவுகள் சொல் லும்படி இல்லை. இந்த நிமிஷம் அடுத்த நிமிஷத்தில் உதிர்ந்து போய் விடும் ஒரு வாழ்க்கை.

நதியின் அடித்தட்டில் ஒரு கூழாங்கல். ஒழுக்கில் தனித்து ஒதுங்கிவிட்டது. தன்மீது எதையும் ஒட்டவிடாத திடமான கூழாங்கல். இருந்தாலும் நதியின் ஈரத்தைத் தவிர்ப்பதற்கு அதற்கு வழி தெரியுமா? தனது கவனத்தைத் தாண்டியும் சலனங்களுக்கு ஆட்படக்கூடியதுதான். மெதுவாக அசையக் கூடியதுதான். அசைவதால் தேய்மானத்திற்கு ஆளாகக் கூடியதுதான். இதுதான் அப்பா.

எதிர் துருவம் அம்மா. உலையில் கொதிக்கும் நீரைப் போல் மூளை. பரபரப்பு. படபடப்பு. தன் காரியங்களிலும்

பிறர் காரியங்களிலும் பட்டுக்கொண்டே இருத்தல். பரக்கப் பாயும் சுறுசுறுப்பு. ஓய்வெடுத்துக்கொள்வதிலும், நாவின் ருசிக்குச் சிறிது இடங்கொடுப்பதிலும், அலங்கார ஆசைகளை விட்டுவிடாததிலும் சதா குற்ற உணர்ச்சி. இரண்டு காசு செலவழித்துச் செய்ததை ஒரு காசில் முடித்திருக்க முடியுமோ என்று ஓயாத சந்தேகம். எல்லாம் சரிவரச் செய்து முடித்துவிட்டு, பின்னால் ஓய்வெடுத்துக்கொண்டு, உதறிய ஆசைகளையும் பூர்த்திசெய்து நிம்மதியாக வாழ்ந்து கொண்டிருக்க வேண்டும் என்ற கற்பனை. அந்தப் 'பின்னால்' ஒருநாளும் வரப்போவது இல்லை என்பது அவளுக்குத் தெரிவது இல்லை. எதிர்காலத்தைப் பற்றிய கனவுகள் மூலம்தான் வாழும் காலங்களின் துன்பங்களை அவளால் தாங்கிக்கொள்ள முடியும். அண்டை அசலுடன் நெருங்கிய உறவு. கொடுக்கல் வாங்கல்கள். பரஸ்பர உதவிகள். இக்கட்டான நேரத்தில் சிரம தானம். தன்னை ஒரு தார்மீக சக்தியாக மாற்றிக்கொண்டு, நெருக்கடியில் நம்பலாம் என்ற உறுதிப்பாட்டைப் பிறருக்குத் தந்து, அவசியம் ஏற்படும் போது தான் சாய்ந்துகொள்ள வசதியான தூண்களாகப் பிறரை மாற்றிவைத்துக்கொண்டிருக் கிறாள். மிக மோசமான அவசரத்திலும் தெரிந்தவர்களுடன் இரண்டு வார்த்தைகள் விசாரிக்காமல் போகமாட்டாள். கடைசியாகத் தெரிந்துகொண்ட நபரின் பிரச்சினை பற்றி எப்போதும் விசாரிக்கத் தவறமாட்டாள். இது முற்றாகப் பிரியமும் இல்லை. பிரியமற்ற நடிப்பும் இல்லை. ஈடுபாடு களை எப்போதும் மறக்காமல் வெளிப்படுத்துவது சிறு உறுத்தலாக இருக்கும். பிறருடைய கஷ்டங்களுடன் வெகுதூரம் நடந்து சென்றிருக்கிறாள். அவள் மூன்று நாட்கள் கண் விழித்த நோயாளியுடன் என்னால் அரை மணி நேரம் கழிக்க முடியாது. ஆனால் பிறரிடம் எதிர் பார்த்து ஏமாற்றம் அடையும்போது, அவர்கள் தர மறுத்த உதவிக்கு, நன்றாகத் திட்டி, கத்தி ஆர்ப்பாட்டம் செய்வாள். செய்ந்நன்றி மறத்தல் - இதுதான் சகல பாவங்களிலும் கொடுமையானது அவளுடைய அகராதியில். ஏனெனில் அவளுடைய மூலதனமே இதுதான். நிரம்ப ஆசைகள் உடையவள். மேல்தட்டுக்குப் போகக் கை சோராமல் துடுப்புப் பிடிக்கக்கூடியவள். ஓட்டப்பந்தயத்தில் தன்னுடைய நிலை எப்படியிருக்கிறது என்பதை அடிக்கடி அவதானித்துக் கொண்டு மேலும் விரைவாக ஓடுகிறவள். இப்போது என் தந்தையா அல்லது தாயாரா நல்ல சமுதாயத்தை உரு வாக்கக்கூடியவர்கள்? என் தந்தையைப் போன்றவர்களே சிறந்த பிரஜைகள் என்று பதில் கூறவே நான் தயாரிக்கப் பட்டிருக்கிறேன். எனக்குக் கற்றுத்தரப்பட்ட சரித்திரம்,

நம்பிக்கைகள், நன்னடத்தைகள், அறவொழுக்கங்கள் அனைத்தும் என் தகப்பனாருக்குச் சாதகமானவை. ஆனால் நிச்சயமாகச் சொல்வேன் : என் தாயைப் போன்றவர்களே நல்ல சமுதாயத்தை உருவாக்க முடியும். அதில் எனக்குச் சந்தேகம் இல்லை.

13. 4. 1947

(இரவு மணி பதினொன்று) காசுத் தட்டுபாடு. இதைப் பற்றி நினைக்க ஆரம்பித்து வேறு எங்கோ போய்விட்டேன். ரொம்பக் கஷ்டமாக இருக்கிறது. எவ்வளவோ நியாயங்கள் இருந்துங்கூடக் கடன் வாங்க மனம் கொள்ளவில்லை. இதற்குக் கடன் கேட்க சந்தர்ப்பம் சரிவர அமையவில்லை என்று சமாதானப்படுத்திக் கொள்கிறேன். ஆனால் அசந்தர்ப்பத்தைத் தங்களுக்குச் சாதகமாக எடுத்துக்கொண்டு கடன் வாங்கிக் கொண்டு ஓடிவிடுகிறவர்கள், கடனைத் திருப்ப வாக்களித்துவிட்டுப் படும் கஷ்டம் கொஞ்ச நஞ்சமல்ல.

ரொம்பக் காசு வேண்டாம். ஏதோ கொஞ்சம். நூல் நிலையத்திலிருந்து வீட்டுக்கு வருவது எளிதல்ல. பசி தலையைச் சுற்றும். சிறிது ரொட்டியும் டீயும் போதும். ஆனால் அதற்குக்கூட வழியில்லை. கங்காதரன் இருந்தால் எங்கேயாவது கூட்டிக் கொண்டு போய் எப்படியோ அதட்டி வாங்கித் தந்துவிடுவான். கடன் கொடுக்க வேண்டிய இடத்தில் அதட்டி மேலும் கடன் வாங்கி விடும் சாமர்த்தியம். ஓமனக்குட்டி பிளாஸ்கில் டீ கொண்டு வருவாள். ஒவ்வொரு நாளும் பிற்பகல் மூன்று இருபதுக்கு (என்ன கணக்கோ!) மரத்தடி துவைக்கும் கல்லில் உட்கார்ந்துகொண்டு டீ குடிப்பாள். அம்மாவிடம் கேட்டால் எப்படியோ புரட்டிக் கொடுக்கத்தான் செய்வாள். கேட்கக் கஷ்டமாக இருக்கிறது. அதிலும் உணவுக்காக.

23. 4. 1947

மாணவர்களுக்கு வீட்டுப்பாடம் எடுக்கலாம் என்கிறார்கள். நண்பர்கள் சிபாரிசு. சுதந்திர ஜீவனமாம்! எனக்குக் கட்டோடு பிடிக்கவில்லை. பாடப் புத்தகங்களைக் கண்ணெடுத்துப் பார்க்க முடியவில்லை. அவற்றின் அச்சும் அமைப்பும். அரசாங்க அச்சகமும் புனலூர் பேப்பர் மில்லும் ஆபாசத்தை எட்டிப் பிடிக்க ஒன்றுக்கொன்று போட்டிபோடுகின்றன. நவீன விஞ்ஞானச் சிந்தனையின் பாதிப்புக்கே ஆளாகாத கோயில் பாஷை. மூடநம்பிக்கைகளை

வளர்ப்பதுதான் முதன்மையான நோக்கம். என்னால் கூலிக்கு மாரடிக்க முடியாது.

பத்திரிகை அலுவலகத்தில் ஏதாவது குட்டி வேலை கிடைத்தால் போதும். புரூஃப் ரீடர் வேலை. புனிதமான வேலை. பொய், அகடவிகடங்கள் இல்லாத வேலை. சென்னை ஆங்கில தினசரியில் காலி இருக்கிறது என்று தெரிந்து எழுதிப் போட்டேன். பதில்: 'முன் அனுபவம் வேண்டும்.' கங்காதரன் சொன்னான், 'பெயரை கோபால சாமி அய்யங்கார் என்று மாற்றிக்கொண்டு நெற்றியில் நாமம் போட்டுக்கொள்' என்று. இங்குள்ள பத்திரிகைகளில் இடம் தரப் பயப்படுகிறார்கள். நான் எழுதுபவற்றைப் பிரசுரம் செய்ய வேண்டும் என்பதுகூட இல்லை. வெளியே பார்த்துக்கொள்கிறேன். இல்லை, என் டிராயரில் வைத்துக் கொள்கிறேன். நான் தேர்ந்தெடுத்து மொழிபெயர்க்கும் கட்டுரைகள், கவிதைகளைப் பிரசுரம் செய்தால் போதும். (மோசமான கதைகளும், மோசமான கவிதைகளும் எழுதிக் கொண்டிருப்பவர்கள் சொந்தப் படைப்புகளை விட்டு மொழி பெயர்ப்பாளர்களாக மாறினால், நம் வளம் எவ்வளவோ ஓங்கிவிடும். உலகச் சிந்தனை வளத்தின் சிகரங்கள்; நம் மொழி விழுந்து கிடக்கும் பள்ளம். இதன் வேற்றுமை மனத்தில் பட்டால் மோசமான இலக்கிய உருவங்களுக்கு உழைப்பை இப்படி வீணாக்கிக்கொண்டிருக்க முடியுமா? மொழி, கலாச்சாரம், சமுதாயம் என்றெல்லாம் வாய்கிழியக் கத்துவது வெறும் பொய். இவர்கள் நோக்கமெல்லாம் தங்களை ஸ்தாபித்துக்கொள்வதும், உயர்வு பெறுவதும், பணம் பெறுவதும், புகழ் பெறுவதும்தான்.)

ஆனால் நண்பர்கள் என்ன சொல்கிறார்கள் என்றால் ஆசிரியர்கள் வெளியிட மாட்டார்களாம். உலகச் சிந்தனை யாளர்களின் பொன் மொழிகளை அவர்கள் அவ்வப்போது உதிர்ப்பது, அச்சிந்தனையாளர் மீது கொண்ட மதிப்பினால் அல்ல. தங்கள் புலமையை வெளிப்படுத்திக்கொள்ள இந்தச் சிந்தனையாளர்கள் அவர்களுக்கு ஒரு கருவி. நானோ மொழிபெயர்ப்பதில் மிகுந்த நம்பிக்கை வைத்துள் ளேன். என்னிடம் காசு இல்லை. என் நம்பிக்கைகள் செயல் வடிவம் பெற இது பெரிய தடை. ஒரு கட்டுரைக்கு ஐந்து ரூபாயிலிருந்து ஏழரை ரூபாய் வரையிலும் சன்மானம் தருகிறார்கள். மொழிபெயர்ப்புகளைத் தப்பித் தவறி வெளி யிட்டாலும் சன்மானம் கிடையாதாம். 'சொந்தச் சரக்கு அல்லவே' என்கிறார்கள். அப்படியானால், மூல ஆசிரியர் களுக்குப் பணம் அனுப்பி வைக்கிறார்களா என்ன? நண்பர்களுடைய யோசனை, ஆப்பிளை வெண்டைக்காய்

ஆக்குவது - மேல்நாட்டுச் சரக்கைத் தழுவி. இதைவிடப் பட்டினி கிடக்கலாம்.

எனக்கு என்ன வேண்டும்? ஒரு நாள் உணவுக்கு ஒரு பணம். மேனன் எப்போதும் அவருக்கு எடுக்கும்போது எனக்கும் சேர்த்துத் துணி எடுத்துவிடுகிறார். எளிய சந்தோஷமான சூழ்நிலை வேண்டும். கால் இல்லாத ஒரு நார்க் கட்டில், ஒரு தலையணை. நீச்சல் அடித்துக் குளிக்க நதி. இருபதாம் நூற்றாண்டில் வாழ்ந்துகொண்டிருக்கும் ஒரு நூல் நிலையம். ஆத்மார்த்தமான ஒன்றிரண்டு நண்பர்கள். கூராக எழுதும் ஒரு பேனா. இதற்கு மேல் வருடத்திற்கு ஆயிரம் மைல் மூன்றாம் வகுப்பு ரயில் பெட்டியில் சுற்ற முடிந்தால் அது கடவுள் தந்த விசேஷ போனஸ்.

2. 12. 1947

வாழ்க்கையில் பிடிப்பு என்பதே இல்லை. எதை நம்பி உயிர் வாழ? கடவுள் சரிந்துவிட்டார். சமயங்கள் சரிந்துவிட்டன. ஆலயங்கள் அழுகி முடை நாற்றம் எடுத்துக்கொண்டிருக்கின்றன. பண வெறிபிடித்து அலைகிறான் மனிதன். உறவுகளில் மனிதத் தன்மை முற்றாக உலர்ந்துவிட்டது. எல்லா மனங்களும் உள்ளூரத் தத்தளித்துக்கொண்டிருக்கின்றன. அமைதியின் குடிநீர் கிடைக்காமல் நா உலர்ந்துவிட்டது. கடற் காற்று, சில சமயம் சூறை, சில சமயம் தென்றல். சில சமயம் அலைகளின் கொந்தளிப்பு. சில சமயம் குளம் போல் கிடக்கும் அமைதி. பாய்மரம் இல்லை. துடுப்பு இல்லை. திசைகளைத் தீர்மானிப்பது காற்று. அதன்மீது நமக்கு எவ்விதப் பிடிப்பும் இல்லை. காற்றோ உருவமற்றது. நெறி அற்றது. குறி அற்றது. அடிவானம் எங்கே? கரை எங்கே? பெரும் தவிப்பு.

2. 3. 1948

புத்தகக் கடைகளுக்குச் சென்று சலிப்புடன் திரும்புகிறேன். புத்தகங்களில் ஈடுபாடோ அறிவோ அற்றவர்கள் புத்தகக் கடை நடத்துகிறார்கள். அவர்களுக்குப் புத்தகங்களும் ஒரு பண்டம். புத்தகங்கள் வாங்கக் கையில் காசு இருப்பதில்லை. ஆனால் புதிய புத்தகங்களைப் பார்ப்பதும், புரட்டுவதும், ஓரத்தாள் செய்திகளை இலவசமாகப் படிப்பதும் பேரானந்தமானவை. இதற்குக்கூட அதிக சந்தர்ப்பம் கிடைப்பது இல்லை.

போய் உட்கார இடம் இல்லை. நண்பர்களைத் தேடிப் போவதை அவர்களுடைய மனைவிகள் வெறுக்கிறார்கள்.

மனைவிகளின் பெரிய எதிரி கணவனின் இலக்கிய நண்பனே. கணவர்களைத் தங்கள் கைகளிலிருந்து தட்டிப் பறித்துக்கொண்டு போய்விடுவார்களோ என்று பயப்படுகிறார் கள். ஆழ்ந்த பேச்சும் ஈடுபாடும் அவர்களிடம் அச்சத்தை ஏற்படுத்துகின்றன. லௌகீகத்தில் பற்றுக் குறைந்து, தங்கள் மீது பற்றுக் குறைந்து, வாழ்க்கையை நிமிர்த்து வதற்குக் கணவன் பயன்படாது போய்விடுவானோ என்று பயப்படுகிறார்கள். நண்பர்களின் மனைவிகளால் நான் வெறுக்கப்படுகிறேன். நாளாவட்டத்தில் அவர்களுடைய மனோபாவத்தைத்தான் நண்பர்களும் பிரதிபலிப்பார்கள்.

25. 3. 1948

எம். கே. அய்யப்பனைச் சந்தித்தது ஒரு பெரும் பேறு. எனது தனிமையையும் துக்கத்தையும் அவர் உணர்ந்துகொண்டார். 'சேர்ந்து வாழலாம்' என்றார். எனக்கு ஆட்சேபணை இல்லை. மீனச்சில் ஆற்றங்கரையில் இயற்கையின் அற்புத மான பின்னணியில் அந்த மரக்குடிலில் வாழக் கொடுத்து வைத்திருக்க வேண்டும். 'என்ன துன்பம் இழைத்தோம் என்பதற்காக எங்களை விட்டுப் போகிறாய்?' என்று கேட் டாள் அம்மா. 'உன் மீது எவ்வளவு அன்பு வைத்திருக் கிறேன் நான்' என்றாள். என்ன சொல்ல? குடும்பத்தோடு இணையவே முடியவில்லை. ஒவ்வொரு நிமிடமும் துன்ப மாக இருக்கிறது. எச்சில் இலைகளுக்கு அடித்துக்கொள் ளும் நாய்களைத்தான் குடும்பத்தில் பார்த்துக்கொண்டிருக் கிறேன். ஈனப் புத்திகள் பல்லைக் காட்டுகின்றன. நாகரிகம், இங்கிதம், தளுக்கு, உபசாரம், அன்பு, ஆதரவு, அனைத்தும் போலி. வெறும் பொய். உள்ளே வெறும் பொக்கு. அனைத்தும் கலகலத்துக்கொண்டிருக்கின்றன. குடும்பம் என்ற நாடக கோஷ்டியிடம் ஒரு பெரிய படுதா மட்டும் மிஞ்சியிருக்கிறது. அம்மாவைத் தேற்ற முடியவில்லை. 'ஓ' வென்று அழுகிறாள். ஒரு தாய் இவ்வாறு அழும்போது மனத்தை ஆழமாகத் தொட வேண்டாமா? தொடத் தவறு கிறது. ஏதோ ஒருவிதமான தடை மனத்தை நெருக்குகிறது. எனக்காக அழவில்லை என்றும், தனக்காகத்தான் அழு கிறாள் என்றும் தோன்றுகிறது. தகப்பனின் கரங்களுக்குள் விழ மறுத்து அழுவதாகத் தோன்றுகிறது. இருந்தாலும் இவளை நான் என்னுடன் அழைத்துப்போகவே விரும்பு கிறேன். ஆனால் அய்யப்பனின் குடிலில் நிலவும் பேரமைதி இவளைப் பார்த்த மாத்திரத்தில் தற்கொலை செய்து கொண்டுவிடுமே, அதற்கு என்ன செய்வது?

7. 4. 1948

பக்கர் முதலாளிக்கும் எம்.கே. அய்யப்பனுக்குமுள்ள உறவு விசித்திரமானது. பக்கர் ஐந்தாவது வகுப்பு வரை படித்தவர். எம். கே. அய்யப்பனின் பள்ளித் தோழர். அய்யப்பன் மீது ஆச்சரியம் கலந்த பிரியம் இவருக்கு. அய்யப்பனின் கனவுகள் நிறைவேறும் போது பக்கர் போன்ற கோடீசுவரர்களுக்கு இடம் இருக்க முடியாது என்பது அவருக்குத் தெரியுமா என்பது எனக்குத் தெரியவில்லை.

மீனச்சில் ஆற்றங்கரையோரம் இருக்கும் பக்கர் முதலாளியின் மர அறுப்புத் தொழிற்சாலை பிரம்மாண்டமானது. எங்கும் தடிகள் அறுத்து அடுக்கியிருக்கும் மரப்பலகைகளின் அட்டிகள். அறுக்கும் மரத்தின் பச்சை மணம். ஏக காலத்தில் பலர் மரத்தை அறுத்துக் கொண்டிருப்பார்கள். இந்த இடத்தில் சுமார் ஐம்பது ஏக்கர் பக்கர் முதலாளிக்குச் சொந்தமாம். இப்போது அய்யப்பனுக்குக் கொடுத்திருக்கும் மர வீட்டில்தான் ஒரு காலத்தில் அவர் குடியிருந்தார். மர டிப்போவின் முன் ஆறு. முன்னும் பின்னும் குறுகி, நடுவில் விரிந்து, முதலையின் உடல்போல் ஓடும். மந்தமான, கபடமான அசைவு. ஆழமில்லை. ஆனால் ஆழத்திற்குரிய கம்பீரத்தைத் தக்கவைத்துக்கொண்டிருக்கிறது. விழுந்தால் இறந்தோம் என்ற எண்ணத்தை ஏற்படுத்தும்படி. உலகின் அழகான துண்டுகளில் இதுவும் ஒன்றாக இருக்கக்கூடும். இங்கு காற்றும், காற்றில் மரங்களின் சலனங்களும், காரியங்களில், வேலைகளில் மனிதர்களின் சலனங்களும் அற்புதமானவை. கண்களுக்குக் கிடைக்கும் இயற்கை, காலத்தையும் மனத்தையும் மென்மைப்படுத்தக்கூடியது. ஆண்கள் துறை. சற்று எட்டிப் பெண்கள் துறை. நீச்சல் அடிக்கும் ஆண்கள், பெண்கள், குழந்தைகள். மரத்தடியில் ஆண்களும் பெண்களும் சுற்றிவர உட்கார்ந்து பெரிய பானைகளிலிருந்து நீண்ட மூங்கில் கைகளைக் கொண்ட சிரட்டை அகப்பையில் கஞ்சி குடிப்பார்கள். மாலை ஐந்து மணி வாக்கில் வேலையை முடித்து ஆற்றில் குளித்துவிட்டு வீடு திரும்புவார்கள். அகன்ற மார்புகளும் திரண்ட புஜங்களும் கொண்ட ஆண்களுக்குக் கால்கள் சோனியாக இருக்கும். கால் பந்தாட்டக்காரர்களுக்கு நேர்மாற்றி. பந்தாட்டக்காரர்களின் கால்களும், மர அறுப்புக்காரர்களின் மார்பும் புஜங்களும் இணையும் போது முழு மனிதன் கிடைக்கிறான்.

உடல் பயிற்சிகளிலும் சரி, மனப் பயிற்சிகளிலும் சரி, ஒரு பக்கம் வீங்கி மறுபக்கம் சிறுத்துப்போய்விடுகிறது.

எழுத்தாளர்கள், கலைஞர்கள், விஞ்ஞானிகள் எல்லோருமே ஒரு பக்கம் வீங்கிப் போனவர்கள்தாம். ஒரு துறையின் மீதான அதிக ஈடுபாடு, அத்துறையின் மீது அதிக ஆட்சியை ஏற்படுத்தும்போதே வேறு துறை சார்ந்த அஞ்ஞானத்தை யும் ஏற்படுத்திவிடுகிறது. ஓரம் சார்ந்த பயிற்சிகளிலிருந்து தனிப்பெரும் குணம்கொண்ட கண்ணோட்டங்கள் உருவா கின்றன. ஆனால் இந்தக் கண்ணோட்டங்கள் முழுமை யானவையாக இருக்க முடியாது.

எம். கே. அய்யப்பனின் தகப்பனார் அவர் காலத்தில புகழ் பெற்ற வைத்தியர். யானைகளுக்கு அவ்வப்போது ஏற்படும் மந்தத்தைத் தீர்க்கும் மருந்து, தலைமுறை தலைமுறை யாக இந்தக் குடும்பத்தினரால் தயாரிக்கப்பட்டு இலவச மாக அளிக்கப்பட்டுவருகிறது. யானைப்பாகர்கள் அய்யப் பனையும் விட்டுவைக்கவில்லை. அய்யப்பன் வைத்தியம் படித்ததில்லை என்றாலும் இந்த மருந்தை மட்டும் தயாரித்து வைத்துக்கொள்ளவேண்டிய நிர்ப்பந்தம் ஏற்பட்டு விட்டது. அன்றாடம் ஒன்றிரண்டு யானைகள் வருகின்றன. இவற்றைக் கரும்புள்ளிகளாக வெகு தொலைவில் கண்டு பிடித்து விடுவது என்னுடைய வேலை. யானை, வீட்டின் பின்பக்கம் வந்து நிற்கும். யானைப்பாகன் வாயைத் திறக்க மாட்டான். மரத்தடியில் சென்று உட்கார்ந்து, பின் வாசலையே பார்த்துக் கொண்டிருப்பான். யானை துதிக் கையை அற்புதமாக அசைத்தும், சீறிப் புழுதி கிளப்பியும், உடல் பாரத்தை மாற்றியபடியும் நிற்கும். அய்யப்பன் அவர் ஈடுபட்டிருக்கும் வேலையை ஒரு குறிப்பிட்ட நிமிஷத் தில் நிறுத்தி, உள்ளே சென்று, மண் பானையைத் திறந்து வெல்ல உருண்டை போன்ற மருந்தை எடுத்துக்கொண்டு வருவார். யானையை வாய்திறக்கச் செய்வான் பாகன். முழுக் கையும் உள்ளே போகும்படி மருந்தைத் தொண் டைக்குள் வைத்து விட்டு யானையைச் செல்லமாகத் தட்டுவார் அய்யப்பன். யானைப்பாகன் எதுவும் பேசாமல் யானையை அழைத்துச் செல்வான்.

7. 9. 1948

ஓமனக்குட்டியுடன் பேசிக்கொண்டிருந்தேன். கூச்சம் என்ற பொய்ப் போர்வை போர்த்திக்கொண்டிருப்பவள். லௌகீகப் போர்க்களத்தில் பெரும் வீராங்கனை. பழகப் பழக வார்த்தைகளை அள்ளி இறைக்க ஆரம்பித்துவிடு வாள். அவளுடைய சத்தமே போதையை ஏற்படுத்திக் கொண்டிருக்கிறது. சம்பாஷணை என்பது அவளுடைய முகத்தைத் தன் மனக்கண்ணாடியில் பார்த்து அலங்காரம்

செய்துகொள்வதற்கு நான் சாட்சியாக நிற்பது என்பதுதான். மற்றபடி என்னைப் பற்றி ஒரு கேள்வியுமில்லை. விசாரணையுமில்லை. 'நீங்கள் எழுதுவீர்கள் என்று தெரியும்' என்று மட்டும் சொன்னாள். அதைவிட அதிகம் அவளுக்குத் தெரியும். என்னைப்பற்றித் தெரிந்ததை என்னிடம் சொல்வது தனக்குத் தோல்வி என்று நினைக்கிறாள் போலும். பேரழகி இவள். நெற்றி வகிட்டிலிருந்து கழுத்து வரையிலும் விரிந்து பிரகாசிக்கும் அழகு, ஒரு ஓவியனின் விரலைச் சுண்டி இழுக்கக்கூடியது.

13. 10. 1948

மனம் ஓயாமல் தத்தளித்துக்கொண்டே இருக்கிறது. உள்ளூர இனந்தெரியாத பாரம். எதிர்காலத்தில் பல துன்பங்கள் தலை மீது கவியக் காத்துக்கொண்டிருக்கின்றன என்று எப்போதும் நினைக்கிறேன். அருமையான பல உறவுகள். அநேகமாக எல்லாம் புளித்துப்போய்விட்டன. என்னிடம் குறைகள் இல்லை என்று நான் எண்ணவில்லை. ஆனால் எனக்கு எட்டிய வரையிலும், என்னை விசாரணை செய்துகொண்டே இருக்கிறேன். ஆனால் எவ்வளவு விட்டுக் கொடுத்து யோசிக்கும்போதும், நண்பர்களின் நடத்தைகளில் நியாயம் இல்லை என்று எனக்குப் படுகிறது. என் மீது உள்ளூரக் கோபத்தை வளர்த்துக்கொண்டுவிடுகிறார்கள். கங்காதரன் சொன்னது ஓரளவுக்கு உண்மையாக இருக்கலாம். என் உண்மை உணர்ச்சியும் பார்வையும் தான் எனக்கு எதிராக ஒரு வளையத்தை உருவாக்குகிறது என்றான் அவன். இருக்கலாம். அப்படியே வைத்துக்கொண்டாலும் என்னால் எப்படியோ எல்லோருக்கும் சங்கடம் ஏற்பட்டுவிடுகிறது. எல்லோரையும் இழந்துவிட்டு நிற்கும் போது உண்மையும் திறமையும் இருந்து என்ன பயன்?

9. 4. 1949

நட்புகளின் கோலாகலம். ஆத்மார்த்தமாகவும் மனதுக்கு இசைவாகவும். அய்யப்பன், மேனன், சம்பத். மூன்று வெவ்வேறு விதமான அனுபவங்கள். சூறை, காற்று, தென்றல். இவர்களுடன் பழகும் போது வாழ்க்கை மீதே கொஞ்சம் பிடிப்பு ஏற்படுகிறது. நம்பிக்கை ஏற்படுகிறது. காரணம், இவர்களிடமிருக்கும் உண்மை அம்சம்தான். மேனன் காட்டும் அன்பு மனத்தை நெகிழ வைக்கக்கூடியது. உள்ளே எவ்வளவு இருந்தாலும் கூச்சத்துடனும் வெட்கத்துடனும் அன்பைக் கொஞ்சமாகக் காட்டுவார். இந்தச் சிக்கனம்தான் நெகிழ்ச்சியை ஏற்படுத்துகிறது. கால்பந்தளவு

புனுகை உருட்டிக் காட்டினால் புனுகுதானா என்று நான் சந்தேகப்பட ஆரம்பிப்பேன். அருமைக்கு அளவு மிக முக்கியம்.

17. 4. 1949

திருநக்கரை மகாதேவர் கோவில் பக்கம் மற்றொரு கிருஷ்ணன் கோவில். கிடுகிடு பள்ளத்தில் இருக்கிறது. மகாதேவர் கோயிலிலிருந்து பல படிகள் இறங்கி ஒரு சந்து வழியாகப் போக வேண்டும். சந்தில் மீண்டும் படிகள். கோவில் பக்கம் குளம். வாரத்தில் ஒன்றிரண்டு முறையேனும் நான் இக்குளக்கரைக்குப் போகிறேன். கோவிலின் பின்பக்கம் புறாக்கள் வருகின்றன. காலை நேரங்களில் ஒன்றிரண்டு அல்லது இரண்டு மூன்று. பத்து மணிக்குக் கோவிலைச் சாத்திக்கொண்டு நம்பூதிரி போய்விடுகிறார். அதன் பின் ஆள் அரவமே இல்லை. அந்தப் பிராந்தியமே அதன் மண் தன்மையை உதறிவிட்டு மேகங்களை அடைய முன்னுவது போல் தோன்றுகிறது. இந்தப் பிரயாசையின் மத்தியில்தான் புறாக்கள் வந்துசேருகின்றன. குறிப்பிட்ட இடத்திலேயே அவை வந்து இறங்கிக்கொண்டிருக்கின்றன. கோயிலின் பின்சாய்ப்பின் கீழே மண் தரையில், ஈர மண்ணில் வாரியலின் தடம் தெரியும். அதை அடுத்துச் சுவர். அந்தச் சுவரைத் தாண்டிக் குளத்தில் இறங்கும் படிகள். கோயிலின் பின்பக்கம் வேலி. அதன் பின் அடர்த்தியான தோட்டம். கூரையின் விளிம்பில் புறாக்கள் அமர்ந்து தலையைத் திருப்பி எதையோ ஆராய்கின்றன. பெருவெளியில் எவ்வளவு குறைந்த இடத்தைப் பிடித்துக் கொண்டு எவ்வளவு பெரிய அழகை ஏற்படுத்துகின்றன! தங்கள் நிலைகளை அவை கணத்துக்குக் கணம் மாற்றிக் கொண்டிருக்கின்றன. குளக்கரையின் மறுபக்கம் மரத்தடியில் அமர்ந்து இவற்றையெல்லாம் நான் பார்த்துக் கொண்டிருக்கும்போது என்னிடம் சஞ்சலமும் சோகமும் கலந்த வியப்பு ஏற்படுகிறது.

என் காட்சிக்கு இலக்காகும் இவையெல்லாம் என்ன? எத்தனை ஏற்பாடுகள்? இதன் பின் நின்று தொழில்படும் நியதி என்ன? புறாக்கள், மரங்கள், நம்பூதிரி. இவர்கள் வெவ்வேறு வடிவமும் வெவ்வேறு இயக்கமும் ஏன் கொண்டிருக்கிறார்கள்? இவ்வாறு கொள்ள அவசியமான நியதிகளை உருவாக்கிய கரங்கள் யாருடையவை? இவை எல்லாவற்றிற்கும் எனக்குமுள்ள உறவு என்ன? எனக்கு இவ்வாறு இவை படுவது போல் இவற்றுக்கு நான் எவ்வாறு படுகிறேன்? ஒரு புறாவின் வாழ்வு என்ன பொருள்

கொண்டது? பிறப்பு, உணவு, வேட்டை, இனவிருத்தி, முடிவு. (மிருகங்களும் பட்சிகளும் எங்கு இறந்துபோகின்றன என்பதே தெரியவில்லை.) மனிதன் மட்டும் துக்கமுள்ளவனாக இருக்கிறான். பெரும் துக்கம் கொண்டவனாக. சந்தோஷத்திற்கு அதிக ஆசைப்பட்டவனும் அவன்தான். ஆசைப்படவும், தேடவும், மாற்றியமைத்துக் கொள்ள வழிவகைகள் தெரிந்தவனும் வழிவகைகளைத் தேடி அலைபவனும் அவன்தான். அதிகமாகத் துக்கப்பட்டுக் கொண்டு நிற்பவனும் அவன்தான். மனிதனைப் பற்றி யோசிக்கும் போது அவனுக்கு ஒருநாளும் விமோசனம் இல்லை என்றே தோன்றுகிறது. சந்தோஷம் அவனை ஸ்பரிசிக்கவில்லை. சந்தோஷம் கவியும்போது அவன் அதிருப்திக்கு ஆளாகி, வந்துசேராத சந்தோஷத்தைக் கனவு காண ஆரம்பித்துவிடுகிறான். வந்து சேர்ந்தவை எல்லாம், வந்துசேர்ந்துவிட்டவை என்பதாலேயே அவனுக்கு அற்பமானவை. தன்னையும் துன்பப்படுத்திக்கொண்டு பிறரையும் துன்பத்தில் ஆழ்த்திக்கொண்டிருக்கிறான். உறவுகள் பயங்கரமாகச் சிடுக்காகிக்கொண்டிருக்கின்றன. மனிதனுக்கும் மனிதனுக்கும், மனிதனுக்கும் காரியங்களுக்கும், மனிதனுக்கும் நிறுவனங்களுக்கும், மனிதனுக்கும் தத்துவங்களுக்கும் இலட்சியங்களுக்கும், உறவுகள் அனைத்தும் சிடுக்குகள். மனித ராசியில் ஒரு ஜீவனுக்காவது சுயவாழ்வு இல்லை. சுயசார்பு வாழ்வு இல்லை. அடுத்தவன் மீது சாய்ந்து வாழ்கிறான். அடுத்தவன் மற்றொருவன் மீது. கணவன் மனைவி மீது. மனைவி குழந்தைகள் மீது. நண்பர்கள் மீது. அரசாங்கத்தின் மீது. தத்துவங்களின மீது. ஓயாத சாய்வு. தன் காலை முற்றாக வெட்டிக்கொண்ட சாய்வு. இச்சாய்வுக்குப் பெயர்களே உறவுகள். பிற ஜீவராசிகளுக்கு இந்தத் தீராத சாய்வு இல்லை. இப்புறாக்களுக்கு மனிதனைப் போல் அடிமைத்தனமான சாய்வு இல்லை. அவை இறக்கைகள் கொண்டவை. ஒருநாள் இவையும் நோயுற்றோ, விபத்தில் சிக்கியோ, வயோதிகம் கவிந்ததாலோ மரணத்தின் வாயில் விழும். வெளிக்குத் தெரியாமல், சுவடு தெரியாமல், ஏதும் பரபரப்பின்றி இவை மரணங்களில் ஒடுங்கும். ஆனால் இவற்றிற்கு வாழ்வே மரணம் அல்ல. மரணம்தான் மரணம். வாழ்வு. சிறகடித்து வானில் பறக்கும் வாழ்வு. மனிதனோ, கணந்தோறும் மரித்துக்கொண்டிருக்கிறான். மரணத்திற்குப் பயந்து மரித்துக்கொண்டிருக்கிறான். உறவுகள் முற்றாகக் கசந்த பின்னும், தற்கொலை அச்சத்தை ஊட்டுகிறது அவனுக்கு. என்ன காரணத்திற்காக அவன் இங்கு புதைபட்டுக் கிடக்கிறான் என்பது அவனுக்கு இன்னும் சரிவரத்

தெரியவில்லை. அவனுடைய பொறிகள் சங்கிலியால் மண்ணுடன் பிணைக்கப்பட்டுக் கிடக்கின்றன. தேனில் கால்கள் சிக்கிக்கொண்ட ஈ போல் அவன் அவஸ்தைப் படுகிறான். இந்நிலையில் ஈக்களுக்குத் தேன் உணவல்ல. எழுந்து பறப்பதே அவற்றின் ஜீவப் பிரச்சினை. அதற்காகத் தங்கள் முழு பலத்தையும் அவை திரட்டுகின்றன. ஆனால் காலிலோ திட்பத்தின் விலங்கு.

29. 4. 1949

தெளிவில்லாமலும், முரண்பட்டும், ஏறுக்குமாறாகவும் சிந்தித்துக் கொண்டிருக்கிறேன் என்றார் அய்யப்பன். இருக்கலாம். ஒவ்வொரு கணத்திலும், அந்த கணத்தில் படும் உண்மையை எட்ட ஆவேசமாகப் பாயும் குணம் என்னுடையது. அய்யப்பனுடைய அணுகல் நிதானமானது. தர்க்கரீதியானது. அவரால் ஏற்றுக் கொள்ளப்பட்டிருக்கிற தத்துவங்கள் சார்ந்த அளவுகோல்கள். இவற்றில் சிக்கும் விஷயத்தை முன்வைத்துப் பேச ஆரம்பிக்கிறார். இதற்கு அப்பாலும், அவர் தேடிச் செல்வது, நாம் அவர்மீது சிரத்தை கொள்ளக் காரணமாகிவிடுகிறது. ஆனால் இந்தப் பயணங்களில் உணர்வின் கீற்றுகள் வியாக்கியானங்களுக்கு ஆளாகித் தத்துவத்தின் ஒரு பகுதியாக வந்து ஒட்டிக் கொள்ளும்போது இக்கீற்றுகள் சப்பி உருக்குலைந்துபோய் விடுவன போல் தோன்றிவிடுகின்றன. அனுபவங்களை விண்டு பார்க்கும்போது அவற்றிற்கு இரண்டு முகங்கள். ஒன்று: பிறருக்கு விளக்குவது. மற்றொன்று: தனக்குத் தானே அரற்றிக்கொள்வது. இதன் ஒரு முகம் கவிதை என்றால், மற்றொரு முகம் தத்துவம். தத்துவம், கவிதை இழந்து குறைபட்டு நிற்கிறது. தத்துவத்தின் முன்னுருவங் களான கவிதைகள் கலைஞர்களிடமே சிக்கி இருக்கின்றன. (பால்சாக் பற்றி மார்க்ஸும், தஸ்தாயேவ்ஸ்கி பற்றி ஃப்ராய்டும் கூறியுள்ளவை நினைவுக்கு வருகின்றன.) அனுபவத்தை மூளையால் அள்ளும்போது குறைந்து போகும் பகுதியைக் கலைஞன் நிரப்புகிறான். மேலும் தத்துவ ஞானி, மேலான கலைஞனை எப்போதும் உன்னிப் பாகக் கவனித்துக்கொண்டுவந்திருப்பது இதனால்தான்.

28. 8. 1949

நேற்று பஸ் நிலையத்தில் வினோதமான காட்சியைப் பார்த்தேன். இரு கைவிரல்களும் அற்ற ஒரு குஷ்டரோகி சுருட்டுப் பிடிக்கிறான். ஈர்க்குச்சியைச் சுருட்டில் குத்தி, வணங்குவது போல் கைகளால் ஈர்க்குச்சியைப் பிடித்துக்

கொண்டிருக்கிறான். தேவை ஏற்படும் போது மூளை சற்று சுறுசுறுப்பு அடைகிறது. பரவாயில்லை.

2. 9. 1950

முற்றிலும் அமைதியாக இருக்கும்போது கேட்கப்போகிற சிறு சத்தங்களுக்காக உன்னிப்பாகக் கவனித்தவாறே படுத்துக்கிடக்கிறேன். ஆழ்ந்து கவனிக்கும்போதுதான் அமைதி, அமைதி அல்ல என்பதும், அமைதி என உணரும் போதும் அமைதியின்மை மறைந்திருப்பதும் தெரியவரும். அமைதி இனிமேல்தான் இறங்கி வர வேண்டும். வேலையை முற்றாக உணர்ந்து அதில் லயித்துக் கிடப்பதில ஆழம் கொள்ளும் மனத்தில் ஓரளவேனும் அமைதி கூடும். மனித மனத்தின் விருப்பத்தையோ, விருப்பமின்மையையோ புற உலகம் கணக்கிலெடுத்துக்கொள்ளவில்லை. அது பெரும் பாலும் அமைதியின்மையில் தத்தளித்து, அமைதி போன்ற அமைதியின்மையில் ஒதுங்குகிறது. முழுமையான அமைதி ஏற்படும்போது, அமைதியின்மையுடன் முற்றாகத் தொடர்பு அறுந்து போகிறபோது, மீண்டும் உயிரியக்கத்திற்குத் திரும்ப முடியாமலே போய்விடலாம்.

7. 11. 1950

இடைக்கா வாத்தியத்தின் சத்தம் நெஞ்சைத் தொடுகிறது. வர்ண வேலைப்பாடுகள் அதிகமற்ற ஓசைகள். ஒரு சுழற்சி யில் மீண்டும் மீண்டும் சுற்றி வரும் ஓசை. ஆனால் மனத்தைச் சிறகு முளைக்கச் செய்கிறது. அதை வாசிக் கும் மாராரை ஓடிச்சென்று தழுவிக் கொள்ள வேண்டும் என்று தோன்றுகிறது. ‘இந்த நிமிஷத்திலிருந்து உம்முடனேயே இருக்கிறேன்: எனக்குக் கற்றுத் தாரும்’ என்று சொல்ல வேண்டும் போல் இருக்கிறது. அவருடைய வேலை புனிதமானது; கள்ளங்கபடமற்றது. பொய்யில்லை. திரியாவரம் இல்லை. ஒரு ஜீவனை ஏமாற்ற வேண்டியது இல்லை. இன்னின்ன நேரங்களில் என்று வைத்திருக்கிறார் கள். அந்த நேரங்களில் வாசிக்க வேண்டும். மகாதேவ ருக்கு இந்த வாத்தியம்தான் பிரியம் என்றால் அபூர்வ ரசனை உள்ளவர்தான் அவர். செல்வங்கள் கொட்டிக் கிடக்கின்றன. பார்க்கும் இடங்கள் எல்லாம் செல்வங்கள். மனிதன் அனைத்தையும் இழந்துவிட்டு வருத்தத்துடன் நிற்கிறான். உன்னதங்களுடன் அவன் கொள்ள வேண்டிய தொடர்புகள் அனைத்தும் அவனுக்கு அறுந்து போய்விட்டன.

11. 11. 1950

ஆனந்தத்தையும் அற்புதமான நிமிஷங்களையும் பரவசத்தையும் எங்கேயோ தேடிக்கொண்டு செல்கிறேன். இதோ இதோ என்று அவை என்னைத் தேடி வந்து ஒவ்வொரு நிமிஷமும் என் முன் நர்த்தனம் புரிவதை நான் தெரிந்துகொள்வதில்லை. இதோ, இந்தக் குளத்தில் பாசிகள் விலகிச் செல்லும் காட்சி. மீண்டும் இணைந்து கொள்ளும் அழகு அற்புதத்திலும் அற்புதமானது. இதற்கு நிகரான காட்சியை நான் எந்தத் திரைப்படத்திலும் பார்த்தது இல்லை. இளநீர் எவ்வளவு ருசியான பானம். தென்னைகளின் பின்னணியில் புட்டிகளில் செயற்கை பானங்களை வெட்கங்கெட்ட மனிதன் வாயில் ஊற்றிக் கொள்கிறான். நகரவாசியின் போலித்தனமான நாகரிகம், இயற்கையை அனுசரித்து இயங்கும் கிராமவாசியையும் கெடுத்துவிடுகிறது. சூரியோதயத்தை அல்லது சந்திரோதயத்தை எப்போது கடைசி முறையாகப் பார்த்தாய் என்ற கேள்வியின் முன் மனிதன் வெட்கத்துடனேயே பதில் சொல்ல வேண்டியிருக்கும். ஒன்றின் செழுமையும் நித்திய பரிச்சயமும் அதன் அருமையை நமக்குத் தெரியாமல் அடித்துவிடக்கூடியன. பழங்குடியினருக்கு இயற்கையின் அழகு தெரியாதாம். அப்படியானால் அழகு என்பது ஒப்பிடல் என்று ஆகிவிடுகிறது.

12. 11. 1950

இந்தியாவைப் போல் புத்தகங்களை இவ்வளவு ஆபாசமாகத் தோற்றுவிக்கும் தேசம் மற்றொன்று இருக்கும் என்று தோன்றவில்லை.

17. 12. 1950

‘பெண்களில் ஒழுக்கம் குறைந்தவர்களைப் பார்த்த மாத்திரத்தில் எப்படி உனக்குத் தெரிகிறது?’ என்று ராமன் குட்டி கேட்டான். ‘உணர முடிகிறது; சொல்ல முடியவில்லை’ என்றேன். மனிதனின் முகத்தில் வயதை எப்படி உணருகிறோம்? தூங்குகிறவனுக்கும் இறந்து போனவனுக்கும் எப்படி வித்தியாசம் தெரிகிறது? ‘உணர முடியும்; சொல்ல முடியாது’. மனிதன் இந்தச் சொற்றொடரை எத்தனை தடவை பயன்படுத்துகிறான்! மனிதனின் மூளை ஒரு கைக்கடிகாரம். பாஷை மண்வெட்டி.

7. 12. 1951

நேற்று ஒரு கவிதையை மொழிபெயர்த்தேன். மூலத்தில் கனமாக இருந்தது என் தாய்மொழியில் கஞ்சித்தாள் மாதிரி பறக்க ஆரம்பித்துவிட்டது. என்ன நேர்ந்தது அந்தக் கவிதைக்கு? என் பாஷை அந்தக் கவிதையை என்ன செய்தது? எந்த விதத்தில் அதைத் துன்புறுத்திற்று? மூலத்தையும் மொழிபெயர்ப்பையும் மாறி மாறிப் படிக்கிறேன். இந்த மொழிபெயர்ப்பை நான் பிரசுரம் செய்யக் கூடாது. குறைந்தபட்சம் இந்த உபகாரத்தையேனும் நான் அந்த மூலக்கவிஞனுக்குச் செய்ய வேண்டும். மூலம் திடமாகவும், கனமாகவும், ஒரு குழந்தையின் முழுமையுடனும், தெளிவற்ற அழகுடனும், உக்கிரமானதாகவும் இருந்துகொண்டிருக்க, இன்று காலையில் இந்தக் கவிதையின் துரதிருஷ்டம் என்று சொல்ல வேண்டும், என் மூளை இதன் மேல் விழுந்தது. நான் புரிந்துகொள்ள ஆரம்பித்தேன். கவிதையின் மீது என் மூளையின் துவம்சம் ஆரம்பமாகிவிட்டது. அழகுகளின் பின்னல்களை உருவிக் கோத ஆரம்பித்தேன். கவிதை விளக்கம் பெற விளக்கம் பெற அது தன் சோபையை இழந்து பிணமாகிவிட்டது. இவ்வாறு என் மூளையால் கொன்று, விளக்கம் பெற வைத்துக் கொண்ட பின், மொழிபெயர்ப்பு மூலம் உயிர் ஊட்ட ஆரம்பித்தேன். நான் கொன்றதற்குத் தடயமாக இருக்கிறது என் மொழிபெயர்ப்பு. கவிதைகளின்மீது நாம் காட்டியிருக்கும் குரூரம் அளவிட முடியாதது. இந்தக் குரூரத்தைச் சமூகத்தின்முன் தடிப் புத்தகங்களாக வீசிய காரணத்திற்காகவே அறிஞர்கள் என்ற பட்டத்தையும் பெற்றுக்கொண்டுவிட்டார்களே. என்னதான் கொடுமைகள் நிகழ்த்தப்பட்டாலும், கவிதை தன் உயிரை விட மறுத்து, தன்னைக் காப்பாற்றிக்கொண்டு தன்னைப் பட்டென உணரும் இதயத்திற்குள் சாடிக் குதிக்கக் காத்துக் கொண்டிருக்கிறது.

19. 12. 1951

நேற்றுக் காலை பிரபாகரன் வந்தான். மூன்று மைல் தொலைவிலுள்ள ஒரு அற்புதமான இடத்தைப் பார்க்கப் போகலாம் என்றான். சைக்கிளில் கிளம்பினோம். பிரபாகரன் திரைச் சீலையையும், தூரிகையையும், வர்ணப் பெட்டியையும் எடுத்துக் கொண்டான். 'அற்புதமான காட்சிகள், இருக்கும் இடங்களிலேயே இருந்துவிட்டுப் போகட்டுமே. கூடத்துச் சுவருக்குள் கொண்டுவர வேண்டுமா?' என்று கேட்டேன். 'ஆசையை ரொம்பவும் தூண்டக்கூடிய

இடம்' என்றான். கரடுமுரடான ஒற்றையடிப் பாதையில் ஒரு மணி நேரம் மிதித்து அந்த இடம் போய்ச் சேர்ந்தோம். 'புரவஞ்சேரி' என்றார்கள். ஒற்றையடிப் பாதையிலிருந்து வலது பக்கம் திரும்பி பள்ளத்தாக்குப் போன்ற சரிவில் இறங்க வேண்டும். அதன்பின் வழவழப்பான மேடுபள்ளங் கள் கொண்ட செம்மண் திடல் ஆரம்பமாகிறது. இதைப் போன்ற செம்மண்ணை எங்குமே பார்க்க முடியாது. காவி நிறச் சாயத்தைப் பீப்பாய் பீப்பாயாக மண்ணில் ஊற்றிக் குழைத்தது போல். இந்தக் குன்றுகளில் ஏதோ விசித்திரப் பூச்சிகள் குடைந்து எண்ணற்ற துவாரங்களை ஏற்படுத்தியிருக்கின்றன. 'அதோ அந்த இடத்திற்குப் போக வேண்டும்' என்றான் பிரபாகரன். மீண்டும் பள்ளம். முந்திரிப் பருப்பு உருவத்தில் செம்மண்நிறக் கற்கள் ஊசி குத்த இடமில்லாமல் குவிந்து கிடக்கின்றன. இந்த இடத்தைப் பார்த்ததும், மனம் கலங்கி விசித்திரமான எண்ணங்கள் தோன்ற ஆரம்பித்தன. 'எனக்குக் கடவுள் ஞாபகம் வருகிறது' என்றான் பிரபாகரன். 'சர்ரியலிஸ்டிக் ஓவியம் போல் இருக்கிறது' என்றான். கனவை வரைந்தால் என்ன? நனவிலேயே கனவைக் கண்டு வரைந்தால் என்ன? கலையாக இருந்தால் சரி. 'வரை, நன்றாக வரும்' என்று உற்சாகப்படுத்தினேன். 'மகாராஜா இந்த இடத்தை எனக்குப் பட்டயம் செய்து தந்தால் நன்றியுணர்ச்சியுடன் ஏற்றுக் கொள்வேன்' என்றேன். 'ஆகா, என்ன நன்றி!' என்றான் பிரபாகரன். திரைச் சீலைக்குள் அந்த இடத்தைப் பிரபாகர னால் அடக்க முடியுமா? மூலத்தின் ஜீவகளையை மூலத்தை விடவும் துடிப்பாக வெளிப்படுத்தக் கூடியதாக அது இருக்க வேண்டுமே. முந்திரிப் பருப்புகளிடையே பிரபாகரனின் முகம் நிழலாட வேண்டுமே.

10. 7. 1952

ரெயில் நிலையங்கள் மீது எனக்கு உள்ளூரக் காதல் உண்டு. தமிழ் நாட்டில் சில அழகான குட்டி ஸ்டேஷன்கள் உள்ளன. தீப்பெட்டி போன்ற ஸ்டேஷன்கள். சிறு பெஞ்சு களின் அழகும், ரெயில் நின்றதும் சிலர் இறங்கி விலகி மறையும் அழகும், வெறிச்சோடிப் போன தன்மையின் அழகும் கொண்ட குட்டி ஸ்டேஷன்கள். இந்த ஸ்டேஷன் பெஞ்சுகளில், சென்ற வாரம் பல நாட்கள், உலகத்தால் புறக்கணிக்கப்பட்ட ஒரு ஆண்டியாக என்னைக் கற்பனை செய்தபடி உட்கார்ந்துகொண்டிருந்தேன். பலரிடம் மனம் விட்டுப் பேசினேன். மனித இதயங்களில்தான் எவ்வளவு துக்கம் உறைந்து கிடக்கிறது. அத்துக்கங்களைக் கொட்ட

அனுதாபத்தோடு ஆழ்ந்து கேட்கும் முகங்களைத் தேடி அலைகிறார்கள். சுற்றத்திடமும் பந்தங்களிடத்திலும்தான் மனிதன் தன் துன்பத்தைப் பகிர்ந்துகொள்வான் என்றும், அவர்களிடம்தான் வெளிப்படையாகப் பேசுவான் என்றும் நம்புகிறோம். அல்ல. மூன்றாம் மனிதனிடமே, முன்பின் தெரியாதவர்களிடமே தன்னைப் பற்றி, தான் விரும்பும் விதத்தில் கூறி, தனது விருப்பங்களுக்கேற்பத் தன்னை முன்வைத்து, 'எனக்கு இந்தக் கொடுமை நிகழலாமா?' என்று மனிதனால் கேட்க முடியும். எண்ணற்ற பெண்கள், ஆண்கள் இக்கேள்வியை என்னிடம் கேட்டிருக்கிறார்கள். தங்களைப்பற்றிய அவர்களுடைய கற்பனை உருவத்தின் முன்னாலேயே, இக்கேள்விகள் செல்லுபடியாகின்றன! தங்களைப் பற்றி மெய்யாகவே அவர்கள் அறிந்துகொள்ளும் போது இக்கேள்விகள் இவ்வளவு வலுவோடு எழுப்பக் கூடியவையாக இரா. தன்னைப் பற்றி அறிந்துகொள்ள மனிதனுக்கு விருப்பமில்லை. தன்னைப் பற்றிய கற்பனை களைப் போஷிக்கவே அவன் விரும்புகிறான். கடவுளின் பட்சபாதத்தைப் பற்றிய அவனுடைய புகார் மனு, எழுதி முடிக்க முடியாத ஒன்று.

இந்த ஊரில் ஸ்டேஷன் இல்லை. பஸ் ஸ்டாண்ட் இருக்கிறது. அழகற்ற பஸ் ஸ்டாண்ட். மற்ற எல்லா இடங் களையும்விட வெயில் இங்கு அதிகமாக அடிக்கும். இது விஞ்ஞானத்திற்கே முரணான கருத்து என்றால் இதை விளக்க வேண்டிய பொறுப்பு சூரியனுடையது. எல்லா ஊர்களிலும் மோசமான பஸ் ஸ்டாண்டு மோசமான வெயிலில் வெந்து கொண்டிருக்கிறது. ரெயில்வே ஸ்டேஷன் களுக்கு எப்போதுமே கிடைக்கிற அந்த 'முகராசி' பஸ் ஸ்டாண்டுகளுக்குக் கிடைப்பதில்லை. ரெயிலில் பிராயணம் செய்யும்போது நான் ஒரு அழகான காரியத்தை, உலகத் தோடு ஒத்துப்போகும் காரியத்தை, நதியின் போக்கோடு போகும் காரியத்தைச் செய்வது போலவும், பஸ்ஸில் போகும்போது அந்தரத்தில் அநாகரிகமாகச் சாடிக் கொண்டிருப்பது போலவும் தோன்றுகிறது.

17. 7. 1952

மூன்று நாட்களாக மழை விடாது பெய்துகொண்டிருக்கிறது. ஊர்வாசிகளுக்கு மழை தரும் ஒரே செய்தி 'அசௌகரியம்' என்பதுதான். விரோத பாவம் கொள்கிறார்கள். மூக்குப் பொடி வாங்கக் குந்தகமாக இருக்கிறது என்று தூற்று கிறார்கள். மழையின் அற்புதத்தை முற்றாக இழந்துவிட் டோம். எனக்கும் மழைக்குமுள்ள உறவுகூடச் சீரானது

அல்லதான். என்னை மறந்து அதைப் பார்க்க எனக்குத் தெரியவில்லை. மழையில், மழையை ரசிக்காதவர்களின் கோபத்தைப் பார்ப்பது, மழையைப் பார்ப்பது அல்ல. மழையைப் பார்க்க எனக்குத் தெரிய வேண்டும். தெரிய வேண்டும் என்று சொல்வதுகூடச் சரியில்லை. கூட வேண்டும். கூடும். நிச்சயமாகக் கூடும். பார்க்கத் தெரிந்துவிட்டால் கிடைக்க வேண்டியது, அதன் பின் எதுவும் இல்லை.

19. 7. 1952

அரசாங்க மருத்துவமனைகள், வைத்தியசாலைகள், எல்லாவற்றையும் சுற்றிப் பார்த்தேன். மிகக் கொடுமை. சகல கொடுமைகளையும் இயற்கையின் ஒரு பகுதியாக எடுத்துக் கொள்ளும் தடித்தனத்திற்கு ஆளாகிவிட்டோம். இந்தத் தடித்தனத்தை நியாயப்படுத்தத் தத்துவம் வேறு. வியாக்கியானங்கள் வேறு. பொறுமையாக இரு. அமிழ்ந்து கிட. முனகாதே. ஒடுங்கு. பொறிகளை முடக்கு. இவையெல்லாம் தத்துவமா? கொடுமையை ஒரு போதும் பொறுக்காதே; ஆவேசம் கொண்டு எழுந்திரு; கத்து என்று சொல்லும் தத்துவம் எதுவும் இல்லை. நம் தத்துவங்கள் அனைத்தும் வலியவன் எளியவனை ஏமாற்ற வலியவனுக்குத் துணைபோகக் காத்துக்கொண்டிருக்கின்றன.

நோயாளிகளைப் பார்த்துப் பேசும்போது அவர்கள் மீட்டும் ஒரே ஒலி விதி என்பதுதான். விதி மேல் அவர்கள் கொண்டிருக்கும் நம்பிக்கை, மூளையில் பதிவாகியுள்ள செய்தியின் மின்கதிர் போல் எனக்குப் படாமல், விதியே ஒரு தனி உறுப்பாக முளைத்து மூளையை விழுங்கிகொண்டிருப்பது போல் தோன்றுகிறது. இந்த உறுப்பை வளர்த்துவது எப்படிச் சாத்தியமாயிற்று?

2. 8. 1953

நேற்று ‘போட் ஜெட்டி’யில் குஞ்சாலி என்ற தோணிக்காரனைச் சந்தித்தேன். அற்புதமான ஆத்மா. தோப்புக்குள் சென்று இருவரும் கொஞ்சம் கள் குடித்தோம். திருவனந்தபுரத்திலிருந்து பர்மா ஷெல் ஆயில் கம்பெனி மண்ணெண்ணெய் டின்கள் கொண்டு வருகிறானாம். காயல்கள் வழியாக வருகிறானாம். பன்னிரண்டு நாட்கள் ஆகும் என்றான். அடுத்த தடவை வரும்போது என்னையும் அழைத்துப்போகிறேன் என்று சொல்லியிருக்கிறான். இது எனக்கு ஒரு பெரிய சந்தர்ப்பம். விடை பெற்றுக் கொள்ளும் போது யாத்திரைக்கு எடுத்துச் செல்ல வேண்டிய

சாமான்களுடன், ஏத்தங்காய் வறுவலும் கொண்டு வர வேண்டும் என்றான். ஏதோ தவிர்க்க முடியாத சாமான் போல் இதைச் சொன்னான். அவனுக்குப் பிடிக்கும் போல் இருக்கிறது. நிறைய வாங்கிக் கொண்டு போக வேண்டும். இது போன்ற மனிதர்களையும் அவர்கள் உருவாக்கும் சந்தர்ப்பங்களையும் பார்க்கும்போது தான் இந்த உடலையும் இந்த உடலின் உச்சியில் மூளையையும் சுமந்து திரிவதில் சிறிது திருப்தி ஏற்படுகிறது.

23. 8. 1953

சந்திப்பவர்களிடம் எல்லாம் கடவுளைப் போட்டுப் பார்த்து என்ன விடை வருகிறது என்று கவனிக்கிறேன். நாலுவித மனோ பாவங்கள்: ஒன்று, கடவுள் இருக்கிறார். இரண்டு, கடவுள் இருக்கக்கூடும். மூன்று, கடவுள் இல்லாமலும் இருக்கக்கூடும். நான்கு, கடவுள் இல்லை. உலக மக்கள் முதலாவதிலிருந்து நான்காவதைப் பார்க்கப் போய்க்கொண்டிருப்பதாகத் தோன்றுகிறது. முதலாவதும் நான்காவதும் முக்கியமல்ல என்றும் படுகிறது. இரண்டாவதும் மூன்றாவதுமே முக்கியமான நிலைகள். இந்நிலைகளில்தான் தேடல்கள் இருக்கின்றன. வெற்றிகளும் வீழ்ச்சிகளும் இருக்கின்றன. முதலாவதும் நான்காவதும் இனிச் செய்ய எதுவுமில்லை என்ற நிலை.

28. 8. 1953

நேற்று மாலை போலீஸ் ஸ்டேஷனுக்கு எதிர்ப்பக்கம் ஆரம்பப் பாடசாலையின் திண்ணையில் ஒரு பிச்சைக்காரி படுத்துக்கொண்டிருப்பதைப் பார்த்தேன். முப்பது வயதிருக்கும். பக்கத்தில் ஒரு சோனிக் குழந்தை. அதற்கு வயிற்றில் கட்டி. பிச்சைக்காரி நிறைமாதக் கர்ப்பிணி. பெயர் ஜானகி என்றாள். பாதங்கள் வீங்கி இருந்தன. மாலையில் டாக்டர் கோஷியைச் சந்தித்துப் பேசிக் கொண்டிருக்கும்போது இந்தக் கால் வீக்கத்தைப் பற்றிக் கேட்டேன். 'கர்ப்பிணியா?' என்று கேட்டார். அனேகமாக சிறுநீரில் உள்ள குறையாக இருக்கும் என்றும் ஒரு வார காலத்தில் விசேஷ செலவின்றி சிகிச்சை செய்து குணப்படுத்திவிட முடியும் என்றும் சொன்னார். இல்லை என்றால் பிரசவம் ஆபத்தில் முடிய அதிக வாய்ப்புகள் என்றார். 'இறந்துவிடுவாளா?' என்று கேட்டேன். அவர் பதில் சொல்லவில்லை.

ஒரு வார காலத்தில் நிவர்த்தி செய்துவிடக்கூடிய எளிய சிகிச்சை முறை. இதை உலகம் அறிந்து எத்தனை காலம்

ஆகியிருக்கும்? இந்த அறிவின் பயன் ஜானகியைச் சென்று எட்ட எத்தனை நூற்றாண்டுகள் ஆகும்? விதி வந்தால் சாவோமாம். என்ன பைத்தியக்காரத் தனமான வார்த்தை. ஆஷாடபூதி, மீண்டும் ஒரு வாதத்தைக் கிளப்புவான். இதே நோய்க்கு மிகத் தரமான சிகிச்சை அளிக்கப்பட்டும் இறந்து போனவர்கள் உண்டு என்பான். விதியிலிருந்து விதிவிலக்குக்குப் போயாயிற்று. பிரச்சினைகளைத் தீர்ப்பது சுலபமல்ல என்று வாதாடுவதில் என்ன உற்சாகம்! ஜானகி சுகமாக ஒரு குழந்தையைப் பெற்றெடுப்பதில் இவனுக்கு ஏன் இவ்வளவு வருத்தம்? இரண்டு காரணங்கள் இருக்கக்கூடும். உலகின் நிலைமாறும்போது தங்களுடைய நிலை ஆட்டங்கண்டுவிடும் என்று பயப்படுகிறார்கள் போலும். உலகம் இந்த மோசமான நிலையிலிருப்பதற்குத் தாங்களும் ஒரு காரணம் என்ற உறுத்தலும் இருக்கலாம்.

21. 10. 1953

தோமாவின் மருந்துக் கடையில் உட்கார்ந்து தெருவைப் பார்த்துக் கொண்டிருக்கிறேன். பெரிய மேஜை அளவுதான் அவன் கடை. ஒரு சாண் விட்டத்தில் ஒரு முக்காலி. அது எனக்கு. விற்பனைக்குத் தொந்தரவு தராமல் குட்டி பூர்ஷுவாக்களின் பழைய ஹாஸ்யங்களைக் கேட்டுக்கொண்டிருக்கிறேன். மேற்கொண்டு சில வசதிகள். ஒன்று: குடும்பம் என்ற பின்னணி இல்லை. இரண்டு: தெரு பார்க்கப் பார்வை. மூன்று: மண் கூஜாவில் குடிநீர். நான்கு: புகை பிடிக்க ஏற்ற சூழ்நிலை.

தொலைவில் ஒரு கட்டிட வேலை நடக்கிறது. நாலாவது மாடியில் பயங்கரமான சுறுசுறுப்பு. ஒல்லி ஏணியில் பெண்கள் தலைச்சுமையுடன் மேலே போகிறார்கள். (எலிக்குட்டி பால்கனி ஓரம் போகும் போது கால் பறக்கிறது என்பாள்.) மேல்படியில் இடதுகை பிடிபடும்போது வலது கால் படி ஏறுகிறது. நிதானமான, சீரான போக்கு. எறும்புச் சாரி போல ஒருவர் பின் மற்றொருவர். அசைவுகளின் அழகுகள் மனத்தைக் கரைக்கின்றன. மூன்று வாரங்களுக்கு முன் ஒரு கர்ப்பிணி போய்க்கொண்டிருந்தாள். இப்போது அவள் குழந்தை பெற்றிருக்கக்கூடும். செங்கல்கள் மேலே போய்க் கொண்டிருக்கின்றன. சாந்து, சிமெண்டு, மரச்சாமன்கள் எல்லாம் மேலே போகின்றன. நான் பார்த்துக்கொண்டிருக்கும்போதே, நான் பார்க்கும் வட்டத்திலும் அதற்கு அப்பாலும் உலகின் சகல பரப்புகளிலும் மிகக் கடுமையான உழைப்பு நடந்து கொண்டிருக்கிறது. மிகக் கடுமையான உடல் உழைப்பும், மிகக் கடுமையான மன உழைப்பும்.

இதையே மாற்றிச் சொன்னால், கடுமையான உழைப்பு தான் பார்க்கும் வசதியையே எனக்கு ஏற்படுத்தித் தந்திருக் கிறது என்று சொல்லலாம். ஓடும் பஸ் நின்றுவிடுகிறது. இறங்கித் தள்ளுங்கள் என்கிறான் கண்டக்டர். ஒரு சிலர் இறங்கித் தள்ளுகிறார்கள். ஒரு சிலர் தள்ளாவிட்டாலும் பாரத்தையேனும் குறைப்போம் என்று எண்ணி இறங்கு கிறார்கள். இன்னும் சிலர், பிரச்சினை எதுவும் ஏற்படாதது போலவும், அப்படியே ஏற்பட்டிருந்தாலும் தங்கள் கவனத் திற்கு அது வராதது போலவும் பாவனை செய்துகொண்டு சும்மா இருந்துவிடுகிறார்கள். சும்மா இருப்பது எப்படி சாத்தி யமாயிற்று? சும்மா இருந்த பின்பும் பஸ் எவ்வாறு கிளம் பிற்று? தள்ளச் சிலர் இருந்துகொண்டு இருப்பதால்தான்.

23. 10. 1953

எனக்கும் கவி கோவிந்த குறுப்புக்கும் நேற்று வாய்ச் சண்டை. கம்பம் நட்டு மின்சாரக் கம்பிகளை இழுத்துத் தெரு விளக்குப் போடும் குஞ்சுண்ணியைப் பற்றி நீளமாகப் பாடியிருக்கிறான். குறுங்காவியம் என்றான் குறுப். நான் நீண்ட பாட்டு என்றேன். இந்த இடத்திலேயே கிறீச்சிட்டு விட்டது. 'உழைப்பு உன்னதமானது என்று சொல்ல மாக் சிம் கார்க்கியை ஏன் இழுத்தாய்? உனக்குத் தெரியாதா?' என்று கேட்டேன். 'நீ மரவள்ளி பயிர் செய்கிறவன்தானே?' என்று கேட்டேன். அவன் முகம் சிவந்தது. 'உழைப்பு உன்னதமானது என்று எண்ணற்ற தடவைகள் நீ சொல் லும்போது இது பற்றி உனக்கே சந்தேகம் இருக்கிறதோ என்று எனக்குத் தோன்றிவிடுகிறது' என்றேன். 'மேலான உறவுகளை நாம் பறை சாற்றுவது உண்டா?' என்று கேட்டேன். 'தாய் மீது கொண்டிருக்கும் பாசம், மனைவி மீது கொண்டிருக்கும் அன்பு, காதலியின் மீது கொண்டி ருக்கும் பிரியம், குழந்தைகளின் மீது கொண்டிருக்கும் கவலை, நண்பர்களின் மீது கொள்ளும் பாராட்டுணர்வு இவை பறைசாற்றுப்படுவதுண்டா? மின்சாரத்தைக் கண்டு பிடித்தவன் யார் என்பது தெரியுமா?' என்று கேட்டேன். அவனுக்குத் தெரியாது. 'தெருவில் விளக்குப் போடுபவன் தான் எனக்கு முக்கியம்' என்றான். 'மின்சாரத்தை ஒருவன் கண்டுபிடிக்கவில்லை என்றால் குஞ்சுண்ணி எப்படி விளக்குப் போடுவான்?' என்று கேட்டேன். 'குஞ்சுண்ணிகள் தான் ஒளியைப் பரப்பினார்கள். அதுதான் எனக்கு முக்கி யம்' என்றான். 'குஞ்சுண்ணி அதிகச் சம்பளம் கிடைத்தால் மிலிட்டரியில் சேர்ந்து விடுவானே' என்றேன். 'விஞ்ஞானி களும் தங்களை விற்றுக் கொண்டுதான் இருக்கிறார்கள்' என்றான். 'ஆக, மிகையான நிலைகள் வேண்டாம்.

உழைப்பைத் தன்னளவில் போற்றிப் பேசுவது தவறானது. உழைப்பின்றிக் கற்பழிப்பு இல்லை. போற்றப்பட வேண்டி யது உழைப்பின் பின்னுள்ள பிரக்ஞை. உடல் உழைப்பு ஆயினும் சரி, மன உழைப்பு ஆயினும் சரி' என்றேன்.

9. 11. 1953

'ரால்ஃப் ஃபாக்ஸும், கிறிஸ்டோஃபர் காட்வெல்லும் போர்க்களத்தில் உயிரை விட்டார்களே. நீ என்ன செய்தாய்?' திரும்பத் திரும்ப இந்தக் கேள்வியை என்னிடம் கேட் கிறார்கள். சுயஞாபகம் இல்லாமலே, வெட்கங்கெட்டுப் போய். 'எந்தப் போர்முனைக்கு நீ புறப்பட்டுக்கொண்டிருக் கிறாய்?' என்று திருப்பிக் கேட்டு நான் வாயை அடக்கலாம். விமர்சனத்திற்கு ஆளாகும்போது எதிராளியின் முகத் திரையைக் கிழிப்பது அல்ல, என் மனத் திரையைத் தூக்கிப் பார்த்துக்கொள்வதுதான் என் முதல் வேலை என்று நினைக்கிறேன்.

செயலின் ஊற்றுக் கண்ணான சிந்தனையைப் பாதிப்பதே என் வேலை. எண்ணங்கள் இன்றிச் செயல்கள் இல்லை. எண்ணங்களைப் பாதிப்பவன் ஒவ்வொருவனும் காரியத் தையே பாதிக்கிறான். நம்பிக்கைகளில் மாற்றம் ஏற்படுத்து வதன் மூலம் மனித குலத்தையே மாற்ற முடியும். இம் மாற்றம் நிகழ வேண்டுமென்றால் மனிதனுக்கு அவன் கொள்ளும் உறவுகளில், சகல உறவுகளிலும் மெய்ம்மையை ஸ்பரிசிக்கத் தெரியவேண்டும். உறவுகளில் பழக்கத்தையே ஸ்பரிசித்துக்கொண்டிருக்கிறான் மனிதன். இத்தடுப்பு இருக்கும் வரையிலும், போதனைகள் பழக்கத்தின் பாசி யில் வழிந்துகொண்டே இருக்கும். இந்தப் பாசி பயங்கர மானது. கலவியை முற்றாக மறந்துவிட்ட சமூகம் காதல் வயப்பட்டு நிற்பதன் மூலம் மட்டும் வம்ச விருத்தி எப்படிக் கூடும்? மெய்ம்மையை ஸ்பரிசிப்பதே படைப்பு. மனத்தைப் படைப்பு நிலைக்குத் திருப்ப வேண்டும். மனிதனுக்கு அவனைக் கற்றுத்தர வேண்டும். அவன் தன்னைக் கற்றுக் கொள்ளத் தவறினால் அவன் காலடி மண்ணைக்கூட அவன் தெரிந்துகொள்ளப்போவதில்லை. மனித மனத்தில் தூர்ந்துபோய்விட்ட படைப்பின் ஊற்றுக் கண்ணைக் கீறிவிடுவதுதான் என் வேலை.

16. 11. 1953

மருந்துக் கடையில் உட்கார்ந்திருந்தேன். 'ணிங்' 'ணிங்' என்று சப்தம் கேட்டது. புல்லரிக்க வெளியே சாடிப்

பக்கவாட்டில் திரும்பிப் பார்த்தேன். ஒரு தச்சன் சீவுளியில், உளியைக் கீழே தள்ள, லேசாகத் தட்டிக்கொண்டிருக்கிறான். பக்கத்தில் மரப் பெட்டி. என் தகப்பனார் அதே காரியத்தைச் செய்யும் காட்சியும், அப்போது வெளிப்படும் ஓசையும் பளிச்சென்று வந்தன. அவர் எழுப்புவது மிகவும் வித்தியாசமானது. குனிந்து வேலை செய்துகொண்டிருக்கும்போது அந்தச் சப்தம் கேட்டு, தலையைத் தூக்கிப் பார்த்தால், உளி இறங்கியதை உணர, உள்ளங்கையில் உளியை அவர் தேய்த்துக்கொண்டிருப்பதைப் பார்க்கலாம். அந்தச் செய்கையில் அவர் தன்னை வெளிப்படுத்தியதிலும், அவர் எழுப்பும் வித்தியாசமான சப்தத்திலும்தான் என் மனத்தில் அவர் உயிர் வாழ்ந்துகொண்டிருக்கிறார். வித்தியாசங்கள் மூலம்தான் நினைவில் உயிர்வாழ முடியும்.

நான் கையை நீட்டினேன். அவன் சீவுளியைத் தந்தான். நான் லேசாகத் தட்டினேன். என் அப்பாவை அந்தச் சப்தத்தில் மீண்டும் எழுப்ப முடியுமா என்று பார்த்தேன். முடியவில்லை. அவருக்குரிய சப்தத்தையும் அவர் எடுத்துக்கொண்டு போய்விட்டார். உடலை விட்டுவிட்டுப்போன அவர், சப்தங்களை விட்டுவிட்டுப் போகவில்லை. கலைஞன் மரணத்தை ஏற்க மறுத்து, தனக்கே உரித்தான சப்தங்களை விட்டுவிட்டுச் செல்கிறான். அவனுடைய சப்தங்கள் மூலம் நாம் அவனை நூற்றாண்டுகள் தாண்டிச் சந்திக்க முடிகிறது. மனிதனைப் பரவசத்தில் ஆழ்த்தும், புல்லரிப்பில் ஆழ்த்தும் என் சப்தத்தை விட்டுவிட்டுப் போகவேண்டும்.

23. 11. 1953

உட்கார இடம் பிடிக்கும் முயற்சிகளில், பஸ்களில், தியேட்டர்களில், விருந்துகளில் பெரிய மனிதர்கள் சீரழிந்து சிறுத்துப் போவதைப் பார்க்கிறேன். காலங்காலமாகப் பாதுகாப்பற்ற வாழ்க்கைக்கு ஆளாகிவிட்ட மனிதனின் நிம்மதியின்மை, குறியீடு போல் இங்கு வெளிப்படுகிறது. தர்க்க அறிவு, பொதுப் புத்தி, நாகரிகம் அனைத்தும் நொடியில் அவனிடமிருந்து நழுவிவிடுகின்றன. முண்டுகிறான். சாடி விழுகிறான். சில கணங்களுக்கு முன் அன்னியோன்னியமாகப் பேசிக்கொண்டிருந்தவனைக் கை முட்டிகளால் நெட்டித் தள்ளுகிறான். நிற்பதற்கும் இருப்பதற்கும் நடுவே இவ்வளவு பெரிய வேற்றுமையை மனிதன் உணர வேண்டுமா? இருக்கைகளின் எண்ணிக்கையையும் முண்டுவோர்களின் எண்ணிக்கையையும்

ஒப்பிட்டுச் சின்னக் கணக்குகள் போடக்கூட அவனுக்கு மறந்துபோய்விடுகிறது. இருந்த பின், காலை அகல விரித்து முடிந்த வரையிலும் பக்கத்திலிருப்பவன் அவனுடைய இருக்கையின் வசதியை அனுபவிக்க முடியாதபடி தடுப்பதில்தான் என்ன கவனம், என்ன அழிச்சாட்டியம்! இரண்டு இருக்கைகளில் இருந்து தொலைக்கும் உடம்பும் இந்த ஜென்மத்துக்கு லபிக்கவில்லை.

எர்ணாகுளம் ஸ்டேஷனில் இருக்கை பதிவுசெய்யப் பட்டிருந்த ஒருவர், பிரபல கிரிமினல் வக்கீல் - பட்டு ஜிப்பா, ஜரிகை அங்கவஸ்திரம் - முண்டி மோதுவதைப் பார்த்து, 'சார் உங்களுக்கு இருக்கை பதிவுசெய்யப் பட்டுள்ளதல்லவா?' என்று நினைவுறுத்த முயன்றேன். அவருக்கு மறந்துவிடவில்லை. 'இருந்தாலும் ஏறி உட்கார்ந்து கொண்டுவிடுகிறேன்' என்று கூறிக்கொண்டே தலையை உள்ளே விட்டு முண்டி மோதினார்.

24. 4. 1954

நேற்று ஃபாதர் ஜான் சுந்தரராஜுடன் பேசிக்கொண்டிருந் தேன். வித்தியாசமானவர் என்றும், மிகப் பெரிய படிப் பாளி என்றும், கட்டிடக் கலையிலும் சிற்பக் கலையிலும் வல்லவர் என்றும் எனக்குச் செய்திகள் எட்டி இருந்தன. மாதாகோவில்களையும் இந்துக் கோவில்களின் புறத் தோற்றங்களுக்கேற்ப அமைக்க வேண்டும் என்ற கருத்துக் கொண்டிருக்கிறார். இதை முன்னிட்டு அவர் எழுதிய புத்தகத்தில் கோவில்களின் அற்புதமான வரைபடங்கள் இருந்தன. இந்திய மண்ணிலிருந்து எழுப்பியவையாகவும், தனித்துவம் கொண்டவையாகவும், பரவசம் ஏற்படுத்தக் கூடியவையாகவும் இருந்தன அப்படங்கள். நேற்று பேசிக் கொண்டிருந்தபோது, 'மிக மோசமான நெருக்கடி மனிதனைச் சுத்திகரித்து விகாசப்படுத்துகிறது' என்றார். 'பெரும் குற்றம் இழைத்தவர்களை நாம் சந்திக்கும்போது அக்கொடிய குற்றத்தை இவர்கள் செய்திருக்க முடியுமா என்று நாம் வியக்கக் காரணம், குற்றம் நிகழ்த்திய பின் ஏற்பட்ட மன உளைச்சலில் அவர்கள் விகாசப்பட்டுப் பக்குவமடைந்துவிடுவதால்தான்' என்றார். மனிதனைப் பதனப்படுத்தவே கடவுள் மன நெருக்கடிகளை ஏற்படுத்து கிறார் என்ற வழக்கமான அடுத்த படிக்குக் குதிக்கிறாரா என்பதைக் கவனித்துக்கொண்டு வந்தேன். நல்லவேளை, குதித்தாரில்லை. நன்மை தீமைகளைத் தன்னை வைத்து அளக்கும்போது தவறான கணக்கீடுகளுக்கு ஆளாவோம் என்றும், கூட்டல் சின்னங்களைக் கழித்தல் சின்னங்

களாகவும், கழித்தல் சின்னங்களைக் கூட்டல் சின்னங்களாகவும் எடுத்துக்கொள்ளும் வாய்ப்பு அதிகம் என்றும் சொன்னார். அறிவுபூர்வமாக இயங்க வேண்டும் என்றும், இந்த அறிவுபூர்வமான இயக்கத்தில் கடவுளையும் நழுவ விடாமல் தக்கவைத்துக் கொள்ள வேண்டும் என்றும் அவர் ஆசைப்படுவது போல் எனக்குப் பட்டது.

தன்னுடனேயே இருந்து, தன்னைக் கவனித்துக்கொள்ளும்படி மனிதன் கடவுளிடம் கேட்டுக்கொள்கிறான். ஆனால் தன்னை ஒப்படைத்துக்கொள்ள, மனிதன்மீது கடவுள் காட்டும் அக்கறைகள் அவனுக்குப் போதுமானவையாகவும் இல்லை. மன நிறைவைத் தரக்கூடியதாக, முற்றாக நம்பத் தகுந்த, பரவசமூட்டக்கூடிய, பூரணமான ஒன்று மனிதனுக்கு வேண்டும். அது அவனை வழிநடத்திச் செல்ல வேண்டும். மனிதனின் மிகப் பெரிய சங்கடம் முடிவுகள் எடுப்பது. வெவ்வேறு சாத்தியக்கூறுகளின் முன்னால் அவன் ஒன்றைத் தேர்ந்தெடுக்க வேண்டும். எது தவறு? எது சரி? அவனுக்குச் சரி இவனுக்குத் தவறாகவும், இவனுக்குச் சரி அவனுக்குத் தவறாகவும் இருக்கின்றன. இப்போது மூன்றாவது ஒருவன் தோன்றி ஒரு புதிய தவற்றையோ, ஒரு புதிய சரியையோ முன் வைக்கிறான். குழப்பம் மேலும் வலுக்கிறது. ஆராய்ந்து அறியும் பொறுப்பு மிகப் பயங்கரமானது. கடுமையானது. சிக்கலானது. பின்பற்றலோ மிக எளிமையானது. சரணாகதி நிம்மதியைத் தரக்கூடியது.

இப்போது இட்டுச்செல்ல, கடவுளும் இல்லை. பயணம் தொடர, முடிவு எடுக்கவும் முடியவில்லை.

3. 3. 1955

நாட்டகம் குன்றுக்குப் போகும் வழியில் ஒரு பொதுக் கிணறு இருக்கிறது. சரித்திரத்தின் பழமையை நினைவூட்டக்கூடிய, வைதீகக் கிறிஸ்தவர்களுக்கு வேதாகமத்தின் ஒரு பக்கத்தை நினைவூட்டக்கூடிய கிணறு. இரவு பன்னிரண்டு மணிக்கு மேல் விடிய மூன்று மணி வரையிலும் அந்தக் கிணறு உறங்கக்கூடும். அந்நேரத்திலும் ஒரு கிழவி வந்தாலும் வருவாள். பெண்கள், குடங்கள், கிழவிகள், குழந்தைகள். அம்புரோஸ் ஆசான் இந்தக் கிணற்றுக்குப் பின்னால் குடியிருக்கிறார். 'பாத்திரங்களில் நீர் அமிழும் ஓசையை எழுபது வருடங்களாக இடைவிடாது கேட்டுக் கொண்டுவருகிறேன்' என்றார்.

இன்று ஒரு செய்தி காலையில். அந்தக் கிணற்று நீரில் விஷம் கலக்கப்பட்டிருக்கிறதாம். மயக்கம், தலைசுற்றல், வாந்தி, தொடர்ந்து எண்ணற்ற ஹேஷ்யங்கள், எண்ணற்ற சந்தேகங்கள், வேறுபட்ட உரைகள், முன் விரோதங்கள், மதச் சண்டை, ஜாதிச் சண்டை, என்னென்னவோ.

காலையில் அங்கு போனேன். போலீஸ் வேலி. சோதனை யில் நீரில் விஷம் இருப்பது நிரூபணமாகிவிட்டதாம். அந்தக் கிணறு அமைதியாகச் செய்துகொண்டிருந்த காரியத்தை, தண்ணீர் சப்ளை செய்யப் புறப்பட்ட முனிசிபாலிட்டி அலங்கோலமாகவும், அநாகரிகமாகவும், ஆபாசமாகவும் செய்ய முற்பட்டு, தத்தளித்து, மனித வாய்களில் மிக மோசமான வசைகளையும் வாங்கிக் கட்டிக் கொண்டிருக்கிறது.

பொதுக்கிணற்றில் விஷம் கலந்தபோது ஜனங்கள் பளிச் சென்று தெரிந்துகொண்டுவிட்டார்கள். குடல் காட்டிக் கொடுத்துவிட்டது. உடல் எதிரியைத் தெரிந்துகொள்வது போல் மன எதிரியை இனங்காணத் தெரிவதில்லை. பழைய நார்க் கட்டிலில் படுத்தபடி கீழ்த்தரமான ஆங்கிலப் புத்த கத்தைப் படித்துக்கொண்டிருக்கும் தோமா எப்போதும் மூட்டைகளைப் பற்றிப் புகார் சொல்கிறான். புத்தகத்தின் பக்கங்களிலிருந்து கண்ணுக்குத் தெரியாத மூட்டைகள் அவன் ரத்தத்தை உறிஞ்சுவதைப் பற்றி அவனுக்குக் கவலை இல்லை.

24. 3. 1955

எதிர்ப்படும் மனிதர்களிடம் மனிதன் என்பதால் பேச வேண்டும் என்ற கட்டாயமில்லை. அவன் வாயைத் திறந்து சொல்லும் முதல் வாக்கியத்தை என்னை அறியாமலேயே ஊன்றிக் கவனிக்கிறேன். அந்த வாக்கியத்திற்கும் அவனுக்குமுள்ள தொடர்பு என் மனத்தில் பதிகிறது. அவன் மனம் வில்லில் ஏற்றப்பட்ட நாணா அல்லது அறுந்து தொங்கும் வஸ்திரமா என்பது எனக்குத் தெரிகிறது. 'சுகமா?' என்று அவன் கேட்கும்போதும், 'உங்கள் புத்தகம் நன்றாக இருந்தது' என்று அவன் சொல்லும்போதும், விஷயத்திற்கும் அவனுக்குமுள்ள இடைவெளிகள் என்னை உறுத்தி, நேர்மையின் மௌனத் தில் நிற்க அவன் பெற்றிருக்கும் பெரிய சந்தர்ப்பத்தை இழந்துவிட்டதை எண்ணிச் சங்கடம் ஏற்படுகிறது. இவ்வாறு பிறர் விழுவது அவனுக்கும் உள்ளூரத் தெரிந் திருக்கலாம். அவர்களைக் கட்டுப்படுத்தும் விதிகள்

தன்னைக் கட்டுப்படுத்தாது என்றும், விசேஷ மகாத்மீக மாக, தான் விதிவிலக்குப் பெற்றிருக்கிறோம் என்றும் நினைக்கிறான். விதிகள் ஈவு இரக்கமற்றவை, பாரபட்ச மற்றவை. ‘எந்தப் புத்தகத்தைச் சொல்கிறாய்?’ என்று நான் கேட்பேன். தலைப்பு அவனுக்குக் கட்டாயம் மறந்துபோயிருக்கும். இது முன்கூட்டி எனக்குத் தெரிந்த விஷயம். மனிதன் தன் மனத்தில் ஏற்றப்பட்டிருக்கும் நாணை மீட்டிக்கொண்டிருப்பதுதான் எனக்கு முக்கியம். அம்புகளைக் குறி தவறாமல் பாய்ச்சும் திறன் கொண்ட வனா என்பதல்ல. அவனுடைய அம்பறாத்தூணி காலி யாகக்கூட இருக்கலாம். மனத்தில் ஏற்றபட்டிருக்கும் நாணை அவன் மீட்டிக் கொண்டிருக்கவில்லை என்றால் அவனுடன் எனக்குப் பேச எதுவும் இல்லை. மனிதனை நான் இனங்கண்டு கொள்ளும் குறைந்தபட்ச அடையாளம் இது. செங்குத்தாக நிற்பதும் கைகளை மேலே தூக்கிக் கொண்டுவிட்டதும் பரிணாமத்தின் முத்திரைகள்.

9. 2. 1956

மனித முகங்களைக் கூர்ந்து பார்த்துக்கொண்டிருக் கிறேன். இது அலுக்காத ஒன்று. இந்தத் தாகம் முன்னை விட இப்போது அதிகம். பஸ் நிலையங்கள், கோவில் வாசல்கள், மருத்துவமனைகள், திருவிழாக்கள், சந்தை கள், கடைத் தெருக்கள். அரவமின்றி, உடல் உரசி நிற்கும் ஜீவன்களுக்கும் தெரியாமல், மனச் சிலுவைகளில் வருத்தம் துடித்துக்கொண்டிருக்கிறது. துக்கத்தின் ஜுவாலைகள் பட்டு முகம் கருகுவதைத் தவிர்க்க முடிவ தில்லை. கண்கள் ஒளி இழந்து மங்குவதைத் தடுக்க முடிவதில்லை. கண்களையும் முகங்களையும் கூர்ந்து நோக்கி எந்த மன நிலையில் ஒருவன் இருக்கிறான் என்று அனுமானிக்க முயல்வேன். இந்த அனுமானங்கள், சுயப் பிரச்சினைகளைச் சார்ந்த கற்பனைகளாக முடிந்து போய்விடக் கூடாதென்பதற்காகச் சில கவனங்களை ஏற் படுத்திக்கொண்டே இருப்பேன். மனத்தில் ஒரு சொத்தைப் பல்லின் வலி இருந்துகொண்டிருப்பதான அனுமானமே எப்போதும் ஏற்படுகிறது. இந்த வலி பாரபட்சமின்றி சகல ஜீவன்கள் மீதும் கவிந்துகொண்டிருக்கிறது. (வேட்டை யாடக் கூடாது என்று தகப்பன் தடுத்ததற்காக ஜார்ஜ் தற்கொலை செய்துகொண்டான்.) தனது துக்கத்தை வெளியே சொல்ல விரும்பியும் பல சமயம் சொல்ல முடியாமல் வெட்க உணர்வால் தடுக்கப்பட்டு அவமானம் கவிந்துவிடுமோ என அஞ்சி, தனது படிமம் சிதறிவிடுமோ

எனக் கவலைப்பட்டுத் தத்தளித்துக்கொண்டிருக்கிறான் மனிதன். துக்கங்களைச் சரிவரச் சொல்ல வருவதுமில்லை. துக்கங்களுக்கும் பாஷைக்கும் ஒத்துப் போவதும் இல்லை. மேகங்களை உலையில் ஏற்றி, உருக்கி, கம்பியாக அடித்து நீட்ட முடியுமா? இருந்தும் மனிதன், வேறு வழியின்றி, பாஷைக்குள் விழுகிறான்.

மனிதனுடன் தொடர்பு ஏற்படும்போது, மிகச் சுருங்கிய நேரத்தில், குறுக்குப் பாதை வழியாகக் கிடுகிடு என நடந்து, அவனுடைய மனத்தின் துக்கம் நிறைந்த குகை வாசலைச் சென்றடைகிறேன். என் மீது உன் துக்கத்தையெல்லாம் கொட்டு என்ற செய்தியை எப்படியோ மறைமுகமாக என்னால் உணர்த்திவிட முடிகிறது. மனிதனுக்குரிய சகல பலவீனங்களும் கொண்ட எனக்கு, தங்களை என்னில் இனங்கண்டுகொள்ளும் மற்றவர்களின் தொடர்புகள் வாய்த்தவண்ணம் இருக்கின்றன. என்னைப் போலவே நான் சந்தித்தவர்களும் 'இப்போது என்னைப் பிடித்துக் கொண்டிருக்கும் துக்கத்தை மட்டும் ஒரு புறச்சக்தி நீக்கித் தந்துவிட்டால் இனி வரவிருக்கும் துக்கங்களை நானே சமாளித்துத் தீர்த்துக்கொள்வேன்' என்று பிரார்த்தனையில் ஏங்குவதை உணர்ந்திருக்கிறேன். தண்ணீரின் ருசிகள் வேறானவை என்றாலும் எந்த மனத்தைத் தோண்டினா லும் துக்கத்தின் ஊற்று கொப்பளிப்பதைப் பார்க்கலாம். மனித மனத்தின் அடிநிலைகளில் ஒரே திராவகம்தான் ஓடிக்கொண்டிருக்கிறது. தோற்றமும், நிலைகளும், பிறப்பு களும், பின்னணிகளும் மாறுபட்ட கோலங்களைக் காட்டு வது மேற்பரப்பிலேயே. நாம் என்று ஆழமாகப் பேச ஆரம்பிக்கிறோமோ அன்று காலம் தேசம் இனம் தாண்டிய பரவெளியில் மனிதனை வைத்துப் பேசுவோம். இந்தப் பேச்சிலிருந்துதான் விடுதலைக்கான மார்க்கங்கள் துளிர்க்கும்.

27. 12. 1956

எழுத்தாளர்களின் மனைவிகள் பொதுவாகக் கெட்டிக் காரர்களாகவே இருப்பார்கள் என்றான் ராஜசேகரன். லட்சியவாதியான எழுத்தாளர்களின் மனைவிகள்தாம் என்று திருத்தினான் சோமன் நாயர். லட்சியவாதியின் கையாலாகாத்தனம் மனைவியைக் கெட்டிக்காரியாக்கி விடுகிறது என்றான். 'திறமையான மனைவி, ஆகவே உண்மையான எழுத்து' என்ற நியதியை வகுக்க முடியுமா என்று கேட்டான் ஆர். கோபிநாத். எழுத்தாளர் மாநாட்டிற்காகக் குட்டப்பன் எழுதிக்கொண்டிருக்கும்

நாடகத்தைப் பற்றிச் சொன்னான். ஒரு ரெயில்வே நிலை யத்தில் மூன்றாம் வகுப்பு ஓய்வறையில் நம் பாஷையைச் சேர்ந்த மூன்று எழுத்தாளர்களின் மனைவிகள் அகஸ் மாத்தாகச் சந்தித்துக்கொள்கின்றனர். இவர்கள் தங்கள் கணவர்களைப் பற்றியும், அவர்களுடைய நண்பர்களைப் பற்றியும், புத்தக வெளியீட்டாளர்களைப் பற்றியும், பத்தி ரிகை ஆசிரியர்களைப் பற்றியும், தங்கள் கஷ்டங்களைப் பற்றியும் பேசிக்கொள்கிறார்கள். எழுத்தாளர்களின் மனைவியரோடு காய்கறி விற்கும் பெண்களும் இடையே புகுந்து பேசுகிறார்கள். 'தன்னைப் பற்றித் தன் மனைவி நினைப்பதை எழுத்தாளன் என்ற பிரகிருதி தெரிந்து கொள்ள நான் முதல் தடவையாக ஒரு சந்தர்ப்பம் அளித் திருக்கிறேன்' என்றான் குட்டப்பன்.

9. 2. 1957

துன்பத்தில் மனம் அறைபட்டுச் சிதறிவிடும் என நினைத் தேன். அவ்வளவு பயங்கரமாக இருக்கிறது. தூங்க முடியாத இரவுகள் அளிக்கும் தண்டனையின் கொடுமை போல் வேறொன்றுமில்லை. விடியற்காலை நாலரை, ஐந்து மணி வரையிலும் கழிப்பது பிரம்மப் பிரயத்தனம். மிகுந்த சங்கடத்திற்கு ஆளாகியிருக்கும் போதும் சாராம் மாவால் தூங்க முடிகிறது. என்னால் முடிவதில்லை. அவளுக்குத் தெரியாமல் என் அறைக்கு வந்து, கதவைச் சாத்தியபடி ஏதேனும் படிக்க முற்படுகிறேன். கண் எழுத்துக் களைப் பார்த்துக்கொண்டிருக்கிறதே தவிர, அர்த்தம் மூளைக்குள் போவதில்லை. செய்ய முடிவதையும், செய்ய முடியாமற்போவது நெருக்கடியை மேலும் முடுக்குகிறது. இது தாங்கக்கூடியதாக இல்லை. நெஞ்சுக்குள் விவரிக்க முடியாத கஷ்டமும் இடது நெற்றிப்பொட்டில் வலியும் ஏற்படுகின்றன. மீண்டும் என்னை மறப்பது பற்றி நினைவுக்கு வருகிறது. ஆனால் தன்னை மறப்பதற்குக்கூட ஒருவனுக்குக் காசு வேண்டும். மோசமான நெருக்கடி யிலும்கூட மனமோ மூளையோ பழுதுபட்டுவிடாமல் காப்பாற்றிக் கொண்டுவரும் சிரமத்தையும் மேற்கொள்ள வேண்டும். ஆசைகள், கடமைகள், நெருக்கடியைப் பயங்கரமாகத் தாக்கிப் போர்புரிய வேண்டியிருக்கிறது. இந்தப் போரின் உச்சக்கட்டத்தில் மனிதனின் அடிமனத்தி லிருந்து சில புதிய விதைகள் முளைப்பதை உணருகிறேன். துடுப்புப் பிடிப்பவனின் புஜ வலிமைக்கும் காற்றுக்கும் சம்பந்தமில்லையா? தோணி செலுத்துகிறவனின் திறமை கள் காற்றின் உபயம். கொந்தளிக்கும் அலைகளின்

உபயங்கள். நெருக்கடியில் ஜீவ விதைகளை என் மனம் தனது கருப்பைக்குள் சிருஷ்டிக்க சக்தி கொண்டது.

நாலா பக்கங்களிலிருந்தும் என்னைக் கஷ்டங்கள் சூழ் கின்றன. நண்பர்கள் என்னைக் கைவிடுகிறார்கள். நம்பி ஏமாந்து, இனி நம்ப ஆகாது என உறுதிகொண்டு மீண்டும் நம்பி, ஏமாந்துகொண்டிருக்கிறேன். என் பேச்சும் எழுத்தும் ஏற்படுத்திய புண்களை ஏன் பொருக்காடாமல் பார்த்துக் கொள்ள வேண்டும் என்பதே எனக்கு விளங்கவில்லை. என் பார்வையால் பயன் பெற்றவர்கள், தங்களைத் திருத்திக்கொண்டு மேலே சென்றவர்கள், எனக்கு நன்றி தெரிவிப்பதற்குப் பதில் என்மீது கொண்ட கோபத்தைக் காப்பாற்றிக்கொண்டு வருகிறார்கள். உறவுகள் அனைத்தும் கசந்துவிட்டன. மனைவியைப் பற்றியும் குழந்தைகளைப் பற்றியும் நினைக்கும்போது வியாகூலம் மனத்தைக் கரைக் கிறது. மேரி ஒரு வித்தியாசமான ஜீவன். அவள் கிடந்த கருப்பையிலிருந்து அவள் எதுவும் உறிஞ்சிக்கொள்ள வில்லை. ஆனால் பயங்கரமான முரண்டு. தாங்கிக் கொள்ள முடியாதபடி.

11. 4. 1957

தண்டனை அவளிடம் எவ்வித மாற்றத்தையும் ஏற்படுத் தாது. கிட்டிக்கப்படும் ஜல்லி போல் தண்டனைகளால் அவள் மேலும் தன் முடிவை இறுக்கிக்கொள்கிறாள். அவளுடையது மிக நேர்மையான கலகம். நேர்மையானது என்பதால் மிகப் பயங்கரமானது. பச்சைத் தென்னோ லையைக் கிழித்து ஈர்க்குச்சி எடுப்பாள் சாராம்மா. இதை மிகுந்த கோபத்துடன், அந்தக் கோபத்தை வெளிப்படுத்தும் முகத்துடன், சாவகாசமாகச் செய்வாள். சாராம்மாவின் காரியத்தை மேரி வைத்த கண் வாங்காமல் பார்த்துக் கொண்டிருப்பதை நான் பார்த்துக்கொண்டிருப்பேன். தென் னோலையைச் சீவும்போது எதற்கு இவ்வளவு நேர்த்தி? ஈர்க்குச்சியில் சிறிது பிசிர் இருந்தால்தான் என்ன? தண்ட னைக்கும் தண்டனையின் தயாரிப்புக்கும் இடையே காலத்தைக் கூட்டுவது தண்டனைக்குக் கூர்மை சேர்க் குமா? இடைவேளையும் மறைமுகமான தண்டனையே. தண்டனையின் தீர்மானத்திற்கும் அதை அமல்படுத்து வதற்குமுள்ள இடைவெளி தண்டனையைவிடக் கொடுமை யானது. (தஸ்தாவ்ஸ்கி இதை எவ்வளவு அனுபவித்திருக் கிறான்!) பாவாடையைத் தூக்கி பிருஷ்ட பாகத்தில் அடிக் கிறாள் சாராம்மா. அந்த வளைவில்தான் ஈர்க்குச்சியின் தடங்கள் எழும்ப வேண்டும் என்பதில் என்ன கண்டிப்பு!

அந்த அடிகள் பயங்கரமாக விழும்போது மேரியின் கரங்கள் குவியும். சிறு முனகல்கூட வெளிப்படாது. சாராம்மா இல்லாத நேரத்தில் ஒருநாள் மேரியிடம் ஏன் அவ்வாறு செய்கிறாய் என்று கேட்டேன். ‘கடவுளைத் தொழுதேன்’ என்றாள். பயங்கரமான துக்கம் என் நெஞ்சை அடைத்தது. கதறிக் கதறி அழுதேன். மேரி ஒன்றுமே பேசவில்லை. என் முகத்தையே பார்த்துக்கொண்டிருந்தாள். அதன் பின் எழுந்து - அவளுக்கேயான வித்தியாசமான அசைவுடன் - நடந்து சென்றாள்.

துன்பத்தின் விந்தினைக் குழந்தையாக மாற்றினான் தஸ்தாவ்ஸ்கி. அவனுக்குக் கிடைத்தவை குரூரம், கொடிய தண்டனைகள், வறுமை, புறக்கணிப்பு, துன்பங்கள். அவன் உலகத்திற்குத் தந்தது கலையின் சிகரம். துன்பம் பரவசமாக மாறி, சந்திக்கும் இதயங்கள் அனைத்தையும் பரவசத்தில் ஆழ்த்துகிறது. சகல துன்பங்களையும் தன்னுடையதாகப் பார்ப்பது; தனது துன்பங்களைத் தன்னுடையவையாக அல்லாமற் பார்ப்பது. இவ்வளவுதான் விஷயம். சகல மேன்மைகளும் இதிலிருந்துதான் கொப்புளிக்கின்றன. தென்னை ஈர்க்குச்சியால் மேரியை மாற்றிவிடலாம் என்று நினைப்பது போல் பேதமை வேறில்லை.

15. 4. 1957

காலம் வீணாகிவிட்டது என்று எப்போதும் நினைக்கிறேன். புதிய புத்தகங்களைப் படிக்கும்போது அந்தப் புத்தகம் வெளிவந்த வருஷத்தைப் பார்த்து அதன் ஆசிரியர் எந்த வயதில் அதை எழுதினார் என்று கணக்கிடுகிறேன். இந்த வயதுகள் என்னை ஆச்சரியத்தில் ஆழ்த்துகின்றன. மிகச் சிறிய வயதில் ஆழமான புத்தகங்கள் எழுதப்பட்டிருக்கின்றன. சில சமயம் வெட்கம் ஏற்படுகிறது. வயதை அளக்கச் சீரான அளவுகோல்கள் எதுவுமில்லை. சம வயது என்று சொல்வது அபத்தம். கிடைப்பன அனுபவங்கள். அனுபவங்களின் வகைகள், விதங்கள், அவற்றைப் பெறுவதற்கான சாத்தியக்கூறுகள் எல்லாம் நமக்குக் கொஞ்சத்திலும் கொஞ்சம். ஒரு மட்டத்தில் விரியும் அனுபவங்கள் செழுமையானவையாக, எண்ணற்ற கோலங்களைக் காட்டக்கூடியனவாக இருக்க, மற்றொரு மட்டத்தில் நிகழ்பவை சிறு வட்டத்தில் அன்றாடம் சுழன்று வருபவையே. அனுபவத்திலிருந்து உறிஞ்சப்படுபவற்றை அடிப்படையாக வைத்து வயதுகளை நிர்ணயிக்கும்போது நம்முடைய பத்து வருடங்கள் நமக்குத் தரத் தவறுவதை மற்றொருவன் ஆறு மாதத்தில் அடையக்கூடும். பாது

ஜே. ஜே : சில குறிப்புகள்

காப்பான, நிம்மதியான, ஆர்வமற்ற, குறுகுறுப்பற்ற வாழ்க்கையில் உறைய ஆசைப்படும் நமக்கு ஒரு வயது ஏறும் போது உலக அரங்கில் பலருக்கு இளமை குன்றாமல் பத்து வயது ஏறிவிடுகிறது.

16. 4. 1957

காலம் வீணாகிக்கொண்டிருக்கிறது என்ற உறுத்தல் என்னைப் போலவே பலருக்கும் இருக்கத்தான் செய்கிறது. காசு பெறாத லௌகீகக் காரியங்களில் காலத்தை விரயம் செய்துகொண்டிருக்கும்போது ஏற்படும் துக்கம் கொஞ்ச நஞ்சமல்ல. சுய சபதம் செய்துகொள்வதுகூட வீணான காரியமாகிவிட்டது. உடல் பேணல் எவ்வளவு நேரத்தையும்

சக்தியையும் கேட்கிறது. அதன் பின், மனைவிக்குக் கொடுக்கக் கொஞ்சம் காலமும், கவனங்களும். அதன் பின் குழந்தை களுக்கு. எல்லோரும் என் முன் வந்து காலத்தையும் கவனத்தையும் எனக்குத் தா தா என்று கேட்டால் நான் யாருக்குப் பகிர்ந்து கொடுப்பது? நான் செய்ய நினைப்பதோ முற்றாக வேறு. அதைச் செய்ய மிஞ்சும் காலத்தைக் காணோம். என் முன் எதிர்பாராத சக்தி ஒன்று தோன்றி எனக்காக என் சின்னக் காரியங்களைச் செய்து தர வேண் டும். என் குடும்பத்திற்கு அது குற்றேவல் புரிந்துகொண்டிருக் கட்டும். ஆனால் பெரிய காரியங்களை நானே செய்வேன்.

ஸ்ரீமான்... அவர் எழுத வேண்டிய ஆராய்ச்சிக் கட்டுரையை நான் எழுதித் தந்தால் தேவலை என்று பார்க்கிறார். அவருடைய பெரிய காரியத்தை நான் பார்க்க வேண்டுமாம். சின்னக் காரியங்களை அவர் பார்த்துக்கொள்வாராம்.

23. 5. 1957

உற்றுக் கவனிக்க வேண்டும். உற்றுப் பார்க்க வேண்டும். உற்றுக் கேட்க வேண்டும். இது இயற்கையான காரியமாக மனத்தில் ஒழுகிக்கொண்டிருக்க வேண்டும். கரையோர மரங்களைத் தன்னில் பிரதிபலிக்க நதி என்ன ஆயாசம் கொள்கிறது! அதன் தன்மை அது. ஆயாசம் எதுவுமில்லை. இதே போல் நம் கவனங்கள் நம் தன்மையாக மாற வேண்டும். இதில்தான் நான் அமிழ விரும்புகிறேன். என் பேச்சு இப்போது என்னை அறியாமலேயே மட்டுப்பட்டு வருகிறது. அர்த்தம் ஊடுருவும்போது அளவு குறைந்து விடுகிறது போலும்.

24. 5. 1957

மனிதக் குரல் ஏற்படுத்தும் பரவசத்திற்கு மாற்றாகப் புத்தகங்கள் இருக்க முடியாது. ஏசு எழுப்பிய குரல் அவர் முன் நின்றிருந்த ஜனங்கள் மனத்தில் எவ்வளவு பரவசத்தை ஏற்படுத்தியிருக்கும்! அதனால்தான் மனிதன் எவ்வளவோ படித்த பின்பும், எவ்வளவோ தெரிந்த பின்பும் மற்றொரு பெரிய குரலைத் தேடிப் போகிறான். குரல் தன்னுடன் பேசுவது போல் அச்சு பேசாது என்பது வாசிப்பின் ஒரு நிலையில் அவனுக்குத் தெரிகிறது.

3. 9. 1957

இப்போதெல்லாம் ஒரு நாளைக்கு இரண்டு மூன்று தடவை இடைவெளி விட்டு வானத்தைப் பார்க்கிறேன். பத்து

நிமிஷங்கள் அல்லது பதினைந்து நிமிஷங்கள். பெரும் ஆர்வத்தை ஏற்படுத்தும் காரியமாக இருக்கிறது. பார்க்கப் பார்க்க வந்துகொண்டே இருக்கும், வானம் நிகழ்த்தும் ஜாலத்திற்கு முன் எந்த பாஷையையும் கொண்டுபோக முடியாது. இவ்வாறு தொடர்ந்து வானத்தைப் பார்த்துக் கொண்டிருக்கும்போது எனக்குப் பல விஷயங்கள் தெரிய வந்தன. நான் முன்னால் வானத்தைப் பார்த்திருக்கிறேனே தவிர, அது வானமல்ல. இப்போது வானத்தைப் பார்க்கிறேன் என்பதைவிட அது மேற்கொண்டிருக்கும் பயணத்தைப் பின் தொடர்கிறேன் என்று சொல்லலாம். கணத்திற்குக் கணம் தன்னை மாற்றிக்கொண்டிருக்கும் பயணத்தை வானம் மேற்கொண்டிருக்கிறது. பூசி மெழுகிக் கிடக்கும் வானத்தின் சலனம் உறைந்துபோய்விட்டது என்று கருது கிறேன். இது சரியல்ல. நமது ஆழ்ந்த பார்வையைச் சில நிமிஷங்கள் கேட்டு, தான் வெறிச்சோடவில்லை என்று, சலனங்களைத் தொடர்கிறது. வானம் ஓய்வெடுப்பதில்லை. வானத்தைக் கவனிக்க ஆரம்பித்த பின் தெரிந்தது நம் கவிஞர்களும் எழுத்தாளர்களும் வானத்தைப் பற்றிக் கூசாமல் கதை எவ்வளவு அளந்திருக்கிறார்கள் என்பது. வருணனைகளில் அனுபவமின்மையின் தடயங்களை நான் கண்டு சொன்னால், நம் இயற்கைக் கவி, 'மேகங்கள் உருக்குலைந்து உருக்குலைந்து மாறின என நான் எழுதியதில் என்ன தவறு?' என்று கேட்பார். மேகத்தின் மாற்றங்களுக்கும் அதனின்று பிரிக்க முடியாத அதன் நிதானத்திற்கும், 'உருக்குலைந்து உருக்குலைந்து' என்ற சொற்றொடர் வெளிப் படுத்தும் வேகத்திற்குமுள்ள வேற்றுமை அனுபவமின்மையைக் காட்டுகிறது என்று நான் சொல்ல முயற்சி செய்யக்கூடும். என் மீது கோபமற்ற புதிய தலைமுறையினருக்குத்தான் நான் சொல்வது புரியும்.

4. 9. 1957

புத்தகங்களை முன்போல் மணிக்கணக்காக உட்கார்ந்து படிக்க இயலவில்லை. நவீன புத்தகங்கள்மீது கொண்டிருந்த மோகம் தணிந்து, கிளாஸிக்குகள்மீது கவனம் திரும்புகிறது. கற்பனை சார்ந்த உருவங்களைப் படிப்பதில் வேகம் குறைந்து சுய அனுபவம் சார்ந்த கூரிய மதிப்பீடுகளில் மனம் அதிக மாக ஈடுபடுகிறது. மூலக் குரல்கள் மிக மிகக் குறைவான வையே. அதிகமும் எதிரொலிகள்தாம். சுய சாமர்த்தியப் பிரகடனங்கள். இல்லாமையை மறைக்க முயலும் அரற்றல். துண்டுபட்ட சமூகவியல் தகவல்களைக் கலை என்று காட்டுவது. எதைப் படித்தாலும் அலுப்பும், ஏற்கெனவே

படித்திருப்பது போன்ற எண்ணமும் ஏற்படுகிறது. அனுபவம் அறிவை விகாசப்படுத்தும் பங்கை இழந்து, முன்கூட்டி அறிந்த தத்துவ அச்சுகளில் தன்னைச் சிறைப்படுத்திக் குறுக்கிக் கொள்ளும் காரியம் மனசை ஆயாசப்படுத்துகிறது. சமூக மாற்றத்திற்கான வழிகளில் ஏதோ ஒன்றை ஆசை காரணமாகவோ அல்லது பாவனை காரணமாகவோ பற்றி, அதில் தங்களைப் பிணைத்துக் கொள்கிறார்கள். ஆசை மனங்கள் தத்துவத்தைப் பற்றிக்கொள்ளும்போதும், பற்றிக் கொண்டுவிட்டதான பாவனை காட்டும்போதும் விளைவது பிரச்சாரம். பிரச்சாரம் ஸ்திதியைப் பற்றிப் பொய் சொல்கிறது. நிகழாததை நிகழ்ந்த மாதிரியும், நிகழ்ந்ததை எதிர்பார்ப்புக்கு ஏற்ப நிகழ்ந்தது மாதிரியும் சொல்கிறது. மிகையும், ஆசை பிணைந்த சொற்களும். போலிக் கோபம், போலிக் கவலைகள். மோஸ்தர்களுக்கு ஏற்ற பண்டங்கள் தயாரித்தல்.

இந்தப் போலிக் கோபங்களை மீண்டும் மீண்டும் சந்தித்து எனக்கு அலுத்துவிட்டது. ஆனால் மனித மனம் போலிகளின் திறமையான குரலை இனங்கண்டு ஒதுக்கத் தெரிந்ததாகவே இருக்கிறது. அனுபவமற்ற தளங்களை உண்மையல்ல என உள்ளுணர்ந்து ஒதுக்கவும், அனுபவமற்றதையும் உண்மை என உள்ளுணர்ந்து ஏற்கவும் இந்த மனம் எப்படித் தனிப் பெரும் குணம் பெற்றது? வட அமெரிக்காவுக்குப் போய்விட்டு வந்ததைப்பற்றி முன்பின் தெரியாத ஒருவன் பேச ஆரம்பிக்கும்போது உண்மையின் சாயல் வெளிப்பட்டு, அதைச் சிரத்தையுடன் கேட்கிறேன். மற்றொருவன் மாதா கோயிலுக்குப் போய்விட்டு வந்தததாகச் சொல்லும்போதுகூட சந்தேகம் தட்டுகிறது. இவனும் எனக்குத் தெரியாதவனே. இவ்வாறு உண்மையை நேர் அனுபவமின்றியே உணர்ந்து கொள்ளும் மன ஆற்றல் மூலம்தான் மேலான கலைகள் கீழானவற்றிலிருந்து பிரிந்து வருகின்றன. உண்மையை இனங்கண்டுகொள்ளத் தெரியும் இந்த மனித ஆற்றலை நம்பி இலக்கியம் வாழ்ந்துகொண்டிருக்கிறது. இந்தப் பேராற்றலை மனம் இழக்கும்போது சகல கலைகளும் அழிந்துவிடும்.

17. 9. 1957

மனித உறவுகளில் தொடர்ந்து ஏமாற்றத்திற்கு ஆளாகிக் கொண்டிருக்கிறேன். இது போன்ற அனுபவங்கள் வரிசையாக ஏன் நிகழ்கின்றன என்பது எனக்குத் தெரியவில்லை. சிந்தித்து, ஆராய்ந்து, படிப்பினைகள் கற்று மேல்செல்லும் பழக்கம் என்னிடம் உண்டு. இல்லை என்பது இல்லை. தன்னுணர்வு கலக்காமல் விஷயங்களை அலசுவதாக என் நண்பர்கள் என்னைப் பாராட்டி இருக்கிறார்கள்.

கோபப்படும்போது மிதமிஞ்சிக் கோபப்பட்டு விடுகிறேன் என்பது உண்மைதான். ஆனால், கோபங்களின் குறுக்கீடு எப்போதோ ஒரு தடவை நிகழும் காரியமாக இருக்கிறது. மனிதன் மேலானவன், அவன் தெய்வத்தின் உருவம் என்றெல்லாம் சொல்லப்படுகிறது. மனிதாபிமானம் வற்புறுத்தப்பட வேண்டும் என்பதை ஒரு புற உந்துதலாக ஏற்று வலுக்கட்டாயமாக எழுத்தாளர்கள் பின்பற்றிவரும் போது மனித மனத்தைத் தெரிந்துகொள்வதற்கான வாய்ப்பை இழக்கிறோம். இவர்கள் வற்புறுத்த வற்புறுத்த அதற்கு அனுசரணையாக மனிதாபிமானமும் வளர்ந்து கொண்டு வந்தால் எவ்வளவு அற்புதமாக இருக்கும். ஆனால் அப்படி இல்லை. இல்லை என்பது அவர்களுக்கும் தெரியும். நம்பத்தகாத இடத்தில் வைத்த நம்பிக்கைகள்கூட வெற்றி பெற்று விட்டதைத் தங்கள் எழுத்துகளில் கூறும் இவர்கள், நம்பத்தகுந்த இடங்களிலும் சந்தேகத்துடனும், அவநம்பிக்கை யுடனும், ஜாக்கிரதையுடனும் நிஜ வாழ்வில் பழகுவதைக் கவனித்திருக்கிறேன். ஆனால், 'இல்லை' என்று சொல்லி உருவாக்க முயலுகிறவனைப் பட்டங்கள் சூட்டிப் பழிக்கவும் இவர்களால் முடிகிறது.

11. 10. 1957

எந்த முத்திரை வேண்டுமென்றாலும் என் மீது குத்தப் படட்டும். நம்பிக்கைவாதி என்றோ, அவநம்பிக்கைவாதி என்றோ, முற்போக்குவாதி என்றோ, பிற்போக்குவாதி என்றோ, சமூக ஆக்கத்திற்கு வழிதேடுகிறவன் என்றோ, சமூக அழிவுக்குக் காரணமானவன் என்றோ எனக்குப் பெயர் சூட்டட்டும். அனைத்தும் ஒன்றாகப்படும் இடத்திற்கு நான் போய்ச் சேர வேண்டும். ஒரு வித்தியாசம் முக்கியமா னது. அது மட்டுமே எனக்கு முக்கியமானது. நான் உண்மை பேசுகிறேனா அல்லது பொய் பேசுகிறேனா என்பது. உண்மையை நான் பேசிக்கொண்டுவந்தால் பிறர் என்னைப் பிற்போக்குவாதி என்று அழைக்கிறபோதும், சமூக விரோதி என்று அழைக்கிறபோதும், பல தூஷணைகளை என் மீது சுமத்தும் போதும், என்னளவில் நான் உன்னதமான வன்தான். நான் அழுகிப்போகாமல் இருப்பது எனக்குத் தெரிகிறது. என் உயிர்ச்சுடர் என் மனத்தின் உட்குகையில் எரிந்துகொண்டிருப்பதை உணருகிறேன். ஆனால், பொய்கள் கூறி, என் மனம் உவக்காத காரியங்களில் ஈடுபட்டு, இச்சகம் பேசி, நண்பர்களை ஏமாற்றி, பல்லிளித்து, தந்திர உபாயங்களை மேற்கொண்டு இவற்றின் விளைவாக எவ்வளவு மேலான படிமத்தைச் சமூகம் எனக்கு அளித்தாலும்

அது எனக்குச் சிறிதும் உவப்பானதல்ல. பலர் கீழ்மையின் சேற்றில் முக்குளிக்கும் தங்கள் காரியங்களைப் பற்றி நன்றாக அறிந்திருந்தும், சமூகத்தின் போற்றுதல்களை எப்படித்தான் விழுங்கி ஜீரணம் செய்துகொள்கிறார்களோ. அகந்தையினால் நான் இதைச் சொல்லவில்லை. எண்ணற்ற பலவீனங்கள் கொண்டவன் நான். அவற்றிலிருந்து தாண்டிப் போகவே நான் தத்தளிக்கிறேன். தாண்டியும் போகிறேன். தாண்ட முடியாமல் சரியவும் செய்கிறேன். நான் மேற்கொண்டிருப்பது ஒரு யாத்திரை. தளர் நடையாக இருக்கலாம். பின்னடைந்து போகலாம். அப்போதெல்லாம் திடுக்கிட்டு விழித்து, வெட்கம் தழுவ முன்னகர்ந்தும் இருக்கிறேன். எனக்குப் பரிபூரணத்தை அடைய வேண்டாம். அடையவும் என்னால் கூடாது. பரிபூரணம் என்று ஒன்றில்லை. இருப்பது போராட்டம். நிரந்தரமான போராட்டம். முழுமை தேடும் போராட்டம். முழுமை மனித லட்சியத்தின் உருவகம். இல்லாத இந்த ஒன்றுதான் இருப்பவை அனைத்திற்கும் ஆதாரம். மனிதனின் சகல மேன்மைகளும் இதிலிருந்து தோன்றுபவைதாம். இல்லாத இந்த 'இல்லை'யை, இல்லை என்று மனிதன் எப்போது யோசிக்க ஆரம்பிக்கிறானோ அன்று மனிதன் மிருகங்களுக்குச் சமானமாகிவிடுகிறான். இனிமேல் அவனால் இப்படி யோசிக்கச் சாத்தியமில்லை என்றே நினைக்கிறேன். ஐந்தாண்டுக் கல்வியின் பாதிப்பை முற்றாகத் தவிர்க்கச் சாத்தியமானவன் எவனும் இல்லை. அப்படியாயின், மனிதன் தோன்றிய காலத்திலிருந்து இன்றுவரையிலும் அடையத் தத்தளித்துக்கொண்டிருக்கும் லட்சியத்தின் பாதிப்பைத் தன்னுடைய மூளையிலிருந்து அவனால் எப்படிக் கழற்ற முடியும்? பரிபூரணத்தைக் கனவு கண்டு ஸ்திதியை மாற்றிக் கொண்டே வந்தவன் மனிதன். இந்த மாற்றத்திற்காகத் தன்னை அர்ப்பணித்துக்கொண்டு, அழித்துக்கொண்டு, அழிந்து போகும் பரவசத்தையும் அடைந்தவன். இந்த அமிர்தத்தின் ருசியை இனி அவனால் மறக்க முடியாது. என்னதான் கொடுமைகள் நிகழ்ந்தாலும், லட்சியங்கள் சீர்குலைக்கப் பட்டாலும், மீண்டும் மனத்தைத் தேற்றிக்கொண்டு வாழ்க் கையைப் பரிபூரணத்தை நோக்கித் தள்ளவே அவன் முயல் வான். பரிபூரணத்தின் மீது மனிதன் கொண்டிருக்கும் நம்பிக்கையைக் கோஷிக்கிறது சரித்திரம்.

13. 10. 1957

அதிசயமாக ஒன்று நிகழப்போகும் காலம் மிக நெருங்கி வந்துவிட்டது போன்ற உணர்வுக்கு அடிக்கடி ஆளாகிறேன். அதிசயத்தை எதிர்பார்த்துக் காத்திருக்கிறேன். ஒரு ஜீவ

ஒளி என் மூளையின்மீது பட்டு, சகல குழப்பங்களும் மன உளைச்சல்களும் மறைந்துவிடும் அதிசயம். நெடுநேரம் அருவியில் குளித்துவிட்டு வந்தது போல் இருக்கும் என் மூளை. இந்த உலகத்தை வியந்தபடி அப்போது நான் பார்த்துக்கொண்டிருப்பேன் என்றாலும், அப்போதும் இப்பொறிகள் இதே கணக்கில் இயங்கிக்கொண்டிருக்கும் என்றாலும், இவற்றிலிருந்து நான் பெறும் அர்த்தங்கள் அப்போது வேறாக இருக்கும். பிரச்சினைகள் அல்ல பிரச்சினைகள். மாறுபட்ட விடைகளே பிரச்சினைகள். உண்மையும் பொய்யும் கலந்த மாறுபட்ட விடைகள். எதைத் தேர்ந்தெடுப்பது? எவற்றைத் தவிர்ப்பது? உண்மை என்று முழுமையாக வருவதன் பின்னால் எப்போதும் பொய்யின் துணுக்குகள் ஒட்டிக்கொண்டிருக்கின்றன. இவற்றை அசட்டைசெய்து முழுமைக்கு ஆசைப்பட்டு, இந்த உண்மையின் கோலத்தை நாம் விழுங்கும்போது ஒட்டிக் கொண்டிருக்கும் பொய்கள் உண்மையைக் குதற ஆரம்பித்துவிடுகின்றன. எவ்வளவுதான் பல்லைக் கடித்தபடி சகித்துக்கொண்டாலும் குமட்டல் தாங்க முடியாமல் வாந்தியெடுக்க நேர்ந்துவிடுகிறது. இப்போது பெரும் ஆசுவாசம் ஏற்படுகிறது. பொய்ம்மையைச் சுமக்காத ஆசுவாசம். நிம்மதி. நான் தெரிந்துகொள்வது இதுதான். யாத்திரை. நம்மீது எவ்விதப் பிரயாசையும் இன்றி சாபத்தின் ஏவல் போல் ஒட்டிக்கொள்ளும் பொய்ம்மையைச் சதா நம் மூளையிலிருந்து பிடுங்கி விட்டெறிந்தவண்ணம் யாத்திரை தொடருதல். இவைதாம் நிகழ்த்துவதற்குச் சாத்தியமானவை. உண்மை தேடுதல் என்று இதற்குத்தான் பெயர். உண்மையில், உண்மை தேடுதல் இல்லை. யாத்திரையும் பொய் தவிர்த்தலுமே. பொய்ம்மை இயற்கையாக, நிரந்தரமாக, மீண்டும் ஊடுருவச் சாத்தியமற்ற நிலை ஏற்படும்போது மனங்கொள்ளும் பரவசத்தின் பெயர்தான் கண்டடைதல் என்பது. இந்தப் பரவசம் மனக் குகையின் ஏதோ ஒரு மூலையில் சில வினாடிகள் அறிந்துணரத் தக்கதாக இருக்கிறது.

26. 10. 1957

சிலசமயம் இனிமேல் எதுவும் எழுத முடியாது என்றும், இனிமேல் எதுவும் எட்டிப் பிடிக்க முடியாது என்றும் ஒரு பெரும் ஸ்தம்பிதம் ஏற்படுகிறது. சகல உறவுகளையும் முறித்துக்கொண்டு தன்னந் தனியாக ஒதுங்கிவிட வேண்டும் என்று தோன்றுகிறது. இதுகாறும் செய்து வந்த காரியங்கள் வீணாகிவிட்டது மாதிரியும், குறியற்றுப் போனது மாதிரியும், அலசிக் குழம்பிச் சீரழிந்துபோனது மாதிரியும், அனைத்தையும் இல்லாமல் ஆக்கிவிட்டு என் மூளையிலும் பிறர்

மூளைகளிலும் என் வேலை பற்றிய பதிவுகளையும் இல்லாமல் ஆக்கிவிட்டு அடியைப் பிடித்து இன்றுள்ள மனநிலைக்கு ஏற்பச் சீராகவும், ஆழமாகவும் செய்து கொண்டு வர வேண்டும் என்று தோன்றுகிறது. ஆனால் இது சாத்தியமல்ல. இனி புதிதாக ஆரம்பித்துச் செய்ய நேரமும் இல்லை. பாதிப் பயணத்தில் விடைபெற்றுக் கொள்ளக் கூடியவன் நான் என்ற உள்ளுணர்வும் இருக்கிறது. என் வாழ்க்கையில் எனக்கு எப்போதும் திட்டம் என்று ஒன்று இருந்ததேயில்லை. சொந்த வாழ்வில் நாளைகளைப் பற்றி நான் யோசித்ததே இல்லை. ஆற்றில் விழுந்துவிட்ட ஒரு கட்டை சுழிப்புகளில் சுழன்று, சம வெளிகளில் ஓடி, ஏற்ற இறக்கங்களில் தத்தளிக்கிறது. என் போக்கை எப்போதும் இப்படித்தான் நினைத்துப் பார்க்கிறேன்.

27. 10. 1957

நேற்று திருநக்கரை கோவில் பக்கம் போயிருந்தேன். சிறுவர்கள் டென்னிஸ் பந்தால் கால்பந்தாடுவதைப் பார்த்துக் கொண்டு நின்றேன். கட்டுப்பாடே இல்லாத விளையாட்டு. அவர்களுக்குக் கற்றுத்தர யாரும் இல்லை. உழைப்பு குறிக்கோள் அற்றுச் சிதறுவதைப் பற்றிச் சிறிதும் கவலை கொள்ளாமல் கத்தி ஆர்ப்பரித்து விளையாடுகிறார்கள். செய்நேர்த்தி என்பதில் சிறிதும் நம்பிக்கையற்றவர்களாகி விட்டோம். காரியம் என்பது சமாளிப்பு என்றாகிவிட்டது. பெரிய மனிதர்கள் செய்யும் சிறிய காரியங்களைப் பக்கத்தில் நின்று பார்க்கச் சகிக்கவில்லை. இதற்குக் காரணம் மனத் திற்குள் அவர்களுக்குத் தாளம் இல்லாததே. இந்தத் தாளம் தான் செய்கைகளில், அசைவுகளில், காரியங்களில் ஒரு ஒத்திசைவை, லயத்தைக் கேட்டு நிற்கிறது. காரியங்களை லயத்தோடு செய்யச் செய்யத் தாளம் வேரூன்றி வளர்கிறது. லயங்கள் மேலும் தாளங்களை வற்புறுத்துகின்றன.

அரவிந்தாட்ச மேனன் பேனாவுக்கு மை ஊற்றுவதைப் பார்த்திருக்கிறேன். சவரம் செய்துகொள்வதை, நகம் வெட்டிக் கொள்வதை, வேட்டியைச் சரிவரக் கட்டிக் கொள்வதைக் கவனித்திருக்கிறேன். தாளத்திற்கும் லயத்திற்கும் உள்ள இசைவையே எப்போதும் அவரிடம் பார்த்திருக்கிறேன். இவரை ஒத்தவர்களே உண்மையான கலைஞர்கள்.

அனுபந்தம் 1

இக்குறிப்புகளை எழுதி முடித்திருக்கும் இந்நேரத்தில் என் நினைவுகள் சேர்த்தலை கிருஷ்ண அய்யரைச் சுற்றிப் படர்கின்றன. இம் முயற்சியை மேற்கொள்ள மறைமுகக் காரணமாக இருந்தவர் அவர்தான்.

எனக்கு இப்போதும் நன்றாக நினைவிருக்கிறது. 1954இல் புலியூர்க் குறிச்சியில் ஒரு கல்யாணம். சேர்த்தலை வந்திருந்தார். பிள்ளை வீட்டார்களின் நட்சத்திர விருந்தாளியாக. பெரும் புலவர், பெருங்கவிஞர், அரசாங்க உயர் உத்தியோகத்திலிருந்து ஓய்வு பெற்றவர் என்ற படிமங்களுடன். புத்தகம் சம்பந்தப்பட்ட ஒரு 'கிறுக்கு'தான் அவருக்கு ஈடுகொடுக்க முடியும் என்று எண்ணியதால் இருக்கலாம் – என்னை அவருடன் ஜோடி சேர்த்து விட்டார்கள். மூன்று நாட்கள் அவருடனேயே இருந்தேன். கிருஷ்ண அய்யர் வாய் ஓயாமல் பேசினார். ஹாஸ்ய ரவை போட்டுப் பேசினார். புலமையும், கடந்த காலச் செய்திகளும், அவரது வெற்றிகளைத் தெரிவிக்கும் சம்பவங்களும், சக எழுத்தாளர்களைப் பாராட்டும்போதே இடையே செருகும் விமர்சனங்களும், கிண்டல்களும், ராஜ விசுவாசங்களும் பீறிட்டுப் பாய்ந்தன. சங்க இலக்கியத்தில் அவருக்கு இருந்த புலமையை என்னால் கற்பனை பண்ணிப்பார்க்க முடியவில்லை. சங்க கால வார்த்தைகளை மட்டுமே பயன்படுத்தி எழுதப்பட்ட நாவல் ஒன்றை அவர் 'தினத்தந்தி' போல் படித்துக்கொண்டு போவார் என்று தோன்றிற்று.

ஜே. ஜேயைப் பற்றிய சேர்த்தலையின் எண்ணங்கள் பல பாங்காக இருந்தன. புத்திசாலி என்பதில் பிரியமும், புதுமைகள் தேடுவதில் இருந்த ஆர்வம் பழமையைக் கற்றறிவதில் இல்லை என்பதில் வருத்தமும், அவர் கற்றுக் கொடுத்த சமஸ்கிருதத்தை நடுவில் விட்டுவிட்டதைப் பற்றி ஏமாற்றமும், குடும்பத்தைச் சரி வரப் பேணவில்லை என்பதில் கோபமும் இருந்தன. ஜே. ஜேவுக்குச் சேர வேண்டிய மூன்று சென்ட் பூமியைத் தாயாதிகளிட

மிருந்து சட்டங்களின் நுட்பங்களைப் பயன்படுத்திப் பிடுங்கிக்கொடுத்த வரலாற்றை உற்சாகத்துடனும் பெருமையோடும் அவர் சொன்னார்.

மலையாள நவீன இலக்கியத்தைத் தமிழில் நான் அறிமுகம் செய்து வைக்க வேண்டும் என்று என்னிடம் யோசனை சொன்னவர் இவர்தான். இந்த யோசனையால் தூண்டப் பட்டு ஒரு சில மலையாளச் சிறுகதைகளை நான் ஐம்பது களில் மொழிபெயர்த்தேன். சேர்த்தலை தூவிய விதை களின் விரிந்த கோலமே இன்று என்னை ஜே. ஜேயைத் தமிழுக்கு அறிமுகப்படுத்தச் செய்திருக்கிறது என்றும் கருதுகிறேன். மறைந்துபோன இப்புலவரை இப்போது நன்றியுணர்ச்சியுடன் நினைத்துப்பார்க்கிறேன்.

அனுபந்தம் 2

ஜே. ஜே. எழுதிய புத்தகங்கள்

1. கால்பந்தாட்டக்காரனின் நினைவுகள்
2. நூல்நிலையங்களின் ஜன்னல்கள்
3. உள்ளுணர்வின் அடிச்சுவட்டில்
4. கடவுளிடம் விடைபெற்றுக்கொண்ட பின்னர்
5. வசந்தம் வராத வருடங்கள்
6. மூன்றாவது பாதை
7. சந்நியாசிகள்
8. கி.பி. 1999 டிசம்பர் 31
9. விஷக்கிருமிகள்
10. விருந்தும் விஷமும்
11. முடிவாகச் சொல்ல முடியாதவை

இவற்றில் 'சந்நியாசிகள்', 'விஷக்கிருமிகள்' ஆகியவை நாடகங்கள். 'கி.பி.1999 டிசம்பர் 31' வரப்போகும் காலத்தைப் பற்றிய அனுமானங்கள். 'முடிவாகச் சொல்ல முடியாதவை' பிரச்சினைகளுக்கு விடை தேடிச் செல்லும் முகமாய் உரத்த சிந்தனைகளின் பதிவுகள்.

இதுபோக, மொழிபெயர்ப்புகள் பல உள்ளன. முற்றுப் பெறாதவையும் உண்டு. முக்கியமாகக் குறிப்பிட வேண்டியது, ஆந்தரே ழீதின் 'கள்ள நாணயக்காரர்கள்.'

அனுபந்தம் 3

ஜே. ஜேயின் புத்தகங்களைத் தமிழில்கொண்டு வரும்போது முதலில் வர வேண்டியது 'கால்பந்தாட்டக் காரனின் நினைவுகள்.' இந்நூல் ஜே. ஜேக்கு மிக ஏற்ற எளிமையான அறிமுகம். ஆழமான புனைகதைகளுக் குரிய சுவாரசியம் கொண்டது. வெளிப்பட்டு நிற்கும் தளம் சார்ந்தும் படிக்க ஏற்றதாக இருக்கிறது. கடினமான உழைப்பில் பெறும் ஆனந்தத்தை விவரிக்கக்கூடிய பகுதிகள், மோசமான நெருக்கடியில் மனங்கொள்ளும் எழுச்சி, எதிர்நிலைகளுக்கு எதிராக ஒன்றுபட்டுச் செயல் பட வேண்டியதன் அவசியம் இவை பற்றியெல்லாம் கூறப்படும் கருத்துகள், நம் இளைஞர்களை (முக்கியமாக மாணவர்களை) பாதிக்கக் கூடிய அளவில் வர்ணிக்கப் பட்டுள்ளன.

அடுத்து, தமிழில் வெளிவர ஏற்றது 'சந்நியாசிகள்' என்னும் நாடகம். சமூகக் கிண்டல். ஐந்து கதாபாத் திரங்கள். பெண் கதாபாத்திரம் இல்லை. (எவ்வளவு வசதி!) துணை உபகரணங்கள் மிகச் சிறிய அளவிலேயே போதுமானவை. கிண்டலும் சில சொற்களின் கூர்மை களும் மொழி பெயர்ப்பில் சேதாரமாகலாம். இதையும் தாண்டி உயிருடன் நிற்கக்கூடியது. இப்போது படித்துப் பார்க்கும்போது இன்றையத் தமிழ் நாட்டை மனத்தில் வைத்து எழுதியது போலவே இருக்கிறது.

'நூல்நிலையங்களின் ஜன்னல்கள்' மேல்நாட்டு இலக்கிய ஆசிரியர்களையும், தத்துவ ஆசிரியர்களையும் தனது பார்வையில் அறிமுகப்படுத்தி மதிப்பீடு செய்யும் நூல். கருத்தார்வம் கொள்ளும் இளைஞர்களை மனத்தில் வைத்து எழுதப்பட்டது. ஜே. ஜேயின் பார்வையைப் பல இடங்களில் நேராகவே தெரிந்துகொள்ள முடிகிறது. இந்நூலில் ஜே. ஜே. எடுத்துக்கொண்டிருக்கும் சில மகா புருஷர்களைப் பற்றித் தமிழிலும் பாரதியிலிருந்து இன்று வரையிலும் பல அறிஞர்கள் கருத்துகள் கூறியிருக்கிறார் கள். நம்மவர்களின் கருத்தோடு ஜே. ஜேயின் கருத்தை ஒப்பிட்டுப்பார்ப்பது தனி அனுபவம்.

இம்மூன்று நூல்களும் தமிழில் அவசியம் வர வேண்டும். இந்த நூற்றாண்டின் இறுதிக்குள் வரும் என்றால் அது நம் மொழி செய்த பாக்கியமாக இருக்கும்.

பின்னுரை

ஜே.ஜே. – இருபத்தைந்து

கோட்டயம் முன்னேற்ற எழுத்தாளர் மாநாட்டில் தன்னுடைய ஆதர்ச எழுத்தாளன் ஜே.ஜே.யைப் பார்க்கச் சென்ற பாலு மற்றொரு எழுத்தாளரான திருச்சூர் கோபாலன் நாயரிடம் ஜே.ஜே.யின் எழுத்தை தான் எதிர் கொண்ட விதத்தைச் சொல்லும் பகுதி இவ்வாறு அமைகிறது:

"சார், புரியாத எழுத்தில் இரண்டு விதம். ஒன்று அசிரத்தை ஏற்படுத்தக்கூடியது. மற்றொன்று ஆர்வம் ஏற்படுத்தக்கூடியது. ஜே.ஜே. இரண்டாவது வகையைச் சார்ந்தவன் என்பது என் அபிப்பிராயம்."[1]

இருபத்து நான்காம் வயதில் ஜே.ஜே: சில குறிப்புகள் நாவலை முழுமையாக வாசித்து முடித்ததும் தோன்றிய மனநிலை ஏறத்தாழ இதுவாகத்தான் இருந்தது. இத்தனைக்கும் தமிழில் அன்றுவரை வெளியாகியிருந்த பெரும்பாலான நவீனப் படைப்புகளோடு அறிமுகம் கொண்டிருக்கிறேன் என்ற இறுமாப்பும் இதே எழுத்தாளர் அதுவரை எழுதி வெளியான எல்லாவற்றையும் படித் திருக்கிறேன் என்ற தற்பெருமையும் அந்த மனநிலையில் ஆடிச் சரிந்தன. மிகவும் பழக்கப்பட்ட நிலப் பகுதியில் மூடுபனி கவிந்த பொழுதில் நிற்க நேர்ந்தது போன்ற துலக்கமின்மையை உணர்ந்தேன். நூல் வடிவத்தில் வெளிவருவதற்கு முன்பே சில பகுதிகள் வாசிக்கக் கிடைத்ததன் காரணமாகப் பெரிதும் எதிர்பார்த்திருந்த

நாவலும் அதுவாகவே இருந்தது. மலர்மன்னன் வெளியீடாக வந்த '¼' காலாண்டு இதழில் ஜே.ஜே: சில குறிப்புகளின் ஆரம்ப அத்தியாயங்கள் அச்சேறியிருந்தன. அதை வாசித்துப் பெற்ற குதூகலப் பதற்றம் நாவலை மிக நேர்த்தியான புத்தகமாகக் கைவசப்படுத்தும்வரை தொடர்ந்திருந்தது. முதல் வாசிப்பில் ஈர்க்கக்கூடிய பிரமிப்பையும் புரிபடாத் தன்மையையும் அனுபவித்ததற்கான காரணங்களைக் கடந்த இருபத்தைந்து ஆண்டுகளாக இடைவெளிவிட்டுப் பல முறை நாவலை வாசித்த பக்குவத்தில் வகைப்படுத்தினால் அவை பின்வரும் அம்சங்களைச் சார்ந்தவையாக இருக்கும்.

நாவல் என்பது கதையை முன்னிறுத்தி விரிவடையும் வடிவம் என்ற சம்பிரதாயமான பார்வைக்கு எதிரானதாக இருந்தது ஜே.ஜே: சில குறிப்புகள். இந்த வடிவ மீறல்தான் ஆரம்பப் பிரமிப்பை ஏற்படுத்தியது.

புனைகதை ஓர் உணர்ச்சிகரமான வடிவம் என்ற நடைமுறையை மறுக்கும் வகையில் அறிவார்ந்த விவாதத்துக்கான களமாக நாவல் திறந்து விடப்பட்டிருந்தது. அப்படித் திறந்துவிடப்பட்டிருந்த வெளியும்கூட ஒற்றைத் தளமுள்ளதாக இருக்கவில்லை; வெவ்வேறு தளங்களில் நடமாடுவதற்கான பரப்பைக் கொண்டிருந்தது. அவ்வாறு நடமாடும்போதே ஒரு தளம் சட்டென்று இன்னொரு தளமாக மாறிவிடும் 'திட்டமிட்ட சதி'யும் அதில் இருந்தது. ஒரே சமயம் வசீகரமும் புதிருமான இந்தப் புனைவு முறை மிகப் புதிதாக உருவாகியிருந்தது. இந்த நோக்கில் தமிழில் வெளியான முதல் நவீனத்துவ முயற்சி ஜே.ஜே: சில குறிப்புகள்.

சமகாலத் தமிழ் வாசகனை நாவலின் நடையே ஈர்த்தது; வெருட்டியது. மொழி ஒரு தொடர்புக் கருவியாகக் கையாளப்பட்டுவந்த புனைகதைத் துறையில் அதன் பன்முகச் சாத்தியங்களைப் பரிசோதனை செய்த நாவல் இது. ஆவணங்களுக்கான தெளிவு, புனைகதைக்கான ஜாலம், கவிதையின் வேகம், தொனி மாற்றங்களின் நுட்பம் ஆகிய எல்லாமும் இழைந்த மொழியில் அமைந்த நாவல். 'புறங்கழுத்தில் ஒன்றன்மேல் ஒன்றாக அடிகள் விழுவதுபோல' வீச்சுக் கொண்டிருந்த நடை, நாவலை நகர்த்திச் செல்வதற்கான காரணி என்பதைவிட நாவலின் ஆதாரப் புள்ளியாகவே உருவங்கொண்டிருந்தது. அறிவார்ந்த தளத்தில் முன் நகரும் படைப்பு என்பதால்

இந்த இயைபு வலுவானதாகவும் இருந்தது. புனைவு மொழி சார்ந்து வழக்கத்திலிருந்த இலக்கணம் இந்த நாவலில் தகர்ந்தது. நடை காரணமாகவே கவனம் பெற்று வாழ்வனுபவங்களைப் பரிசீலனை செய்யத் தூண்டிவிட்ட முதல் படைப்பாக ஜே.ஜே: சில குறிப்புகள் இருந்தது.

வாசக ஈர்ப்புக்கு ஆரம்பமாக இருந்தன இந்தக் கூறுகள், எனினும் நாவலை அந்தரங்கமானதாக ஏற்றுக் கொள்ளத் தனிப்பட்ட நியாயங்களும் எனக்கிருந்தன. அந்தக் காலப் பகுதியில் எனது வாசிப்புக்கும் மனச் சாய்வுக்கும் இணக்கமாக இருந்த பலவற்றோடும் தொடர்பு கொண்டனவாகவும் அந்த நியாயங்கள் இருந்தன.

ஆல்பெர் காம்யுவின் எழுத்துக்கள் அன்று பெரும் அலையாக என் கருத்திலும் கவனத்திலும் மோதிக் கொண்டிருந்தன. ஜே.ஜே: சில குறிப்புகளின் முதல் வரியே காம்யுவை நினைவுபடுத்துவதாக அமைந்திருந்தது, நாவலுடனான வாசக உறவை வலுப்படுத்திக்கொள்ளும் முனைப்பைக் கூடுதலாக்கியது. ஜோசப் ஜேம்ஸ் என்ற கற்பனைப் பாத்திரத்தின் உயிர்ச் சாயல் சி.ஜே. தாமஸ் என்ற மலையாள எழுத்தாளனின் அடையாளங்களைக் கொண்டிருந்ததைவிடக் காம்யுவின் தோற்றத்தைக் கொண்டிருப்பதாக நம்புவது அன்றைய மனநிலைக்கு உவப்பாக இருந்தது. ஜோசப் ஜேம்ஸ் – ஆல்பெர் காம்யு என்ற பெயர்களின் உச்சரிப்பு ஒற்றுமையில் மனம் மயக்கம் கொண்டது. காம்யுவின் பிரச்சினை மனிதச் சூழலின் நெருக்கடியை ஆராய்வது, அந்த ஆய்வுக்குச் சுதந்திரமான சிந்தனையைச் சார்ந்திருப்பது என்பதாகக் கருத்துக் கொண்டிருந்தேன். அந்தக் கருத்தின் தமிழ் வடிவம் அல்லது திராவிட வடிவமே ஜே.ஜே. என்ற நம்பிக்கையும் கவனத்தில் வேரோடியிருந்தது.

அதே கால அளவில் வாசித்து ஆவேசம் கொண்டிருந்த இன்னொரு எழுத்தாளர் அருண் ஜோஷி. குறிப்பாக அவர் எழுதிய பில்லி பிஸ்வாஸின் விநோத வழக்கு என்ற நாவல்[2]. வாசிப்பின் பல கட்டங்களில் ஜோசப் ஜேம்ஸும் பில்லி பிஸ்வாஸும் பரஸ்பரம் சந்தித்துக் கொண்டார்கள். பில்லி என்கிற பிமல் பிஸ்வாஸுக்கும் ஜோசப் ஜேம்ஸுக்கும் புனைகதைப் பாத்திரங்கள் என்ற வகையில் எந்தப் பந்தமும் கிடையாது. ஜே.ஜே. ஓர் எழுத்தாளன்; பில்லி அமெரிக்க வாழ் இந்தியன்.

அமெரிக்க வாழ்க்கையின் பகட்டு அவனை விரட்டுகிறது. அங்கிருந்து தலைமறைவாகி இந்தியாவுக்கு வந்து கல்லூரி ஆசிரியராகப் பணியாற்றுகிறான். குடும்பம், காதல், சமூகத்தின் கோளாறுகள் எல்லாம் அவனைக் கொந்தளிப்புக்குள்ளாக்குகின்றன. அமைப்புக்கும் சமூக நிறுவனங்களுக்கும் தனக்குமான உறவு பற்றி ஓயாத கேள்விகளுடன் உழலும் பில்லி கடைசியில் காணாமற் போகிறான். அவனுக்கு என்ன நேர்ந்தது என்று தெரிந்து கொள்ள முடியாமல் காவல் துறை வழக்கை மூடுகிறது. இந்த நாவலுடன் ஜே.ஜே: சில குறிப்புகளை ஒப்பிட முடியாது. ஆனால் பில்லி பிஸ்வாஸ் தனது கேள்விகளாக ஏற்றுத் துன்புறும் அனைத்தையும் ஜே.ஜே.யும் கொண்டிருந்தான் என்று தோன்றியது. என்னுடைய ஒப்பீடு பொருத்தமற்றது. எனினும் தனது படைப்பின் நோக்கமாக அருண் ஜோஷி[3] சுட்டிக்காட்டிய வாசகம் ஜோசப் ஜேம்ஸ் என்ற எழுத்தாளனுக்குப் பொருந்தக் கூடியதாகவேபட்டது. 'மனித மனம் என்ற புதிரான கீழுலகை ஆராய்வதே என் விருப்பம்' என்ற அருண் ஜோஷியின் வாக்குமூலம் ஜே.ஜே.வுக்கும் இணக்கமானது என்பதே என் வாசிப்பின் நியாயம்.

ஜே.ஜே: சில குறிப்புகள் வெளிவந்த வேளையில் அந்த நாவல் இலக்கிய வாசிப்புக்கான பிரதி என்பது போலவே இலக்கிய அங்கீகாரத்துக்கான கையேடாகவும் இருந்தது. அதன் கணிசமான பகுதிகளை மனப்பாடமாகச் சொல்ல முடிந்திருந்தது. அதை ஓர் அங்கீகாரமாகவும் மனம் கொண்டாடியது. அன்று சீரிய இலக்கியச் சூழலில் ஆர்வத்தோடு ஈடுபட்டிருந்த பலரும் இந்தப் பயிற்சியை விளையாட்டாகவோ தீவிரமாகவோ மேற்கொண்டிருந்தார்கள் என்பது இன்று பெரும்பாலோர் ஒப்புக்கொள்ள மறுக்கும் உண்மை.

சுந்தர ராமசாமியை முன்பே அறிவேன். ஆனாலும் அவருக்கு எழுதிய முதல் கடிதம் ஜே.ஜே: சில குறிப்புகள் நாவலில் கண்ட ஒரு பிழையைக் குறிப்பிட்டு எழுதிய அஞ்சலட்டையாக இருந்தது. நாவல் பாத்திரமான பாலு தனது நோய்ப் படுக்கையில் கிடந்து வீணையின் மீட்டலாக வரும் இசையைப் பற்றிச் சொல்லும் பகுதியில் 'லம்போதர'[4] என்ற சங்கீத உருப்படியை 'வர்ணம்' என்று நாவலாசிரியர் எழுதியிருப்பார். அப்போது இசைப் பித்தம் முற்றியிருந்ததால் கீதத்தை வர்ணம் என்று எழுதிவிட்டீர்களே என்று

சிணுங்கிக்கொண்டு கடிதம் எழுதியிருந்தேன். என்னைப் போலவே வேறு சிலரும் அந்தப் பிழையைச் சுட்டிக்காட்டி யிருக்கிறார்கள் என்றும் அடுத்த பதிப்பில் திருத்தப்படு மென்றும் தெரிவித்திருந்தார். அன்று பதிப்புத் துறை இருந்த நம்பகமற்ற சூழலில் அவருடைய வாக்குறுதி அடுத்த பிறவியில் நிறைவேறக்கூடும் என்றே எண்ணத் தோன்றியது. சீரிய இலக்கிய நூல்களின் விதியும் அவ்வாறாகத்தான் இருந்தது. ஆனால் ஜே.ஜே: சில குறிப்புகளின் காரியத்தில் விதிவிலக்காக நிகழ்ந்தது ஓர் அற்புதம். ஓரிரு ஆண்டுகளுக்குள்ளாக நாவல் இரண்டாம் பதிப்புக் கண்டது. 'லம்போதர' கீதம் என்று திருத்தமும் பெற்றிருந்தது. நான் சொல்லித் திருத்தம் செய்யப்பட்டது என்பதற்கு ஆதாரமில்லை. பலரும் அதைச் சுட்டிக்காட்டியிருந்திருக்கலாம். ஆனால் என் பொருட்டுத்தான் நாவலாசிரியர் அதை மேற் கொண்டார் என்ற அசட்டு மகிழ்ச்சி நாவலைப் படிக்கிற ஒவ்வொரு முறையும் மேலெழும். இன்றும்.

○

ஜே.ஜே: சில குறிப்புகள் நாவல் தமிழ் இலக்கிய உலகில் அறிமுகமான காலப் பகுதி புதிய சோதனைகளுக்கும் சிந்தனைகளுக்கும் பக்குவப்பட்டிருந்தது. இருத்தலியல், நவ மார்க்சியம், அமைப்பியல்வாதம் முதலான பல சிந்தனைப் போக்குகளும் அலையெழுப்பிக்கொண்டிருந்தன. இந்த அலைகளின் வீச்சுக்கு ஈடு நிற்கும் திராணியுடன் உருவான நாவல் ஜே.ஜே:சில குறிப்புகள். அதன் உருவமும் செய்நேர்த்தியும் முன்னுதாரணமற்ற புதுமையைச் சார்ந் திருந்தன. ஒரு தனி மனிதனை முன்னிறுத்திக் காலத்தின் சிக்கல்களைப் பகுத்தறிய அந்நாவல் முற்பட்டது. இவ்விரு காரணங்களாலேயே முன்சொன்ன எல்லாவிதச் சிந்தனைப் போக்கிலிருந்தும் இந்த நாவல் அணுகப்பட்டிருந்தது.

சிற்றிதழ் சார்ந்த கலாச்சாரச் செயல்பாடுகள், ஆர்வலரின் நடவடிக்கை என்னும் நிலையையும் வாழ்வின் பிரச்சினைகளை எதிர் கொள்ளும் உளவியல் வினை என்ற நிலையையும் கடந்து கருத்துருவாக்கம் என்னும் அமைப்புப் பணியாக மாறியது எண்பதுகளில் எனக் கருதுகிறேன். அந்த மாற்றத்தின் எதிர் அதிர்வுகள் ஜே.ஜே: சில குறிப்புகள் நாவலை உருவாக்கியிருக்கின்றன. நாவலில் புலனாகும் அறிவார்ந்த தளத்துக்கான முகாந்திரம் இதுதான். எழுத்து, கலை, இசை, ஓவியம்

என்று பண்பாட்டுச் செயல்பாடுகளில் எதார்த்த வாழ்வைப் பின்னுக்குத் தள்ளிவிட்டு முதன்மை கொண்ட கருத்தாடல் தான் நாவல் எதிர்கொள்ளும் சவால். கருத்துகளை உருவாக்குபவர்களும் நடைமுறைப்படுத்துபவர்களுமான எழுத்தாளர்களும் கலைஞர்களும் நாவலின் மையப் பாத்திரங்களாவதற்கான காரணமும் இதுதான். துரதிருஷ்ட வசமாக அந்தக் காலப் பகுதியில் இயங்கிய தமிழ் எழுத்தாளர்களோ கலைஞர்களோ பண்பாட்டுக் காவலர்களாக நட்சத்திர மதிப்புப் பெற்றிருக்கவில்லை. ஆனால் நாவலின் பின்புலமாகக் காட்டப்படும் மலையாள இலக்கிய உலகில் கருத்தை உருவாக்குபவர்களாக எழுத்தாளர்கள் உண்மையாகவே போற்றப்பட்டனர். ஆக, நம்பகமான பின்னணியில் சமகாலத்தின் கோலங்களை நாவலாசிரியரால் பயமில்லாமல் விவாதிக்க முடிந்தது. இந்த அச்சமின்மைதான் அதன் வாசகரிடையே மாபெரும் வியப்பைப் படரவிட்டிருக்கிறது.

வெளிவந்து இரண்டரைப் பதிற்றாண்டுகளைக் கடந்திருக்கும் ஜே.ஜே: சில குறிப்புகள்தான் சமகால நாவல்களில் அதிகம் விமர்சிக்கப்பட்டது என்று கருதுகிறேன். நாவலாசிரியரின் கூற்றுப்படியே ஐம்பதுக்கும் மேற்பட்ட விமர்சனங்கள் எழுதப்பட்டிருக்கின்றன, இன்றும் எழுதப்படுகின்றன. இனியும் எழுதப்படலாம். ஏறத்தாழ இவை அனைத்தும் ஒரே தொனியில் அமைந்தவை. பார்வையில் வேறுபாடுகள் கொண்டவையாகத் தோன்றினாலும் நோக்கத்தில் ஒரே தன்மை கொண்டவை. தாம் வரித்திருக்கும் கருத்து நிலையையொட்டி நாவலைப் பற்றிய முன்முடிவுகளை உருவாக்கிக்கொண்ட பிறகு, அதற்கு ஏற்ப நாவல் இல்லை என்ற விமர்சன மதிப்பீட்டுக்கு அவற்றை எழுதியவர்கள் வந்து சேருகிறார்கள். தீர்ப்பை நிர்ணயித்த பின் நடத்தப்படும் விசாரணையின் தந்திரத்தை ஒத்திருக்கிறது இது.

நாவலின் கட்டமைப்பு பல இழைகளால் பின்னப்பட்டது. சமகாலத் தமிழ் வாழ்வின் மீது செல்வாக்குச் செலுத்தும் எல்லாக் கருத்தாக்கங்களிலிருந்தும் பகுக்கப்பட்ட இழைகள் வலைப்பின்னலை உருவாக்குகின்றன. முற்போக்குவாதத்தின் ஓர் இழை. நவீனத்துவத்தின் ஓர் இழை. தனித்தமிழ்ப் போக்கின் ஓர் இழை. பண்டித மனப்பாங்கின் ஓர் இழை. தனிமனிதவாதத்துக்கும் சமூக வாதத்துக்குமான ஒவ்வோர் இழைகள். இந்த ஒவ்வோர் இழையும் மற்றோர் இழையுடன் பின்னி முடிச்சிட்ட அமைப்பிலுள்ளது. எனக்குத் தோதான

ஓர் இழையை அவிழ்த்தெடுக்கும்போது வலையின் இயல்பும் பயன்பாடும் எளிதில் குலைந்துபோகின்றன. ஜே.ஜே: சில குறிப்புகள் நாவலை அணுகுவதிலுள்ள முதன்மையான சிக்கல் இதுவாகத் தோன்றுகிறது. பெரும் படைப்புகளின் இயல்பான இந்தத் துலக்கமின்மைதான் வாசகனைத் தொடர்ந்து வசீகரிக்கிறது. விமர்சகனைத் திணறச் செய்கிறது.

கடந்த இருபத்தைந்து ஆண்டுக் காலத்தில் வெவ்வேறு சந்தர்ப்பங்களில் ஜே.ஜே: சில குறிப்புகள் நாவலை வாசித் திருக்கிறேன். அதன் நடை பற்றிய எண்ணங்களே தொடர்ந்து என்னை ஆக்கிரமித்து வந்திருக்கின்றன. தமிழ்ப் புனைவெழுத்தில் நிகழ்ந்த உச்ச நடைகளில் (grand style என்பதற்குச் சமமாக இந்தச் சொற்சேர்க்கையைப் பயன்படுத்துகிறேன்) ஒன்றாக நாவலின் நடையை வகைப் படுத்தலாம். இது மொழிசார்ந்த உத்தியல்ல. எழுதியவனின் கண்ணோட்டத்தையும் பரிவையும் சார்பையும் விலகலை யும் உள்ளடக்கிய ஒன்றாக அமைவது. பல தள இயக்கம் கொண்டது. பாதிப்புகளை உருவாக்கக்கூடியது. சிறுகதை யில் இதன் துல்லியமான எடுத்துக்காட்டு புதுமைப்பித்தன் கதைகள். நாவலில் சமகால உதாரணம் ஜே.ஜே: சில குறிப்புகள். தொடர்ந்து வாசிக்கப்படவும் விவாதிக்கப்படவு மான படைப்பாகப் புதிய தலைமுறை வாசகர்களுக்கும் எழுத்தாளர்களுக்கும் இந்நாவல் நிலைத்திருப்பதும் இந்தக் காரணத்தாலேயே என்பது என் எண்ணம்.

○

"ஜே.ஜே: சில குறிப்புகள் மலையாளக் கலாச்சாரப் பின்னணியைக் கொண்டதுதான். ஆனால் உண்மையில் அது தமிழ் கலாச்சாரம் சார்ந்து முன்வைக்கப்பட்ட விமர்சனம். தமிழ் வாழ்வின் சாரம் சார்ந்த ஒரு விமர்சனம்"[5] என்று பிற்காலக் கட்டுரை யொன்றில் சுந்தர ராமசாமி குறிப்பிடுகிறார்.

ஆரம்ப வாசிப்பில் ஜோசப் ஜேம்ஸ் என்ற பாத்திரம் மலையாள எழுத்தாளரான சி.ஜே. தாமஸை நினைவூட்டு வதாக நம்பியிருக்கிறேன். நாடக ஆசிரியரும் ஓவியரும் விமர்சகரும் சிந்தனையாளருமாக வாழ்ந்து மறைந்தவர் சி.ஜே. மனிதனை மையமாகக் கொண்ட சிந்தனையை முதன்மைப்படுத்தியவர்; நிறுவப்பட்ட கருத்துக்களுக்கு எதிரான கலகத்தையும் உருவாக்கியவர். அவரது மொழி

மலையாள இலக்கியத்தில் புதிய தடங்களை ஏற்படுத்தியது. மறைக்கல்வி பயிலக் குடும்பத்தினரால் தூண்டப்பட்டவர். மடாலயப் படிப்பை உதறி வெளியில் இறங்கியவர். சி.ஜே.யும் அற்ப ஆயுளில் மறைந்தவர். நாற்பத்திரண்டாம் வயதில். சி.ஜே.யின் மரணத்துக்குப் பத்தாண்டுகளுக்குப் பிறகு அவரது மனைவி ரோசி தாமஸ் ஒரு நினைவுக் குறிப்பை எழுதியிருந்தார். 'இவன் என் பிரியமான சி.ஜே.'[6] என்ற அந்தச் சிறு நூலை வாசிக்கும் சந்தர்ப்பத்திலும் சி.ஜே.தான் ஜே.ஜே.யா என்று மயங்கியதுண்டு. அந்த அளவுக்கு நம்பகமான தகவல்களுடன் பின்புலத்தை நிறுவ நாவலாசிரியர் அக்கறை கொண்டிருந்திருக்கிறார். சி.ஜே. தாமஸ் வாழ்க்கையின் நிஜம். ஜோசப் ஜேம்ஸ் புனைவின் உண்மை.

மலையாள இலக்கிய உலகில் ஜே.ஜே: சில குறிப்புகள் நாவலுக்குக் கிடைத்திருக்கும் அங்கீகாரம் தமிழ் வாசகனான என்னை வியப்புக்குள்ளாக்கி இருக்கிறது. சி.ஜே. தாமஸ்தான் ஜே.ஜே. என்ற உரிமை பாராட்டலை அடக்கிய சிரிப்புடன் அவதானித்திருக்கிறேன். சி.ஜே. தாமஸின் தொகுக்கப்படாத கட்டுரைகள் அடங்கிய நூலின் பின்னுரையில் அதன் தொகுப்பாளர் பின்வருமாறு குறிப்பிடுகிறார். 'சி.ஜே. தாமஸைப் பற்றி ஒரு புத்தகம் எழுத மலையாளியால் முடியவில்லை. அதற்கு ஒரு தமிழர் வேண்டியிருந்தார்.'[7] இதை ஓரளவுக்கு உண்மை என்றும் பெருமளவுக்குப் புனைவின் வெற்றி என்றும் காண்கிறேன்.

நவீன மலையாளக் கவிஞர்களில் ஒருவரான ஆற்றூர் ரவிவர்மா ஜே.ஜே: சில குறிப்புகளை மலையாளத்தில் மொழிபெயர்த்துள்ளார். அவர் மொழிமாற்றம் செய்த முதல் நாவலும் இதுதான். அளவுக்கு மிஞ்சிய வடமொழிச் சொற்களால் பின்னப்படும் மலையாள நடையே இலக்கியத்தன்மை கொண்டது என்ற கருத்துக்குச் சவாலாக இருந்தது ஆற்றூரின் மொழிபெயர்ப்பு. தமிழுக்கும் மலையாளத்துக்கும் பொதுவான சொற்களையும் தமிழ் வாக்கிய அமைப்புகளையும் அப்படியே கையாண்டிருந்தார் ஆற்றூர். சுத்தமான மலையாள நடையல்ல; என்றாலும் புதிய ஒரு திராவிட நடை மலையாள இலக்கியத்துக்கு வாய்த்தது. புதிய தலைமுறை எழுத்தாளர்கள் சிலரிடம் இந்த நடையின் பாதிப்பைக் காணவும் முடிந்தது. நவீன கவிஞரும் விமர்சகருமான கல்பற்றா நாராயணன் சுந்தர ராமசாமி

மறைவையொட்டி எழுதிய அஞ்சலிக் குறிப்பில் இந்தப் பாதிப்பைப் பற்றிச் சுட்டிக்காட்டியிருந்தார். ஓர் அர்த்தத்தில் 'ஜே.ஜே: சில குறிப்புக'ளின் அறிமுகத்துக்குப் பின்னரே தமிழ் மொழியிலும் நவீனப் போக்குகள் உருவாகி வளர்ந்திருக்கின்றன என்று மலையாள இலக்கியவாதி களும் வாசகர்களும் நம்ப முன்வந்தார்கள். அதுவரை அவர்களும் 'என்ன சிவகாமி அம்மாள் தன்னுடைய சபதத்தை முடித்துவிட்டாளா?' என்ற குதர்க்கமான கேள்வி யால் தமிழிலக்கியத்தைச் சீண்டிவிட்டுக்கொண்டிருந்தார்கள். ஜோசப் ஜேம்ஸை வரவேற்பதற்காக ஆற்றூர் ரவிவர்மா திறந்துவைத்த கதவுதான் இன்று புதிய தலைமுறையைச் சேர்ந்த தமிழ் எழுத்தாளர்கள் மலையாள இலக்கிய உலகில் பிரவேசிக்கவும் உதவுகிறது.

○

ஜோசப் ஜேம்ஸின் பிரச்சினைகள் சமகால வாழ்வில் கருத்துலகம் வகிக்கும் பங்கைப் பற்றிய நெருக்கடிகளைச் சார்ந்தவை. ஜே.ஜே.யே கருத்துக்களின் நடைமுறையாள னாகத் தான் அறிமுகமாகிறான். மனித வாழ்க்கையின் ஆதாரமான தேவைகளுக்கும் கருத்துக்களுக்குமான மோதலையே அவன் சந்திக்கிறான். வாழ்வு, சமூகம் ஆகியவை பற்றிய கருத்துக்களுடன் நெருங்கும் போது இந்தக் கருத்தாக்கங்களைப் பின்னொதுக்கிவிட்டு வாழ்வும் சமூகமும் பிறவும் அவற்றின் எதார்த்தச் சிக்கல்களுடன் பூதாகரமாக முன் நிற்கின்றன. அப்படியானால் மனித குலம் தோன்றிய நாள் முதல் எனது காலம் வரையில் சிந்தனைப் போக்குகள் பேணிக் கடைப்பிடித்துவந்த கருத்துக் களின் தேவையும் பங்கும் என்ன? சமூகத்துக்கான கருத்துருவாக்கத்தை ஓர் அமைப்பு ஏற்றுக் கொள்ள முடிகிறதா? தனிமனிதனால் சகஜீவிக்குக் கருத்தியல் ரீதியில் உத்தரவாதமளிக்க இயலுமா? அப்படி அளிக்கப் படும் உத்தரவாதத்தை அவன் ஏற்க மறுத்தால் என்ன செய்வது? திணிப்பதா? அந்தத் திணிப்பு அமைப்பின் அதிகாரத்தை அமல்படுத்துவது ஆகாதா? 'இப்போது நான் என்ன செய்ய வேண்டும்? நான் ஒரு காரியத்தை மன ஒப்புதலோடு ஆற்ற வேண்டும். அல்லது இறந்து போய்விட வேண்டும். இரண்டும் எனக்குச் சாத்திய மில்லை. இதுதான் என் பிரச்சினை' என்கிறான் ஜே.ஜே.

இருப்பு, நிகழ்வு, செயல்பாடு ஆகிய மூன்று நிலை களில் ஏற்படும் முரண் குறித்த பதற்றமே ஜே.ஜே.யை

உலுக்குவது. உலுக்கலிலிருந்து விடுபட அவன் காணும் வழி இவற்றின் மீது போர்த்தப்படும் திரைகளைக் களைவது. முன்வைக்கப்படும் ஆயத்தத் தீர்வுகளை மறுப்பது. அடிப்படை சார்ந்த கேள்விகளை எழுப்புவது. இந்தக் கேள்விகள் நிரந்தரமானவை. பதில்கள் காலத்துக்குக் காலம் மாறுபவை. இந்தப் பொருளில்தான் ஜே.ஜே.வும் அவனை மையமாகக் கொண்ட நாவலும் நிகழ்காலத் தன்மை கொண்டவையாக நிலைபெறுகின்றன. அதுதான் இருபத்தைந்து ஆண்டுகளுக்குப் பின்னரும் புதிய வாசகர்களை ஈர்க்கவும் புதிய வாசிப்புகளுக்குத் தூண்டவும் இந்த நாவலைத் தகுதியுள்ளதாக்குகிறது என்று கருதுகிறேன்.

திருவனந்தபுரம் சுகுமாரன்
31 மே 2006

குறிப்புகள்

1 *ஜே.ஜே: சில குறிப்புகள்* (ஆறாம் பதிப்பு / காலச்சுவடு பதிப்பகம் / நாகர்கோயில் / 2004) பக்: 29

2 *The Strange Case of Billy Biswas* (Orient Paperbacks, New Delhi / 1971)

3 அருண் ஜோஷி: 1939 – 93. ஆங்கிலத்தில் எழுதிய இந்திய எழுத்தாளர். ஐந்து நாவல்களும் ஒரு சிறுகதைத் தொகுப்பும் வெளிவந்துள்ளன. அதிகம் கவனிக்கப்படாமல் போன எழுத்து இவருடையது. சாகித்ய அக்காதெமி பரிசு பெற்றவர்.

4 *ஜே.ஜே: சில குறிப்புகள்* (முதல் பதிப்பு / க்ரியா / சென்னை – 1981) பக்: 7

5 *ஆளுமைகள் மதிப்பீடுகள்* – சுந்தர ராமசாமி (காலச்சுவடு பதிப்பகம் / நாகர்கோவில் – டிசம்பர் 2004) பக்: 356

6 *இவன் என்டெ ப்ரிய சி.ஜெ* – ரோஸி தாமஸ் (டிசி புக்ஸ், கோட்டயம் / 2005)

7 *அன்வேஷணங்கள்* – சி.ஜெ. தாமஸ் – தொகுப்பாளர்: கே.என். ஷாஜி. (நியோகம் புக்ஸ், கொச்சி / மே 2004) பக்: 109.